डेस्टिनेशन

प्रा. पुरुषोत्तम रामदासी

मेहता पब्लिशिंग हाऊस

Please contact us at **Mehta Publishing House,** Pune 411030.
✆ +91 020-24476924 / 24460313 / Mob. No. 9545000513
Email : production@mehtapublishinghouse.com
Website : www.mehtapublishinghouse.com

DESTINATION by PURUSHOTTAM RAMDASI

डेस्टिनेशन : प्रा. पुरुषोत्तम रामदासी / कथासंग्रह

Email : author@mehtapublishinghouse.com

प्रकाशक : सुनील अनिल मेहता, मेहता पब्लिशिंग हाऊस,
१९४१ सदाशिव पेठ, माडीवाले कॉलनी, पुणे – ३०.

मुद्रक : ट्रिनिटी अॅकॅडमी फॉर कॉर्पोरेट ट्रेनिंग लिमिटेड

मुखपृष्ठ : चंद्रमोहन कुलकर्णी

प्रथमावृत्ती : जानेवारी, २०२२

किंमत : ₹ २१०

P Book ISBN 9789392482731
E Book ISBN 9789392482748
E Books available on : amazonkindle Apple Books Google Play Books

विविध संपर्क माध्यमांतून
मला लेखनासाठी सतत प्रोत्साहन देणाऱ्या
तमाम रसिक वाचकांना...
कारण
वाचक आहेत म्हणून लेखक आहे!

मनोगत

देशांतर्गत आणि आंतरराष्ट्रीय पातळीवर घडणाऱ्या गुन्ह्यांवर आधारित कथांना हा संग्रह वाचकांच्या हातात देताना मला आनंद होत आहे. भारतातच नव्हे, तर जगभरात फोफावत चाललेला दहशतवाद पाहून-ऐकून मन उद्विग्न होतं. त्यातूनच दहशतवाद्यांवर कशा प्रकारे मात करता येईल, हे स्वप्नरंजन सुरू होतं. या कल्पनारंजनातून काही कथा लिहिल्या. अर्थात, विविध वर्तमानपत्रांमधील बातम्या हा या कथांचा आधार ठरतो; पण कधीकधी 'कडुनिंब आणि ब्रह्मचर्य' यांसारख्या पारंपरिक कल्पनेवर विचारमंथन होऊन 'पडद्यामागे'सारखी कथा आकारास येते.

२००७ पासून आजपर्यंत ज्या ज्या दिवाळी अंकांमध्ये आणि मासिकांमध्ये माझ्या एकशे आठ कथा व कादंबऱ्या प्रकाशित झाल्या, त्या सर्व संपादकांचे मी मनःपूर्वक आभार मानतो, कारण मला त्यांचं वेळोवेळी मार्गदर्शन मिळालं आहे. माझी पत्नी सौ. संध्या, पुत्र अजय, सून गौरी, मुलगी रश्मी, जावई चेतन खळदकर, मेहुणी सौ. कमल या सर्वांचं सहकार्य असल्यानेच मी एवढं लेखन करू शकलो.

मेहता पब्लिशिंग हाऊसच्या सर्वांचे मी मनःपूर्वक आभार मानतो.

पुरुषोत्तम रा. रामदासी

अनुक्रमणिका

मृगजळ

अल् अमिननं पुन्हा एकदा जुनाट कागदावरच्या नकाशावर नजर टाकली. कागदपत्रं दोन-तीनच होती. खूप जुनी आणि जीर्ण झालेली... पिवळट रंग चढलेली. बेगमबहारच्या आजीनं- फरीदानं- स्वतःच्या डोळ्यांनी तो नकाशा रेखाटला जात असताना पाहिला होता. बेगमबहारला कागदपत्रं देताना फरीदा म्हणाली होती, "बख्तावर मोठा झाला की, हा कागद त्याला दाखव आणि त्याला सांग, अल् अमिन लहानपणापासून त्यांच्या अब्बाजानची, बख्तावरची तळमळ पाहत होता. अमिनची आजी, बेगमबहार मरेपर्यंत आपल्या नातवाला, बख्तावरला म्हणत होती... तुला यश मिळालं नाही, म्हणून हार मानू नकोस. तुझ्या मुलाला प्रयत्न करायला सांग." तसंच झालं. बख्तावरनं अल् अमिनला सगळं काही समजावलं.

अल् अमिनला कागदपत्रांकडे पाहता पाहता सारं काही आठवलं. आता वेळ आली आहे... त्याच्या मनात आलं. आजीला आणि अब्बाजानला जी गोष्ट शोधूनही सापडली नाही, ती शोधण्यात मला यश आलं या विचारानं तो उत्साही झाला होता. आता प्रत्यक्ष कृती करण्याची वेळ आली होती. त्यानं घड्याळात पाहिलं. त्यानं निरोप पाठविला होता, ती दोन माणसं येण्याची वेळ झाली होती. तो जागचा उठला. तिजोरीमध्ये आतल्या चोरकप्प्यात ती कागदपत्रं निगुतीनं ठेवताना त्याचं त्यालाच जाणवलं, तिजोरीमध्ये केवळ पन्नास-साठ लाख रुपये उरले होते... एक काळ होता, तिजोरी नोटांनी खच्चून भरलेली असे. इतकी भरलेली की, दरवाजा उघडला की, कोंबून ठेवलेली हजारच्या नोटांची बंडल्स खाली पडायची. काळ बदलला... पाच-सहा पिढ्यांपूर्वीचं वैभव हळूहळू संपत गेलं होतं. तो राहत असलेली हवेली त्या काळात दिमाखानं दौलतीत न्हायल्याप्रमाणं असे; पण आता हवेलीची अवस्था एखाद्या रोग्यासारखी झाली होती. या कामासाठी अमिननं मोठी रक्कम बाजूला राखून ठेवली होती.

दरवाजामध्ये चाहूल लागली तसा अमिन स्वतः उठला. परवडत नसल्यामुळे नोकर-चाकर केव्हाच काढून टाकले होते.

"या. स्वागत आहे." त्यानं दोघांना आत घेऊन दरवाजा

बंद केला. खतिब व तबरेजनं त्याला सलाम केला. दोघंही जुनाट सोफ्यावर बसले. अमिननं दोघांनाही साधं वाळा-सरबत दिलं. पूर्वी घरामध्ये सरबताआधी बदाम, काजू दिले जात असत.

''काम उकरण्याची सर्व योजना मी तुम्हाला सांगितली आहे. आता प्रत्यक्ष काम करायचं आहे.''

''त्यासाठीच आलो आम्ही.'' तबरेज म्हणाला.

''प्रत्येक टप्पा काटेकोरपणे पार पाडायचा आहे. तबरेज, तू जेव्हा पोलिसांच्या हाती लागशील, त्या वेळी खतिब तिथून बाहेर पडलेला असेल. खतिब, तू सरळ माझ्याकडे यायचं... लक्षात आहे ना...''

''सारं काही पाठ आहे मालिक...'' खतिब म्हणाला. अल् अमिननं तबरेजकडे पाहिलं. तबरेजच्या चेहऱ्यावर उमटलेला प्रश्न त्यानं ओळखला आणि तो म्हणाला, ''तबरेज... तू अजिबात काळजी करू नकोस. ठरल्याप्रमाणे तुझ्या घरच्यांना रक्कम पोहोचती करण्यात येईल आणि तसं पाहता तबरेज, तुला फार थोडा काळ तुरुंगात राहावं लागेल, कारण प्रत्यक्षात तू काहीही चोरलेलं नसेल. तुला पकडणारा पोलीस अधिकारी रहमदिल असेल तर कदाचित तो तुला समज देऊन सोडून देऊ शकतो. गुन्हा करणं आणि गुन्ह्याचा प्रयत्न करणं या दोन्ही गोष्टी वेगळ्या आहेत. तुला मोठी शिक्षा होणार नाही याची खात्री बाळग.''

''हो मालिक... तुमच्या शब्दावर माझा भरवसा आहे.''

अल् अमिननं पायघोळ झग्याच्या आतल्या तुमानीत हात घालून खिशातली हजारच्या नोटांची दोन बंडल्स काढली. दोघांना एक-एक बंडल देत तो म्हणाला, ''हा तुमचा दुसरा हप्ता... तबरेज, तू तिथून काम पूर्ण करून आलास की, बाकीची रक्कम तुला देईन आणि खतिब, तुझी उर्वरित रक्कम तुझ्या घरी पोहोचती होईल.''

दोघांनीही बंडल्स आपापल्या अंगरख्यामध्ये ठेवली.

''आम्ही निघतो...'' दोघे उठले.

''खुदा हाफिज...''

२

'गार्जिअस' म्युझियमच्या परिसरात नेहमीसारखाच कडेकोट बंदोबस्त होता. म्युझियमच्या इमारतीभोवती सहा फूट उंचीची भिंत आणि भिंतीवर दोन फूट उंचीचं काटेरी तारांचं कुंपण होतं. रात्री नऊ ते सकाळी सहापर्यंत या तारांमधून विद्युतप्रवाह सोडला जाई. म्युझियममध्ये प्रवेश करण्यासाठी आणि बाहेर पडण्यासाठी अशी दोन गेट होती. दोन्ही गेटमध्ये दहा फुटांचं अंतर होतं. त्या दोन्ही गेटवर चोवीस तास खडा पहारा असे, कारण त्या म्युझियममध्ये अत्यंत मौल्यवान ॲन्टीक वस्तू

होत्या. इजिप्तच्या राजानं वापरलेल्या वस्तूंपैकी त्याची लालजर्द माणिक जडवलेली अंगठी, बाराव्या शतकात चीनमध्ये तयार केलेली पातळ पण चिवट बांबूची आर्टिस्टिक दुरडी, अमेरिकेतील अनेक शतकांपूर्वी वावरत असलेल्या जंगली टोळ्यांनी वापरलेली काही ओबडधोबड हत्यारं, व्हिक्टोरियन काळातला शिवणकामाचा नक्षीदार डबा, ज्याचं मूल्य आंतरराष्ट्रीय बाजारात कमीतकमी दोन लाख अमेरिकन डॉलर्स होतं. याखेरीज इजिप्तच्या राणीचा एक खास झगा होता. त्याबाबत असं सांगितलं जाई की, जेव्हा ती राणी नाईल नदीच्या काठावर चंद्रप्रकाशाचं स्नान करण्यासाठी जात असे, त्या वेळी ती हा झगा परिधान करत असे. हा झगा सोन्याच्या सूक्ष्म तारांपासून बनविलेला होता. या सर्व ऐतिहासिक दुर्मिळ खजिन्यात होती सर्वाधिक मौल्यवान वस्तू – एक फिकट गुलाबी रंगाचा हिरा. तज्ज्ञांच्या मते तो अकरा कॅरेटच्या पुढे होता... त्याची किंमत अ‍ॅन्टीक वस्तू-बाजारामध्ये काही करोड डॉलर्स होती.

स्वाभाविकच या हिऱ्यासाठी म्युझियमच्या व्यवस्थापनानं खास सुरक्षा यंत्रणा उभारली होती. तशी तर म्युझियमचीच सुरक्षा कडेकोट होती. म्युझियमला भेट देणाऱ्या पर्यटकांना आतमध्ये जाताना कॅमेरा, बॅग्ज, छत्री अथवा अन्य काहीही नेता येत नसे. पर्यटकांच्या सर्व वस्तू म्युझियमच्या क्लॉकरूममध्ये जमा केल्या जात असत. जागोजागी व्हिडिओ कॅमेरे होते आणि कंट्रोल रूममध्ये तीन शिफ्टमध्ये तिथल्या स्क्रीन्सवर कर्मचारी नजर ठेवत असत.

एवढं सारं असूनही एका रात्री नको ती घटना घडलीच. रात्रीचा एक वाजून गेला होता. सिक्युरिटी इन्चार्ज टंडन त्याच्या रूममध्ये होता. सर्वत्र नीरव शांतता होती. टंडनने रूममध्ये येण्यापूर्वीच जातीनं सर्वत्र फेरफटका मारला होता. कंट्रोल रूममध्ये चक्कर मारली. सारं काही आलबेल होतं. टंडन रूममध्ये आला. रोजच्या सवयीप्रमाणं त्यानं व्होडकाचा एक पेग संथपणे संपविला आणि तो बेडवर पहुडला.

अडीच-पावणेतीनच्या सुमारास म्युझियमच्या आवारातल्या इमर्जन्सी बेल्स कर्कशपणे वाजू लागल्या. त्या आवाजाने टंडन जागा झाला. क्षणभर तो बावचळला; पण पुढच्याच क्षणी त्याला जाणवलं... काहीतरी गडबड आहे. म्युझियममध्ये कुणीतरी अनधिकृतपणे घुसलंय. त्यानं साइड टेबलवर ठेवलेलं लोडेड रिव्हॉल्व्हर उचललं आणि विद्युतवेगानं तो रूमबाहेर पडला. सायरनच्या आवाजानं रात्रपाळीचे सुरक्षारक्षक आपापल्या रायफल्स घेऊन सर्वत्र धावत होते.

तेवढ्यात टंडनचं लक्ष वेधलं गेलं छतावरच्या एका झरोक्याकडे. तिथून एक व्यक्ती बाहेर पडत होती. त्या चोराच्या अंगावर काळा पोशाख होता. टंडनला माहीत होतं, तो झरोका इमारतीच्या बाहेर नेमका कुठे आहे. टंडन इमारतीतून बाहेर

पडण्यासाठी धावत सुटला.

इमारतीच्या झरोक्यातून चोर बाहेर पडला. तेथून शिताफीनं इमारतीचे कठडे पकडून तो खाली उतरू लागला. सूमारे पाच फुटांवरून त्यानं जमिनीवर उडी मारली आणि इमारतीच्या पाठीमागच्या भिंतीकडे पळू लागला. त्याच वेळी टंडन पळत तिथे पोहोचला.

एव्हाना पोलीस मुख्यालयात बातमी पोहोचली होती. पोलीस अधिकारी धनंजयने वायरलेसवरून संदेश पाठवायची व्यवस्था करून, जीप काढली आणि पाच हत्यारबंद शिपायांसह तो म्युझियमकडे निघाला.

''स्टॉप... स्टॉप...'' टंडन जिवाच्या आकांतानं ओरडला. चोर काही क्षण थबकला; पण लगेच कंपाउंड वॉलकडे धावू लागला. ''थांब... नाहीतर शूट करीन!'' टंडन पिस्तूल रोखत मोठ्यानं ओरडला. त्याच्या धमकीचा परिणाम झाला. चोर जागच्या जागी थांबला.

''हात वर कर!'' टंडन जरबेनं म्हणाला. चोरानं दोन्ही हात वर केले. टंडन सावधपणे पावलं टाकत त्याच्याजवळ जाऊ लागला. तेवढ्यात म्युझियमच्या मुख्य प्रवेशद्वाराशी सायरन वाजवीत पोलिसांची गाडी पोहोचली.

टंडन चोरापासून पाच फुटांवर होता. पुढे जावं की नको याबाबत तो द्विधावस्थेत होता. एवढा कडेकोट बंदोबस्त असतानाही हा चोर शिरला म्हणजे खूप धाडसी असणार. जवळ गेल्यावर त्यानं हल्ला केला तर... मी गोळी मारीन; पण तो मेला तर पुढच्या कटकटी...

''थांबा...'' धनंजयनं तिथे येत आवाज दिला. टंडनने पोलिसांना पाहिलं. त्यानं सुटकेचा निःश्वास टाकला. धनंजय पुढे आला. त्यानं चोराचं निरीक्षण केलं. नेहमीचाच प्रकार. अंधारात चटकन लक्षात येऊ नये म्हणून त्या चोरानंही काळे कपडे घातले होते. तोंडावर काळा जाळीदार बुरखा होता. धनंजय पुढे आला. त्यानं चोराच्या तोंडावरचा बुरखा खस्सकन ओढून काढला.

''काय चोरलं आहेस?'' धनंजयनं विचारलं.

''काही नाही...''

धनंजयनं चोराच्या कानफाडीत मारली. तो हेलपाटला. शिपायानं त्याला पडता पडता वाचवलं.

''मग इथे काय चोर शिपाई खेळत होतास?''

चोराच्या कानात अजूनही गूं गूं आवाज येत होता. अधिक मार खावा लागू नये म्हणून तो चटकन म्हणाला, ''मालिक... चोरी करायलाच आलो होतो; पण... काही चोरायच्या आत सायरन वाजला आणि मी घाबरून पळत सुटलो.''

धनंजयनं आजवर अनेकांना बोलतं केलं होतं. आवाजावरून समोरची व्यक्ती

खरं बोलत आहे की खोटं हे त्याला कळत असे.

"हवं तर झडती घ्या साहेब," चोर म्हणाला. शिपाई त्याची झडती घेऊ लागले.

"तुझे साथीदार कुठे आहेत?"

"नाही मालिक, मी एकटाच आहे."

"नाव काय तुझं?"

"तबरेज." धनंजयनं त्याला ताब्यात घेतलं आणि रिपोर्ट लिहायला सुरुवात केली. झडतीमध्ये त्याच्याकडे काहीही आक्षेपार्ह सापडलं नाही.

२

कमिशनर साठेंसमोर धनंजय बसला होता. काल रात्री घडलेल्या चोरीबद्दलचा रिपोर्ट त्यानं साठेंना दाखविला.

"सर... तबरेज हा मूळचा लखनौच्या एका तहसिलचा रहिवासी आहे. सकाळी मी व्हॉटस अपवरून तहसिलचे इन्स्पेक्टर एजाज खानशी संपर्क साधला. त्यांनी चेक केलं; पण तबरेजवर आजपर्यंत एकही किरकोळ गुन्हासुद्धा नोंदवला गेलेला नाही. तो पोलीस रेकॉर्डवर नाहीच आणि मुख्य गोष्ट म्हणजे त्यानं म्युझियममधून काहीही चोरलेलं नाही."

"संधी मिळाली नाही म्हणून..." साठे म्हणाले.

"ते तर आहेच; पण सर जो तबरेज एवढ्या कडेकोट सुरक्षेतून म्युझियममध्ये घुसू शकतो... तो तितक्याच सहजपणे बाहेरही पडू शकला असता..."

"तुला नेमकं काय सुचवायचंय धनंजय?"

"सर... मला संशय येतोय..."

"तू पोलीस अधिकारी होण्याऐवजी गुप्तहेर व्हायला हवं होतंस..." साठे हसत म्हणाले. त्यावर मोकळेपणानं हसत धनंजय म्हणाला, "सर... डिपार्टमेंटचा फायदाच झाला ना... टू इन वन माणूस मिळाला..."

"येस येस... एनी वे... काय संशय येतोय ते सांग..."

धनंजय काही क्षण शांत बसला. मग गंभीरपणे म्हणाला, "सर... मला वाटतं... चोरी करणं हा तबरेजचा हेतू नसावा..."

"...मग कोणत्या हेतूनं तो आत शिरला?"

"तेच तर शोधून काढावं लागेल..."

"तुझा मुद्दा चुकीचा नाही; पण... ते तू कसं शोधणार?"

"सर... या साध्या घटनेमागे कदाचित मोठं षड्यंत्र नसेलही; पण मला दाट संशय वाटला म्हणून मी बोलून दाखवलं. तबरेज खूप रडला... त्यानं सांगितलं

की, घरच्या गरिबीनं तो वैतागला होता... त्याला एकदम श्रीमंत व्हायचं होतं म्हणून तो मुंबईला आला. कदाचित हे सारं खरंही असेल...''

''तर मग चार्जशीट भर आणि केस दाखल कर...'' साठे म्हणाले.

''पण सर... मनात आलेला संशय कसा फिटेल?''

''धनंजय, तुझ्या मनात काय आहे ते स्पष्ट सांग... आय नो... त्याशिवाय तुला चैन पडणार नाही.''

''थँक यू सर... माझ्या मते तबरेजला समज देऊन सोडून द्यावं... त्याच्या पाळतीवर मी विजयला पाठवितो... समजा, त्यानं काही गुप्त योजना आखली असेल तर आपल्याला अंदाज येईल...''

साठे विचारात पडले. काही वेळ दोघंही गप्प राहिले. नंतर साठेंनी विचारलं, ''एफ आय आर दाखल केलास का... आय मीन स्टेशन डायरीत...''

''नाही सर... ते मी जाणीवपूर्वक टाळलं...''

''याचा अर्थ बातमी बाहेर पडली नाही...''

''नाही पडली सर. एक्सेप्ट म्युझियमचे कर्मचारी...''

''त्यांना तर आनंदच होईल बातमी बाहेर न पडल्याचा...''

''येस सर... तुमची परवानगी असेल तर...''

''हे बघ धनंजय, आजपर्यंत तुझ्या मनात आलेले अनेक संशय खोटे ठरले आहेत; तरीही मी तुला परवानगी देतो... न जाणो... यातून कदाचित अज्ञात गोष्टी बाहेरही येतील आणि समजा, नसेल काही तरीही बिघडत नाही... कारण चोरी झालीच नाही. म्युझियममध्ये अनधिकृत प्रवेश केला त्यानं... एनी वे... गो अहेड...''

''थँक्यू सर!'' म्हणत त्यानं साठेंचा निरोप घेतला.

ഀ

चोरीची घटना घडल्यापासून टंडननं सिक्युरिटी गार्डसना अधिकाधिक बारकाईनं लक्ष ठेवण्यासाठी बजावलं होतं. तो स्वतः पूर्वी दिवसातून एकदा राउंड घेत असे; पण त्यानं आता दोन वेळा राउंड घेणं सुरू केलं होतं. असाच सेकंड राउंड घेत टंडन ॲन्टीक मेटल्स सेक्शनमध्ये आला. म्युझियममधला हा सेक्शन इतर विभागांच्या तुलनेत कमी महत्त्वाचा मानला जात असे. ऐतिहासिक महत्त्व असलेल्या लोखंड, पितळ आणि तांबे या धातूंच्या अनेक छोट्या-मोठ्या वस्तू त्या विभागात काचेच्या कपाटात ठेवलेल्या होत्या.

बाराव्या-तेराव्या शतकातील समया, लामणदिवे, चिनी बनावटीची अत्यंत जुनी कुलुपं, राजे राजपूत युद्धप्रसंगी वापरत असलेली चिलखतं, राजे-रजवाड्यांच्या राजमहलाचे दरवाजे उघडण्यासाठी वापरल्या जाणाऱ्या अर्धा ते पाऊण फूट

लांबीच्या काही लोखंडी किल्ल्या... असं बरंच काही या विभागात होतं.

त्या विभागाचा राउंड संपवून जात असताना एका कपाटाकडे त्याचं लक्ष गेलं. वरच्या बाजूला पानिपत युद्धात मराठा सैनिकांनी वापरलेली लोखंडी हत्यारं होती; पण खालच्या बाजूचं काहीतरी मिसिंग होतं. टंडन कपाटाजवळ गेला. त्यानं वाकून कपाटातील खालचा भाग पाहिला. कप्पा रिकामा होता. त्यानं मेंदूला ताण देत तिथे काही होतं की कप्पा रिकामाच होता हे आठवण्याचा प्रयत्न केला. काहीच आठवेना, तेव्हा तो सरळ स्वतःच्या ऑफिसमध्ये गेला.

त्यानं कॉम्प्युटर चालू केला आणि सेक्शन वाइज शोध घेत त्यानं ॲन्टीक मेटल्स सेक्शनची फाइल ओपन केली. 'डिजिटल डॉक्युमेंटेशन विथ फोटोज्' केलेलं असल्यामुळे त्याला हे शक्य झालं. कॉम्प्युटर स्क्रीनवरची माहिती आणि फोटो पाहून तो स्तब्ध झाला. जो कप्पा त्यानं रिकामा पाहिला, त्या कप्प्यात स्क्रीनवर मोठ्या आकाराच्या तीन किल्ल्यांचा फोटो दिसत होता. याचा अर्थ किल्ल्या...? टंडनला एकदम अस्वस्थ वाटू लागलं. या किल्ल्या तिथून गायब कशा झाल्या? कधी झाल्या?... चोरी झाली म्हणावं तर अत्यंत प्राचीन काळातल्या त्या लोखंडी किल्ल्या कुणी आणि कशासाठी चोरल्या?

टंडन मनोमन घाबरला. घडलेल्या घटनेमुळे व्यवस्थापनानं आधीच त्याला एक वेतनवाढ रोखण्याची शिक्षा दिली होती. व्यवस्थापन समितीपुढे चौकशीत उलटसुलट प्रश्नांची उत्तरं देताना त्याची भंबेरी उडाली होती. कामात हयगय केल्याचा ठपका ठेवून तंबी दिली होती की, भविष्यात अशी हयगय सहन केली जाणार नाही. टंडन विचारात गर्क झाला. काय करावं? किल्ल्या हरवल्याचा रिपोर्ट केला तर... तर कदाचित नोकरी जाऊ शकते. आता चाळिशी ओलांडल्यावर दुसरीकडे कुठे नवी नोकरी मिळणार? टंडनला आपलं अंधारं भविष्य दिसू लागलं. त्यानं एक धाडसी निर्णय घेतला. किल्ल्यांचा फोटो आणि जी काही जुजबी आणि त्रोटक माहिती होती, ते कॉम्प्युटरचं फोल्डर हाइड केलं. आता अन्य कुणालाही ते फोल्डर दिसू शकणार नव्हतं. उद्या कुणाच्या लक्षात आलंच, तर म्युझियममध्ये अशा काही किल्ल्या होत्या, हे सिद्ध होऊ शकणार नव्हतं किंबहुना किल्ल्या होत्या हेच तो नाकारू शकणार होता. काहीसं निश्चिंत होत त्यानं निःश्वास टाकला.

०२

"येस सर... व्हॉट कॅन आय डू फॉर यू?" अत्यंत सौजन्यानं काउंटरवरच्या लेडीनं विचारलं. दिगंबर खानविलकरांसारखा नामवंत उद्योजक मॉलमध्ये स्वतः आला हे पाहून मॉलचा फ्लोअर मॅनेजर नंदन स्वतः पुढे गेला. "वेलकम सर..." त्यानं त्यांचं हसून स्वागत केलं. डीकेंनी त्याच्याकडे पाहत स्मितहास्य केलं. "डीके

सर... काय सेवा करू?'' नंदननं अदबीनं विचारलं. डीकेंना एकट्याला हिंडायचं होतं. त्यासाठीच त्यांनी सोबत ड्रायव्हरला आणलं नव्हतं. ते स्वतःच गाडी घेऊन बाहेर पडले होते. ''मला रिस्टवॉच बघायचंय.'' ते नंदनला म्हणाले. ''या सर...'' नंदन त्यांना घेऊन रिस्ट वॉच असलेल्या सेक्शनकडे निघाला. त्याचं लक्ष डीकेंच्या मनगटी घड्याळाकडे गेलं होतं. रॅडो कंपनीचं अत्यंत मौल्यवान आणि महाग रिस्टवॉच डीकेंच्या हातात होतं. नंदनला मनोमन आश्चर्य वाटलं की, यापेक्षा अधिक कोणतं घड्याळ असायला हवं! पण श्रीमंत लोकांची वृत्ती नंदनला अनुभवानं कळून चुकली होती. वस्तू, विशेषतः अत्यंत महाग आणि Status symbol (प्रतिष्ठादर्शक) असलेली वस्तू, वापरण्यासाठी तर असतातच; पण त्याहीपेक्षा त्या प्रदर्शन करण्यासाठी जास्त महत्त्वाच्या असतात.

''...तुम्ही गेलात तरी चालेल... थँक्स.'' डीके नंदनला म्हणाले. त्याला स्वतः त्यांना घड्याळं दाखवायची होती; पण डीकेंनी सरळ जा म्हटल्यावर त्याचा नाइलाज झाला. त्यानं त्या सेक्शनच्या अटेंडंटला सूचना दिली आणि तो तिथून दुसरीकडे गेला. डीके जेण्ट्स रिस्टवॉचेस बघू लागले. अत्यंत महाग घड्याळं पाहूनही त्यांचं समाधान होईना. शेवटी एका शोकेसमधल्या घड्याळानं त्यांचं लक्ष वेधून घेतलं. ते सोन्याच्या रत्नजडित घड्याळांचं कलेक्शन होतं. अटेंडंटनं शोकेस उघडली आणि तो तिथेच घुटमळला; पण डीकेंनी त्याच्याकडे एक नजर टाकली. त्या नजरेचा अर्थ ओळखून अटेंडेंट थोडा दूर झाला. श्रीमंत माणसांवर वॉच ठेवलेला त्यांना आवडत नाही. आम्ही चोर आहोत का... असा त्यांचा आविर्भाव असतो, हे तो जाणून होता. म्हणूनच तो निर्धास्तपणे दूर गेला.

सुमारे अर्ध्या तासानंतर डीके मॉलमधून निघाले. नंदननं त्यांना विचारणा केली, तेव्हा ''मला एकही घड्याळ पसंत पडलं नाही.'' एवढं बोलून ते तडक बाहेर पडले. त्याच वेळी अटेंडंट घाईघाईनं नंदनजवळ आला. घाबरलेल्या आवाजात म्हणाला, ''सर शोकेसमधली दोन अत्यंत मौल्यवान घड्याळं गायब आहेत.'' नंदनच्या पायाखालची जमीन सरकली. त्यानं ताबडतोब सीसी टीव्हीची कंट्रोल रूम गाठली आणि रिस्टवॉच सेक्शनमधलं गेल्या अर्ध्या तासाचं चित्रीकरण पाहिलं. त्यात स्पष्टपणे दिसलं की, डीकेंनी ती दोन घड्याळं स्वतःच्या खिशात टाकली. नंदनसाठी तो फार मोठा धक्का होता. त्यानं ताबडतोब डायरीतला नंबर शोधला आणि नरीमन पॉइंट पोलीस स्टेशनला फोन लावला. स्वतः धनंजयनंच फोन उचलला.

डीके स्वतः मर्सिडीज बेंझ चालवीत मरीन ड्राइव्ह रस्त्यावरून निवांत चालले होते. त्यांना काहीतरी होत होतं. आपल्याला काहीतरी होतंय, हे त्यांना जाणवत होतं; पण नेमकं काय हेच समजत नव्हतं. आज मी नेहमीप्रमाणे वरळीच्या ऑफिसला का गेलो नाही? हा प्रश्न त्यांच्या मनात वारंवार येत होता. त्याच वेळी

सायरन वाजत असल्याचं त्यांना जाणवलं. एक पोलीस पेट्रोलिंग कार त्यांच्याच मागून वेगानं येत होती. डीकेंनी त्या कारला रस्ता देण्यासाठी स्वतःच्या कारचा वेग कमी करत कार रस्त्याच्या कडेला घेतली. मात्र, पोलिसांची कार ओव्हरटेक करून पुढे न जाता त्यांच्या कारच्या पुढे येऊन थांबली. डीकेंनी कार थांबवली. त्यांना कळेना... पोलिसांनी त्यांना का अडवलं ते.

धनंजय पटकन गाडीतून उतरला आणि डीकेंच्या कारजवळ आला. ''व्हॉट्स द मॅटर ऑफिसर?'' डीकेंनी विंडो ग्लास खाली घेत विचारलं.

''सर... प्लीज कम वुईथ मी...'' धनंजय अत्यंत नम्रपणे म्हणाला.

''बट व्हाय?'' डीकेंनी काहीसं चिडून विचारलं. धनंजयला कळेना काय सांगावं... कारण आर जी मॉलच्या नंदननं जे सांगितलं ते जर खोटं किंवा गैरसमजाचं ठरलं, तर ते प्रकरण आपल्यावर शेकेल याची त्याला जाणीव होती. तो म्हणाला, ''सर... प्लीज... बिलीव्ह मी... ओन्ली फॉर टेन मिनिट्स...''

एव्हाना गर्दी जमू लागली होती.

''हे बघा ऑफिसर... तुम्ही कारण सांगितल्याशिवाय मी येणार नाही.'' डीके रागानं म्हणाले.

''ओके तर... आधी मला सांगा... तुम्ही काही वेळापूर्वी आर जी मॉलमध्ये गेला होता का?'' धनंजयनं विचारलं.

''आर जी मॉल?... नाही... पण हे असं का विचारताय?'' डीकेंनी काहीसं शांत होत विचारलं.

लोकांची गर्दी वाढू लागली.

''सर प्लीज... इथे रस्त्यावर नको... प्लीज... माझ्याबरोबर चला... मी नम्र विनंती करतो आपल्याला...'' धनंजयनं हात जोडत म्हटलं. त्याचा सौम्य आविर्भाव बघून डीकेंनी होकार दिला. धनंजयनं पोलीस कार ड्रायव्हरला सूचना दिली आणि तो स्वतः डीकेंच्या कारमध्ये बसला.

आर जी मॉलमध्ये आल्यानंतर धनंजयनं डीकेंना सीसी टिव्ही कंट्रोल रूममध्ये नेलं. नंदननं रिस्टवॉच सेक्शनचं चित्रीकरण दाखवलं. ते पाहून डीकेंचा चेहरा पांढराफटक पडला. त्यांनी अत्यंत विमनस्कपणे स्वतःच्या पँटच्या खिशात हात घातला. त्यांच्या खिशातून त्यांनीच दोन रिस्टवॉच काढली आणि स्तिमित नजरेनं पाहत राहिले. त्यांच्या चेहऱ्यावर पराकोटीचं आश्चर्य होतं. त्याच वेळी ते घाबरलेलेही होते. धनंजय त्यांच्याकडे पाहत होता. एवढा श्रीमंत... नामवंत उद्योजक... घड्याळ चोरतो? काय म्हणावं याला... विकृत छंद की...

''मी... मला...'' डीकेंच्या तोंडून शब्द फुटेना. अपमानित भावनेनं त्यांचा चेहरा कोमेजला. डोळ्यांत अश्रू दाटले.

"डीकेसाहेब... आर यू ओके?" धनंजयनं त्यांची मनःस्थिती ओळखत सौम्यपणे विचारलं. त्याच वेळी अचानक काही कळायच्या आत कॅमेरे रोखले गेले. मॉलच्या कर्मचाऱ्यांमध्ये डीकेंची बातमी चघळली जात होती, तेव्हाच ती बाहेर पडली होती. त्यात भर पडली ती डीकेंची कार पोलिसांनी अडवली या चर्चेची. सतत ब्रेकिंग न्यूजच्या शोधात असलेल्या इलेक्ट्रॉनिक मीडियाला वास लागलाच. धनंजयनं सर्वांना समजावण्याचा प्रयत्न केला की, गैरसमजातून हा प्रकार घडला आहे वगैरे; पण चॅनेलनं डीकेंचा भयचकित चेहरा कॅमेऱ्यात केव्हाच कैद केला होता.

धनंजय चौकीत परतला; पण त्याला ते कोडं सुटेना. डीकेंनी वारंवार म्हटलं की, त्यांना काहीच आठवत नाही. ते आर जी मॉलमध्ये कधी आले... का आले... दोन घड्याळं त्यांनी का घेतली... काही म्हणता काही आठवत नाही.

असं कसं घडू शकतं?

त्याच वेळी धनंजयचा हेर विजय आला. "ये विजय... कुठवर आली टेहळणी?"

"सर... तेच सांगायला आलो मी... तबरेजचा पाठलाग करत मी लखनौला गेलो होतो," विजय म्हणाला. "सर... लखनौच्या एका तहसिलमध्ये तबरेजवर पाळत ठेवताना मला आढळलं की, त्याचं राहणीमान छानछोकीचं आहे. त्याच्याकडे कुठूनतरी बऱ्यापैकी मोठी रक्कम आली असावी..." विजयचं बोलणं ऐकून धनंजय अधिकच विचारात पडला. तबरेजला समज देऊन आपण सोडलं याचा काहीतरी फायदा होणारच... त्याच्या मनात आलं; तेवढ्यात विजय पुढे म्हणाला, "सर, तुमचा संशय मला खरा वाटू लागलाय... कारण गावी गेल्यावर तबरेज त्याच्या एका मित्राला वारंवार भेटताना आढळला. दोघं एकान्तात बसतात... दारू पितात आणि काहीतरी गंभीर चर्चा करतात..."

"त्या मित्राचं नाव शोधलंस का?"

"हो सर... त्याच्या खास मित्राचं नाव खतिब आहे."

"ठीक आहे विजय... तू छान काम केलंस; पण एवढ्यावर थांबून चालणार नाही. तू पुन्हा जा आणि सतत पाळत ठेव त्या दोघांवर, कारण तबरेजचा म्युझियममध्ये चोरीचा प्रयत्न करणं हा दिशाभूल करण्याचा प्रयत्न असावा, हा माझा अंदाज आता अधिक ठाम झाला आहे."

"येस सर... मी तुमच्या खास नंबरवर फोन करून रिपोर्ट करीन..."

"तसंच कर... कारण सतत मुंबई-लखनौच्या फेऱ्या करणं योग्य नाही... पैशाच्या आणि तुझ्या हेल्थच्या दृष्टीनं..."

दोघंही हसले. विजय निघून गेला. धनंजयनं मनाशी काहीतरी ठरवलं आणि तो बाहेर पडला.

०२

संध्याकाळचे सव्वापाच वाजून गेले होते. म्युझियम बंद होत होतं. टंडननं सर्वत्र नजर टाकून सुरक्षा यंत्रणेचा आढावा घेतला होता. तेवढ्यात एक कर्मचारी त्याच्याजवळ आला.

"साहेब... तुम्हाला भेटायला पोलीस आलेत..."

"पोलीस...?"

"हो. तुमच्या ऑफिसात बसवलंय त्यांना..."

टंडन एकदम बावरला. चोरीच्या प्रयत्नाचं हे प्रकरण मिटून एक महिना उलटला आणि आता पुन्हा पोलीस का? कशासाठी आले?... असा विचार करतच तो स्वतःच्या ऑफिसमध्ये आला.

"हॅलो मिस्टर टंडन." धनंजय त्यांना पाहून उभा राहिला.

"हॅलो सर... बसा ना... प्लीज..." टंडननं स्वतःच्या खुर्चीत बसत म्हटलं. "बोला सर... आज काय काम काढलंत?"

"टंडन... त्या रात्री तबरेज म्युझियममध्ये घुसला... आणि तुमच्या दक्षतेमुळे आपण त्याला पकडलं... त्यानंतर तुम्ही संपूर्ण म्युझियम चेक केलंत का... आय मीन... काही मिसिंग आढळलं का?" धनंजयनं विचारलं.

"हो... मी सगळं चेक केलं; पण..." टंडनच्या अंतर्मनात हरवलेल्या किल्ल्यांचा विचार आला; पण तो दडपत त्यानं म्हटलं... "पण बाकी काही मिसिंग नाही..." हे बोलताना टंडनला स्वतःवर प्रयासानं संयम ठेवावा लागला. खरंतर त्याच्या छातीतली धडधड वाढली होती. ऐतिहासिक तीन मोठ्या किल्ल्या मिसिंग आहेत हे फक्त त्याला आणि त्यालाच माहीत होतं. त्यानं मनातील विचार झटकत विचारलं, "का सर... तुम्ही असं का विचारलंत?... आणि केवळ हे विचारण्यासाठी तुम्ही स्वतः आलात..."

"तसं नाही... पण..." धनंजयनं पुढचे शब्द गिळले. या चोरीच्या प्रयत्नांमागे एखादं षड्यंत्र असेल असा त्याचा अंदाज होता. केवळ अंदाज. उद्या असं काही नसलंच तर... टंडनला सांगण्यात अर्थ नाही.

"...म्हटलं, त्या निमित्तानं तुमची भेटही होईल." धनंजय हसत म्हणाला.

"ओह शुअर... यू आर ऑलवेज वेलकम..."

"टंडनसाहेब... सहजच पण... तुम्ही पुन्हा एकदा सगळं चेक करावं अशी माझी विनंती आहे... आय मीन... टू बी ऑन द सेफर साइड म्हणून..."

"येस येस... डेफिनेटली आय वुईल..." टंडन वरकरणी हसत म्हणाला; पण त्या क्षणी त्याच्या हृदयाचे ठोके वाढले होते.

ꙮ

बहुतेक सर्व वर्तमानपत्रांनी हेडलाइनमध्ये बातमी दिली होती... 'प्रसिद्ध उद्योजक डीकेंची आत्महत्या.'

सर्वत्र खळबळ माजली. आदल्या दिवशी डीकेंबाबत चॅनेलवाल्यांनी मालमसाला लावून मॉलमध्ये चोरीची ब्रेकिंग न्यूज दिली होती. डीकेंचा काळवंडलेला चेहरा, चोरीची दोन रत्नजडित सोन्याची घड्याळं स्क्रीनवर वारंवार दाखविली होती. डीकेंना ही बदनामी सहन झाली नाही. त्यातूनच त्यांनी आत्महत्या केली असा निष्कर्ष वर्तमानपत्रांनी छापला होता. उपायुक्त शेखर पद्मनाथ स्वतः डीकेंबाबतचं प्रकरण हाताळत होते. मीडियानं या निमित्तानं पोलीस खात्यावरही टीका केली की, एका प्रतिष्ठित उद्योगपतीला भर रस्त्यात पोलिसांनी अडवलं... वगैरे. मात्र, बातमीमध्ये एका हायलाइट केलेल्या मुद्द्याकडे धनंजयचं लक्ष वेधलं गेलं. पाच महिन्यांपूर्वी डीकेंच्या मेंदूवर शस्त्रक्रिया करण्यात आली होती.

तो मुद्दा वाचल्यापासून धनंजयचा मेंदू असंख्य प्रश्नांनी भिरभिरला होता. मेंदूचं ऑपरेशन आणि डीकेंनी स्वतःच्याही नकळत दोन घड्याळं खिशात टाकणं याचा काही संबंध असेल का? ऑपरेशनमुळे डीकेंच्या मेंदूतलं स्मरण केंद्र बाधित झालं असेल का... अनेक प्रश्न! शेवटी धनंजयनं ठरवलं, या सर्व शंकांची उत्तरं एखादा न्यूरो सर्जनच देऊ शकतो. धनंजयच्या डोळ्यांसमोर एकच नाव आलं... ज्येष्ठ न्यूरो सर्जन डॉ. नरीमन.

ꙮ

अल् अमिन स्वतःच्या हवेलीतल्या मोठ्या खोलीत बसला होता. खतिबनं काम चोखपणे पार पाडलं होतं. तबरेजनं आणि खतिबनं त्यासाठी फार मोठी रक्कम घेतली; पण हरकत नव्हती, कारण लखनौच्या तहसिलवरून मुंबईसारख्या महानगरात जायचं... तिथे राहायचं... पर्यटक म्हणून म्युझियमला वारंवार भेट द्यायची... टेहळणी करायची... योजना आखायची... आणि शेवटी ती कामगिरी यशस्वीपणे पार पाडायची यासाठी त्यांचा मेहनताना मोठाच असणार होता. अल् अमिननं तीनही किल्ल्या तिजोरीत ठेवल्या होत्या. त्याच वेळी तिजोरीतली उरलेली रक्कमदेखील पाहून घेतली. पैसा पाण्यासारखा खर्च होत होता; पण हा खर्च म्हणजे तो करत असलेली गुंतवणूकच होती.

तो पुढच्या योजनेवरच विचार करत होता. त्याच वेळी त्याचा अत्यंत खासगी... मोबाइल फोन खणखणला. त्यानं नंबर पाहून कॉल घेतला, "कहिए जनाब..."

''ऑपरेशन ब्रेन कामयाब...''

''या... अल्लाह...'' अल् अमिनला पुढे बोलवेना. त्याचं मन कृतज्ञतेनं भरून आलं. क्षणभरानं तो म्हणाला, ''नरीमनजी, अब यहाँ तश्रीफ ले आईए...''

''जरूर...''

ଔ

दयाल फाउंडेशनतर्फे चालवल्या जाणाऱ्या दयाल मेमोरियल हॉस्पिटलमध्ये धनंजय पोहोचला. हॉस्पिटलचा अँबियन्स पाहून तो थक्क झाला. हे हॉस्पिटल आहे की फाइव्ह स्टार हॉटेल असा प्रश्न त्याच्या मनात आला. हॉस्पिटलसमोर गेटपासून पोर्चपर्यंत अत्यंत सुबक बाग निगुतीनं राखलेली होती. पोर्चसमोर अत्यंत देखणं कारंजं होतं. रात्रीच्या वेळी बहुधा त्यात रंगीत दिव्यांचा प्रकाश सोडला जात असावा असाही अंदाज त्यानं केला. हॉस्पिटलची इमारत सात मजली होती.

तळमजल्यावर मधोमध गोलाकार असं रिसेप्शन काउंटर होतं. ''येस... मे आय हेल्प यू?'' एका रिसेप्शनिस्ट तरुणीनं त्याला विचारलं. धनंजय म्हणाला, ''डॉ. नरीमनना भेटायचंय...''

''सॉरी सर... डॉक्टर कॉन्फरन्ससाठी लखनौला गेलेत.''

इतर वेळी हे उत्तर ऐकून धनंजय निमूटपणे माघारी फिरला असता; पण लखनौ हे नाव ऐकताच त्याचा मेंदू सजग झाला. तो तिथे घुटमळला. लखनौ... तबरेज ज्या राज्यातून आला ते... त्याच्या मनात आलेल्या विचारांचं त्याला हसू आलं. आपण नको त्या गोष्टीचा नको तिथे संबंध जोडतो आणि... त्यानं स्वतःला दूषण दिलं.

त्यानं तिच्याकडे पाहत विचारलं, ''नरीमन यांच्याऐवजी मी...''

''...कशाबद्दल भेटायचंय?'' तिनं त्याचा प्रश्न ओळखत विचारलं.

''...मला ब्रेन सर्जरीबाबत माहिती हवी आहे.''

''ठीक आहे... तुम्ही डॉ. आपटेंना भेटा... मी पाहते अपॉइंमेंट मिळते का...?'' असं म्हणत तिनं इंटरकॉमवर संपर्क साधला.

ଔ

डॉ. आपटे अत्यंत प्रसन्न व्यक्तिमत्त्वाचे होते. त्यांचा चेहरा लाल, गोरा आणि हसरा होता.

''या धनंजय... या बसा.'' त्यांनी उठून धनंजयचं स्वागत केलं.

''थँक्स डॉक्टर... तुमच्या व्यग्र शेड्यूलमधून वेळ काढलात...'' त्यांच्यासमोर बसत तो म्हणाला.

"थँक्स कसले... अहो, तुम्ही आणि तुमचं सगळं डिपार्टमेंट कायदा आणि सुव्यवस्था राखण्यासाठी रात्रंदिवस झटता... तुमचं काम आधी... बोला... काय मदत करू शकतो मी?" आपटे मनापासून म्हणाले. धनंजयला त्यांचं बोलणं ऐकून खूप बरं वाटलं. पोलीस खात्यावर टीका करायला सगळा समाज एका पायावर तयार असतो; पण पोलिसांच्या आयुष्यातले ताण-तणाव, कुटुंबाची परवड याकडे कुणी सहानुभूतीनं पाहत नाही. या पार्श्वभूमीवर आपटेंसारखा न्यूरो सर्जन डिपार्टमेंटविषयी कृतज्ञतेनं चार शब्द बोलतो, याचं त्याला समाधान वाटलं.

"थँक्स डॉक्टर... मला न्यूरोसर्जरीची थोडी माहिती हवी होती. आय मीन एका केसबाबत..."

"सांगतो, पण... खूप मोठी आणि गुंतागुंतीची... आणि सर्वांत कठीण सर्जरी म्हणजे ब्रेन सर्जरी. सी.टी., एम.आर.आय., पी.ई.टी., एम.ई.जी. अशा अनेक गोष्टी आधुनिक काळात उपलब्ध झाल्या आहेत... साहेब, तुम्ही इंटरनेटवर सर्च केलंत तर तुम्हाला..."

"सॉरी! टू इंटरप्ट यू डॉक्टर..." धनंजय मध्येच बोलला; तसे आपटे गप्प बसले. धनंजयनं विचारलं, "एखाद्या पेशंटच्या मेंदूचं ऑपरेशन करताना चुकून एखादा दोष राहिला, तर तो पेशंट बरा झाल्यानंतर त्याची स्मरणशक्ती विशिष्ट काळात... विशिष्ट वेळी नाहीशी होऊ शकते का... आय मीन..."

आपटेंना त्याचा मुद्दा कळेना, तेव्हा धनंजयनं स्पष्ट म्हटलं, "डॉक्टर... तुम्ही डीकेंची केस वाचली असेल वृत्तपत्रात..."

"येस येस... इट वॉज स्ट्रेंज अँड अनबिलीव्हेबल..."

"माझा प्रश्न त्याच संदर्भात आहे. डीकेंची न्यूरोसर्जरी याच हॉस्पिटलमध्ये झाली होती..."

"हो... डॉ. नरीमन यांनी स्वतः ती सर्जरी केली... ऑफ कोर्स! मीदेखील होतो, त्या वेळी..."

"...सर्जरी यशस्वी झाली होती तर मग..." धनंजयनं वाक्य अर्धवट सोडलं. कारण त्याला जाणवलं, डॉक्टर आपटे एकदमच गहन विचारात गुंग झाले आहेत. तो त्यांच्याकडे पाहत राहिला. काही क्षण कुणीच बोललं नाही. आपटे काहीतरी आठवत म्हणाले, "सर्जरी पूर्ण होत आली, तेव्हा नरीमननी डीकेंच्या मेंदूत..." डॉक्टर एकदम थांबले. धनंजयनं पुढचं ऐकण्यासाठी कान टवकारले होते. बऱ्याच वेळानं डॉक्टर आपटे म्हणाले, "...एक छोटंसं उपकरण... आय मीन एक चिप बसविली त्यांनी..."

"डीकेंच्या ब्रेनमध्ये?"

"येस... ॲक्च्युअली आय वॉज इन हरी... मला दुसरं एक ऑपरेशन तातडीनं

करायचं होतं म्हणून मी जास्त वेळ तिथे थांबलो नाही. बिकॉज मेजर पार्ट ऑफ सर्जरी वॉज ओव्हर... त्यामुळे मी तिकडे जास्त लक्ष दिलं नाही... आणि तसं पाहता नरीमन अत्यंत निष्णात आहेत. शिवाय ब्रेन रिसर्चमध्ये ते अनेकदा वेगवेगळे विचार मांडतात. त्यासाठी प्रयोगही करत असतात...''

डॉक्टर आपटे बराच वेळ बोलत राहिले. मात्र, त्या वेळी धनंजयच्या डोक्यात संशयाचा किडा थैमान घालू लागला. त्यानं आपटेंचे मनःपूर्वक आभार मानले आणि निरोप घेतला.

खानविलकरांच्या बंगल्यावर शोककळा पसरली होती. डीकेंनी आत्महत्या केली याचा तीव्र धक्का बसल्यानं त्यांची पत्नी शंकुतला बेशुद्ध झाली होती. तिला ताबडतोब ॲडमिट करण्यात आलं होतं. त्यांचा सख्खा भाऊ अशोक, तर आत्यंतिक दुःखानं काहीही बोलण्याच्या मनःस्थितीत नव्हता. समाजातल्या प्रतिष्ठित लोकांनी येऊन सांत्वन भेट दिली होती. आलेले नातेवाईक वाट पाहत होते डीकेंच्या मुलाची. त्यांचा मुलगा विद्युत हा लंडनमध्ये एम.बी.ए.चं शिक्षण घेत होता. तो तिकडून मिळेल त्या फ्लाइटनं येणार होता; पण दुर्दैवानं त्याच वेळी सीझनमधला सर्वाधिक स्नो फॉल झाल्यानं बऱ्याच फ्लाइट्स ऐन वेळी रद्द झाल्या होत्या. डीकेंचा राइट हँड असणाऱ्या नागेश राव यांच्याशी विद्युतचा सतत संपर्क सुरू होता. विद्युत येईपर्यंत डीकेंची डेड बॉडी सरकारी हॉस्पिटलच्या शवागारात ठेवायचा निर्णय घेण्यात आला होता.

''आर यू मॅड धनंजय?'' कमिशनर साठे काहीशा रागानंच म्हणाले.

''सॉरी सर, पण...''

''धनंजय... तुला कळतंय का... तू कसली डिमांड करतो आहेस?''

''आय नो सर... पण...''

''एक लक्षात घे धनंजय... डीकेंचं पोस्टमॉर्टम झालंय... आणि आता तू म्हणतोस पुन्हा करायला सांगायचं?... अरे ही वॉज नॉट अ कॉमन पर्सन...''

''खरंय सर... डीके प्रसिद्ध आणि फार मोठे बिझनेसमन होते; पण सर, डॉक्टर आपटेंनी जे काही सांगितलं ते ऐकल्यावर...''

''आय कॅन अंडरस्टँड युवर सिन्सिॲरिटी...''

''सर... झालेलं पोस्टमॉर्टम रूटीन होतं... दुसरं पी.एम. हे फक्त मेंदूचं केलं तर... आय मीन... डीकेंच्या मेंदूत जर काही सापडलं, तर त्यांच्या विचित्र वर्तणुकीबद्दल काही कळू शकेल...''

धनंजयची तळमळ साठेंना समजत होती. खुद्द साठेंनासुद्धा डीकेंच्या चोरीची

बातमी ऐकून धक्का बसला होता. शॉर्ट टर्म मेमरी लॉसबद्दल त्यांना ऐकून माहिती होतं; पण डीकेंबाबत विचित्र घडलं होतं.

"सर... प्लीज..." धनंजयनं पुन्हा विनंती केली. साठेंना काही क्षण काही सुचेना. धनंजयचा मुद्दा त्यांना पटत होता; पण एवढ्या नामवंत व्यक्तीचं दुसरं पोस्टमॉर्टम करायला सांगितलं... आणि समजा, त्यातून काहीच निष्पन्न झालं नाही तर... टीकेचा भडिमार होईल.

"सर... फार तर पर्सनल संबंध वापरून दुसरं पी.एम. आपण गुप्त राखू शकतो." धनंजयचं वाक्य ऐकून साठे एकदम रिलॅक्स झाले. त्यांच्या मनातली द्विधावस्था संपली. सरकारी इस्पितळाचे डीन डॉक्टर राजन पेशवे त्यांचे खास मित्र होते. साठेंनी स्वतःचा मोबाइल फोन उचलला आणि राजनला फोन लावला.

महाराजगंजच्या एका निर्जन आणि पडीक घराजवळ खतिब आणि तबरेज बसले होते. खतिबनं तबरेजला मुद्दाम एवढ्या दूर बोलावलं होतं. त्यानं त्याच्या डोक्यात आलेली योजना तबरेजला ऐकवली, तेव्हा तबरेज चिडून म्हणाला, "तुझा दिमाग खराब झालाय खतिब..."

"नाही यार... दिमाग तंदुरुस्त झालाय असं म्हण... हे बघ, अमिन मालिक बड्या घरचा आहे; पण... मेरी सोच है की... त्याची हालत खस्ता आहे आणि तरीही... त्यानं फक्त त्या तीन किल्ल्या मिळवून आणण्यासाठी काही लाख रुपये खर्च केले. का?... त्या किल्ल्या सोन्याच्या नाहीत की रत्नजडित नाहीत. तरीही त्यानं त्यासाठी एवढा खर्च का केला?"

खतिबचा प्रश्न ऐकून तबरेज विचारमग्न झाला. त्याला त्या प्रश्नाचं उत्तर मिळेना.

खतिब म्हणाला, "...तबरेज, मला वाटतं, त्या किल्ल्या फार महत्त्वाच्या आहेत... किल्ल्या खूप खूप जुन्या आहेत... याचा अर्थ याचं कुलूपही खूप जुनं असणार..."

"तुला काय म्हणायचंय?"

"सीधी बात आहे, अमिन मालिकला कोणत्या तरी पुरातन खजिन्याची माहिती आहे..."

तबरेजच्या डोळ्यांत चमक आली.

"क्या बात करता है?..."

"पटतंय ना तुला... तूच सांग... या किल्ल्यांचा दुसरा कोणता उपयोग असू शकतो? सिर्फ खजाना यार..."

"कुठे असेल हा खजाना?"

"तेच शोधायचं आपण..."

"...आणि शोधून काय करायचं?... किल्ल्या तर तू मालिकला देऊन टाकल्या." तबरेज म्हणाला.

त्यावर खतिब खळखळून हसला. नंतर म्हणाला, "इतना चुतिया नही हूँ मैं..."

"म्हणजे?"

"मालिकला चाब्या दिल्या; पण त्याआधी डुप्लिकेट चाब्या बनवून घेतल्या..." असं म्हणत खतिबनं अंगरख्याच्या खिशातून तीन चाव्या काढल्या. तबरेजनं त्याच्या हातातून त्या घेतल्या आणि चाव्यांकडे पाहत राहिला. चकचकीत... घासून तासून बनविलेल्या सात-आठ इंच लांब अशा...

"आपल्या किस्मतच्या चाब्या आहेत या..." खतिब चाव्या परत घेत म्हणाला, "आता एकच काम करायचं तबरेज... मालिकच्या प्रत्येक हालचालीवर नजर ठेवायची. चाव्या मिळाल्यात म्हणजे मालिक त्या गुप्त खजिन्याच्या जागेवर जाणारच..."

दोघं बोलत होते... सोनेरी भविष्याची स्वप्नं रंगवीत होते. त्याच वेळी थोड्या अंतरावर आडोशाला उभा होता विजय. विजयला त्यांचं बोलणं ऐकू येत नव्हतं; पण त्यांच्या हातातल्या किल्ल्या मात्र त्याला नीट दिसल्या होत्या.

शवागारातून डीकेंचा मृतदेह आणल्यामुळे तो अतिशय थंड होता... बर्फासारखा आणि तितकाच कडकसुद्धा! डॉ. राजन पेशवेला खरंतर हे प्रकार आवडत नसत; पण साठेंसारख्या जिवलग मित्रानं केलेली विनंती त्याला अव्हेरता आली नव्हती. सरकारी इस्पितळाच्या एका खास खोलीत डॉ. राजननी विशेष तयारी केली होती. डेड बॉडी गोठली होती; त्यामुळे पोस्टमॉर्टम करताना रक्त आणि शरीरातील इतर द्रव बाहेर सांडण्याचा प्रश्न नव्हता, तरीही त्यांनी खोलीत मोठा प्लॅस्टिक पेपर अंथरला होता. केवळ साठेंच्या आग्रहाखातर त्यांनी धनंजयला तिथे थांबायची परवानगी दिली होती. डॉ. राजननी डीकेंच्या डोक्यावरील टकलावर एक छेद दिला. कवटी कापून काढताना होणारा आवाज ऐकून धनंजय शहारला. उभट आणि छोट्या रांजणावरचं झाकण उचलावं, तसं राजननी डीकेंच्या कवटीचा एक भाग काढला. आतला पातळसर पापुद्रा आता, माणूस जिवंत असताना जसा ओलसर लिबलिबित असतो तसा ओलसर नव्हता, तर वाळलेला होता. राजननी धारदार उपकरणानं पडद्याला छेद दिला. आतला मेंदू बघताना धनंजय थरारला. मात्र, त्याच

वेळी राजनचं लक्ष वेधलं गेलं. मेंदूच्या एका खाचेत पन्नास पैशाच्या नाण्यासारखी एक चकती होती.

"धनंजय... डॉ. आपटेंनी दिलेली माहिती खरी आहे." असं हलक्या आवाजात म्हणत डॉ. राजननी ती चकती दाखविली. धनंजय स्वतः स्मार्टफोनवर संपूर्ण कृतीचं चित्रीकरण करत होता. त्यानं ती चकती शूट केली. डॉ. राजननी चिमट्यानं ती चकती काढली. धनंजयनं अगदी जवळून चकतीचं शूटिंग केलं. ती चकती म्हणजे एक चिप होती. चकतीच्या बाजूनं तांब्याच्या सूक्ष्म तारेचं एक टोक बाहेर आलेलं दिसत होतं. डॉ. राजन खूपच चकित झाले होते. आजवर त्यांच्या वैद्यकीय आयुष्यात त्यांनी असा अद्‌भुत प्रकार कधी पाहणं तर दूरच; पण ऐकलाही नव्हता. त्यांनी त्याला विचारलं, "प्रत्यक्ष मेंदूचा मगज बाहेर काढून तपासायचा का?"

धनंजयनं क्षणभर विचार केला आणि म्हणाला, "नको महत्त्वाचा ठरू शकेल असा पुरावा आपल्याला मिळाला आहे."

***

दुसरं पोस्टमॉर्टम चालू होतं, त्याच वेळी मुंबईच्या विमानतळावर इंडियन एअरलाइन्सचं लंडन-मुंबई हे विमान लॅण्ड होत होतं. विद्युत खानविलकर सुन्न मनानं उतरण्यासाठी तयार होत होता.

***

बशीरचाचा मोठ्या उत्साहानं अल् अमिनकडे आला होता. अमिन मालिक दयाळू आहे आणि जुबानचा पक्का आहे याची बशीरचाचाला खात्री होती आणि तसा अनुभव त्यानं घेतला होता. ऐन जवानीत बशीरचाचाचा मुलगा वारला, तेव्हा साठीकडे झुकलेला बशीर कोलमडून पडला होता. आधी बायको गेली आणि ज्याच्या आधारानं आयुष्य तोलून धीर धरला, तो एकुलता एक अहमद अचानक गेला, तेव्हा अल् अमिननं चाचाला धीर दिला. शब्द दिला की, त्याच्या अंतकाळपर्यंत दोन वेळच्या दाल-रोटीची तो सोय करील. त्यानं ती जुबान पाळली होती. मुलगा गेला, तेव्हापासून चाचाच्या मागे डोकेदुखीचं दुखणं चिकटलं होतं. चाचा दुखण्यानं हैराण झाला होता. अल् अमिननं त्याला काही महिन्यांपूर्वी जबान दिली होती की, हकीमनं सुचवलंय तसं ऑपरेशन करून देईन.

त्याच आशेवर चाचा दुखणं सहन करत होता. अमिनचा निरोप मिळाला, तेव्हा त्याची आशा उजळली. त्याच आशाळभूत उत्साहानं तो अमिनकडे पोहोचला.

"अस्सलाम आलेकुम... मालिक."

"वालेकुम अस्सलाम चाचा..."

चाचानं अमिनला सलाम केला आणि तो त्याच्यासमोर बसला.

"काय चाचा... कशी चाललीय सरकारी नोकरी?" अमिननं विचारलं.

"मालिक... कसली नोकरी ही... काही कामच नाही. दिवस-रात्र त्या हवेलीत राहायचं... मला कळत नाही मालिक, सरकारनं त्या हवेलीला..."

चाचा बोलत राहिला, त्या वेळी अमिन स्वतःच्या विचारात गुरफटला. काही शतकांपूर्वीची लखनौमधली एका नामचिन नवाब नूर हसन अल बसरी नूर मोहम्मद मलिक यांची हवेली पुरातत्त्व खात्यानं हेरिटेज वास्तू म्हणून घोषित केली होती. नवाब अत्यंत धनाढ्य होता. त्याच्या पुढच्या पिढ्यांनी आणखी दौलत कमावली. नवाब घराण्यांची शानोशौकत दर पिढीनुसार वाढत गेली, कारण ऐशआराम, अनेक शौक करत असताना त्याच्या जोडीला अधिकाधिक मिळकतीचे मार्गही प्रत्येक पिढीनं शोधले होते. मिळणाऱ्या उत्पन्नातून अर्धा वाटा तिजोरीत आणि उरलेला वाटा ऐय्याशीसाठी अशा हिशेबी सावध कारभारामुळे नवाब घराण्याचा खजिना वाढत गेला; पण भारतात ब्रिटिश आले. त्यांनी सत्ता काबीज केली आणि नंतर भारतातले संस्थानिक, नवाब, राजेमहाराजे यांच्यावर हुकूमत गाजवायला सुरुवात केली, तशी ही मंडळी सावध झाली. आपल्या खानदानी दौलतीवर ब्रिटिशांची नजर आहे हे ओळखून बऱ्याच नवाबांनी आत्यंतिक मौल्यवान खजिने गुप्त जागी दडवण्यास सुरुवात केली. नूर हसनची पिढी-दर-पिढी वाढलेली दौलत नूरचा वंशज नूर अहमदनं दडवण्याची योजना आखली, त्या वेळी अल् अमिनच्या आजीची, म्हणजे बेगम बहारची आजी फरीदा नूरच्या हवेलीत नूर अहमदीची बेगम नफीसा हिची मैत्रीण म्हणून जात असे. दौलत लपवण्याची योजना बेगम नफीसाकडूनच तिला समजली होती. त्या वेळी फरीदानंच तिला दौलत दडवा; पण त्याचा सांकेतिक नकाशा बनवून ठेवा, असा सल्ला दिला होता. बेगम नफीसानं हा सल्ला नूर अहमदला सांगितला. त्याला ती कल्पना पसंत पडली होती. एवढंच नव्हे, तर नूर अहमदनं बेगम नफीसाला मैत्रिणीच्या मदतीनं तसा नकाशा बनवायला सांगितलं. फरीदानं बेगम नफीसासोबत दडवून ठेवण्यात आलेल्या गुप्त खजिन्याचा सांकेतिक नकाशा बनविला. मात्र, तिनं अत्यंत कावेबाजपणे त्या नकाशाची एक नक्कल बनवून स्वतःकडे ठेवली होती.

त्यानंतर ब्रिटिशांविरुद्ध जी अनेक बंडं झाली, उठाव झाले, त्या धुमश्चक्रीत नूर अहमद त्याच्या बेगम आणि मुलांसह मारला गेला. त्याचा निर्वंश झाला. पंचक्रोशीतल्या लोकांनी हवेली जमेल तशी जमेल तेवढी लुटली. ही लुटालूट ब्रिटिशांच्या लक्षात आली, तेव्हा त्यांनी हवेली ताब्यात घेतली आणि त्या हवेलीचा उपयोग ब्रिटिश सैन्याचं केंद्र म्हणून करण्यास सुरुवात केली. हवेलीचं वैभव लयाला गेलं; पण नूर अहमदनं ज्या सौंदर्यदृष्टीनं हवेलीचा ढाचा बनविला होता, तो वास्तुशास्त्र सौंदर्याचा अजोड नमुना म्हणून नावाजला जाऊ लागला.

ब्रिटिश भारतातून निघून गेले, तोपर्यंत ती हवेली ओसाड झाली होती. वैभवशाली इतिहासाची साक्ष देणारी नक्षीदार रचना मळकट झाली होती; पण अवशेषांवरून एकेकाळचं देखणेपण पाहताक्षणी जाणवेल असं होतं. त्यानंतरच्या काळात त्या हवेलीकडे पुरातत्त्व खात्याचं लक्ष गेलं. त्यांनी हवेलीला हेरिटेज वास्तूचा दर्जा दिला. पुरातत्त्व खात्यानं तज्ज्ञांच्या मदतीनं हवेलीची थोडीफार डागडुजी केली आणि हवेलीची देखभाल आणि सुरक्षा करण्यासाठी कर्मचारी म्हणून बशीरचाचाची नेमणूक केली.

अल् अमिनला अब्बाजान आठवले. जुनाट नकाशा बघत बसायचे अब्बाजान. अमिनला म्हणत असत... बेटा... जिंदगीभर कोशिश केली. खजिन्यापर्यंत पोहोचलोसुद्धा! खजिना हवेलीतच आहे; पण प्रचंड खोल खोल तळघरात आहे. कुलूपबंद आहे. ती कुलपं अभेद्य आहेत. घणाचे घाव घालून तुटत नाहीत आणि दरवाजे तर भिंतीएवढे जाड आहेत. चावी बनविणारा नेला होता मी... त्याच्या डोळ्यांवर पट्टी बांधून! पण... त्यानं कुलपं पाहून सांगितलं की, या कुलपांची एक खास बात आहे. तिथे तीन कुलपं आहेत. प्रत्येक कुलपाला तीन छिद्रं आहेत आणि विशिष्ट सांकेतिक चिन्हं असलेल्या तीन किल्ल्या उलटसुलट क्रमानं लावल्या, तरच ही कुलपं उघडतात. त्या तीन किल्ल्यांचा शोध घेण्याचीसुद्धा मी खूप कोशिश केली; पण नाही शोध लागला. बेटा अमिन... आता मी थकलो... हरलो... तूच बघ काही करता येतं का... आपल्या हवेलीचं वैभव संपलं... परिस्थिती खराब होत चालली आहे... हा बडेजाव पोकळ झाला आहे... फार काळ देखावा करता येणार नाही...

असं व्यथित मनानं पुनःपुन्हा सांगतच बख्तावरनं प्राण सोडला. तेव्हापासूनच अल् अमिननं शांतपणे ठरवलं की, खजिना मिळवायचा असेल तर त्या कुलपांच्या मूळ किल्ल्यांचा शोध घेतला पाहिजे. त्यानंतर त्यानं अनेक म्युझियम्सना भेटी दिल्या. भारतातल्या प्रमुख शहरांतील म्युझियम्स पाहता पाहता एक दिवस तो मुंबईत आला. गॉर्जिअस म्युझियममधल्या ॲन्टीक मेटल सेक्शनमधल्या तीन किल्ल्या पाहून त्याचा जीव थंडावला. त्या किल्ल्यांचं त्यानं बारकाईनं निरीक्षण केलं. किल्ल्यांच्या मुठीजवळ काही अंक आणि अंकाशेजारी सांकेतिक खुणा होत्या. तशाच खुणा आणि अंक त्यानं हवेलीच्या खोल खोल गुप्त तळघरातील कुलपांवर पाहिल्या होत्या. त्याची खात्री पटली की, याच त्या किल्ल्या... खजिन्याच्या आणि माझ्या तकदीरच्या!

''मालिक...'' चाचाचं बोलणं केव्हाच संपलं होतं आणि तो विचारात गढून गेलेल्या अमिनकडे पाहत होता. न राहवून त्यानं हाक मारली तसा अमिन भानावर आला.

"...एवढा कसला विचार करता मालिक?" चाचानं विचारलं.

"तुमचाच विचार करतोय चाचा..."

बशीरचाचाचं मन भरून आलं. चाचा जाणत होता, एके काळी अल् अमिनचे पूर्वज उमराव होते. त्यांचं घराणं नामचीन होतं... रुतबा होता... हे सारं चाचा स्वतः लहान असल्यापासून ऐकत आला होता. त्याच घराण्यातील अमिन माझ्यासारख्या अभागी, निराधार बुड्ढ्याचा विचार करतोय या जाणिवेनं त्याचे डोळे पाणावले.

"चाचा... तुमची डोकेदुखी थांबवायचं ऑपरेशन करू... माझे एक मित्र आहेत... डॉक्टर नरीमन. फार मोठा माणूस, तो मला भेटायला येत आहे काही दिवसांत... मी बोलेन त्याच्याशी... तो करील तुमचं ऑपरेशन..."

चाचा गुडघ्यावर टेकून अमिनपुढे झुकला.

"ये क्या कर रहे हो चाचा!" असं म्हणत अमिननं चाचाला धरून उठवलं, "चाचा, तुम्ही मला अब्बाजानसारखे... झुकायचं ते परवरदिगारपुढे... मी कोण नाचीज..."

चाचा काही न बोलता सुखासीन भावनेनं बसून राहिला. अमिनच्या मनात पुढची संपूर्ण योजना तयार होती. डॉ. नरीमन आले की, चाचाचं ऑपरेशन करायचं. अमिन जाणून होता... की, पूर्वी नवाबाच्या हवेलीत कधीही कुणालाही जाता येत असे. तो स्वतःही तिथे बरेचदा गेला होता. जुन्या कागदांवरच्या नकाशानुसार तो तळघरातील खजिन्याच्या दारापर्यंतही पोहोचला होता; पण तेव्हा किल्ल्या नव्हत्या. आता किल्ल्या गिळाल्या पण... हेरिटेज प्रॉपर्टी बनलेल्या हवेलीत आता कुणालाही प्रवेश नव्हता. एकच व्यक्ती त्या हवेलीत हवं तेव्हा वावरू शकत होती... ती म्हणजे बशीरचाचा. म्हणून त्यालाच मोहरा बनवायचा.

०२

तंत्रज्ञानातील निष्णात तज्ज्ञ नितीन मेहतासमोर धनंजय बसला होता. डीकेंच्या मेंदूत सापडलेली गोलाकार चिप निगुतीनं उघडण्यात मेहताला यश आलं; परंतु त्यातले अत्यंत सूक्ष्म पॉवर पॉइंट्स, मुगाच्या डाळीएवढ्या आकाराचे सेन्सर्स... त्याचं मेहनतीनं तयार केलेलं इंटलेक्च्युअल डिझाइन याचा नेमका तपशील त्याला उमजला नाही. मुळात त्याला ती बातमी ऐकून अतिशय आश्चर्य वाटलं होतं की... कुणाच्या मेंदूत अशी चिप बसवली जाऊ शकते.

"धनंजय... ही चिप कुणातरी बुद्धिमान व्यक्तीनं खास कामासाठी बनविली आहे. डीकेंच्या अजब वर्तणुकीचा संबंध या चिपबरोबर आहे हे निश्चित! कारण हे बघा..." मेहतानं धनंजयला चिपमधून किंचित बाहेर आलेलं तांब्याच्या सूक्ष्म तारेचं टोक दाखवलं. ते पुढे म्हणाले, "चिपमधल्या सेन्सर्सला मिळणारे संदेश ग्रहण

करण्यासाठी हे तांब्याच्या तारेचं टोक बाहेर ठेवलं गेलंय.''

"...संदेश ...संदेश म्हणजे?'' धनंजयनं विचारलं.

"मिस्टर धनंजय, जे उपकरण माझ्यासमोर आहे, त्यावरून मी अंदाज वर्तवत आहे, हे कृपा करून लक्षात असू द्या. या चिपचं एखादं कंट्रोल पॅनेल असलं पाहिजे. ज्यानं ही चिप बनविली, त्यानंच ते पॅनेल बनवलं असणार. त्या पॅनेलवरून कुणीतरी एखादा संदेश पाठविला की, या चिपमधले शक्तिशाली सेन्सर्स ॲक्टिव्हेट होतील आणि येणारी कमांड ग्रहण करतील अशीच यंत्रणा बनविली गेली आहे...''

"...पण मेंदूमध्ये...''

"सांगतो ना... मी काही मेंदूतज्ज्ञ नाही; पण सामान्यतः आपल्याला माहीत असतं की, मेंदूमध्ये करोडो पेशी असतात... त्यांचं कार्य... त्यांचं संदेशवहन चालू असतं. खरंतर मेंदूमध्ये बाहेरचं उपकरण... आय मीन फॉरिन बॉडी फार काळ राहू शकत नाही. ही चिप बसवणाऱ्यानं विशिष्ट हेतू मनात ठेवून हे काम केलंय. डीकेंसारख्या प्रतिष्ठित उद्योजकानं चोरी केली... आणि त्यांना ते अजिबात आठवत नव्हतं, याचा अर्थ या चिपमधल्या सेन्सर्सना बाहेरून जी कमांड दिली गेली, त्याचं ते पालन करत असावेत...''

"ओह... पण त्यांचा मेंदू त्या वेळी...''

"माझ्या अंदाजानुसार ज्या वेळी पॅनेलवरून कमांड आली, त्या वेळी मेंदूतल्या नैसर्गिक पेशींचा संपर्क तुटला असावा... या शक्तिशाली सेन्सर्समुळे पेशींचं नेहमी सुरळीत चालणारं कार्य विस्कळीत झालं असावं... त्यामुळेच निदान त्या अवधीत तरी डीकेंचा मेंदू बधिर झाला असावा आणि केवळ सेन्सरची कमांड ते फॉलो करत गेले असावेत... घड्याळं चोरण्याची कमांड त्यांनी पूर्ण केल्यानंतर चिपमधले सेन्सर्स डिॲक्टिव्हेट झाले असावेत. त्यानंतर त्यांच्या मेंदूतला तत्कालीन विस्कळीतपणा कमी होऊन ते नॉर्मल झाले असतील. कदाचित म्हणूनच त्यांना स्वतःलाच त्यांनी त्या काळात काय केलं, हे आठवलं नाही. ऑफ कोर्स... धिस इज माय गेस... आय ॲम नॉट शुअर...''

दोघंही काही क्षण समोर ठेवलेल्या चिपकडे बघत शांत बसले.

"बाय द वे धनंजय, तुम्ही त्या न्यूरोसर्जनना भेटलात का?'' मेहतांनी विचारलं. "डॉ. नरीमन मुंबईबाहेर आहेत... मी डॉ. आपटेंना भेटलो म्हणून तर...'' नितीन मेहतांना बाकी तपशील आणि केसबाबतचं गांभीर्य सांगण्यात काही हशील नाही हे जाणवून तो एकदम गप्प झाला. नंतर म्हणाला, "एनी वे मेहता... थँक्यू व्हेरी मच!... तुम्ही मोलाची माहिती दिलीत... थँक्स...''

"यू आर वेलकम!... पुन्हा काही गरज भासली तर या...''

धनंजयनं पुन्हा आभार मानत मेहतांचा निरोप घेतला. त्याच्या डोक्यात प्रचंड

वेगानं विचारचक्र फिरत होतं. डॉ. नरीमन मेंदूतज्ज्ञ आहेत, प्रयोगशील आहेत... पण त्यांनी हा प्रयोग डीकेंवर का केला? काही खास कारण असेल का? की केवळ डीके त्यांचे पेशंट आहेत म्हणून? पण मुळात असा कुणाच्या मेंदूवर, काही काळासाठी का होईना, ताबा मिळवण्याचा हेतू काय असू शकतो? डॉ. नरीमनी हा प्रयोग पैशासाठी, तर नक्कीच केलेला नसणार... कारण ते खानदानी श्रीमंत आहेत... तर मग कशासाठी? ते लखनौला गेलेत... तबरेज हा तिथलाच... या दोघांमध्ये काही कनेक्शन असेल का? की हा निव्वळ योगायोग आहे?

धनंजयचा मोबाइल फोन वाजला तशी त्याची विचारशृंखला तुटली. विजयचा नंबर पाहून त्यानं लगेचच फोन घेतला. "हॅलो..."

"सर... विजय..."

"हं बोल..."

"सर... इथे काहीतरी गडबड आहे हे नक्की. मी तबरेजवर आणि खतिबवर पाळत ठेवताना मला जाणवलं की, ते दोघं इथल्या एका नामवंत माणसावर पाळत ठेवत आहेत."

"ओह... कोण आहे तो नामवंत?" धनंजयनं विचारलं.

"सर... अल् अमिन नावाचा माणूस... इथे मी ऐकलं की, अल् अमिनचे पूर्वज उमराव होते. प्रचंड श्रीमंत होते; पण अलीकडे त्यांची सांपत्तिक स्थिती डाउन झाली आहे. सर, अल् अमिनमध्ये आणि या दोघांमध्ये काहीतरी संबंध आहे किंवा होता असावी मला संशय येतोय... म्हणूनच मी त्यांच्यावर दिवस-रात्र पाळत ठेवून आहे."

"गुड विजय... व्हेरी गुड... कीप इट अप; पण... सावध राहा... तू परक्या राज्यात आहेस... माणसं ओळखून वाग आणि स्वतःची काळजी घे... मी आजच मोबाइल ॲपवरून काही रक्कम पाठवतो... ती कलेक्ट कर बँकेतून..."

"येस सर... थँक्यू..."

"कळवीत राहा खबरबात..."

"येस सर... पण सर... एक मुख्य खबर सांगायची आहे..."

"मग वाट कशाची पाहतो आहेस... सांग."

"सर गेल्या आठवड्यात खतिब आणि तबरेज दूर एकान्तात काहीतरी खलबत केल्याप्रमाणे बोलत बसले होते, त्या वेळी खतिबनं तबरेजला तीन किल्ल्या दाखवल्या सर..."

"किल्ल्या?" धनंजयनं चकित होत विचारलं.

"हो... त्या किल्ल्या साध्या... नेहमीच्या नव्हत्या. प्रत्येक किल्ली साधारणतः सात-आठ इंच लांब होती; पण त्या किल्ल्या बघून तबरेज चकित झाल्याचं मला

दुरूनही जाणवलं. आणखी एक गोष्ट सर... किल्ल्या दोघांनी एकमेकांकडे देताना चमकल्या... याचा अर्थ त्या नवीन असाव्यात असा अंदाज मी केला सर...''

''ब्राव्हो... विजय... तू अत्यंत हुशार आहेस... अँड आय वुड लाइक टू रिपीट माय रिमार्क... मी खूप लकी आहे; मला तुझ्यासारखा सहकारी लाभला.''

''थँक्यू सर... सर, मी फोन ठेवतो... अल् अमिन हवेलीतून बाहेर पडलाय... ते दोघंही त्याचा पाठलाग करतील... मी त्यांच्या मागावर जातो... बाय सर...''

''टेक केअर!'' असं धनंजयनं म्हणेपर्यंत विजयनं फोन ऑफ केला.

शहरातल्या अत्यंत उच्चभ्रू हॉटेलमध्ये डॉ. नरीमन उतरले होते. त्यांना अल् अमिनची कुवत माहीत होती. अमिननं जे हॉटेल ठरवलं होतं, ते त्यांनी नाकारलं आणि स्पष्ट सांगितलं की, हॉटेलचा खर्च माझा मीच करीन, तेव्हा हॉटेल मला निवडू द्या. लांबच्या प्रवासाचा शिणवटा झोप काढल्यामुळे गेला होता. डॉ. नरीमननी बाथ टबमध्ये छान अंघोळ केली आणि आवरून ते त्यांच्या आवडत्या पेयाचे... मार्टिनीचे घुटके घेत बसले. त्यांचं मन प्रसन्न होतं. आयुष्यभर त्यांना पैशाची कमतरता कधीच भासली नव्हती. कोणतंही काम केवळ पैशासाठी करायचं नाही हे त्यांचं ब्रीद होतं. त्यांना आव्हान स्वीकारायला आवडत असे. ज्या कामात बौद्धिक आव्हान असेल, त्या कामासाठी एक रुपयाही मिळाला नाही, तरी त्यांची तक्रार नसे. उलट अशा कामात ते जास्त झोकून देत असत. मार्टिनीची हलकी तरंगणारी नशा चढत असतानाच त्यांना अल् अमिनबरोबरची पहिली भेट आठवली.

अल् अमिननं लहानपणापासून भुतांच्या गोष्टी ऐकल्या होत्या. अतृप्त आत्म्यानं झपाटलेली व्यक्ती कशीही वागते किंवा एखादा मांत्रिक एखाद्या व्यक्तीवर अघोरी विद्येनं ताबा मिळवून, त्या व्यक्तीकडून त्याला हवं ते काम करवून घेतो वगैरे; पण त्याचा या कथा-कल्पनांवर कधीच विश्वास बसला नव्हता. विज्ञान एवढं पुढे गेलं आहे, नवनवीन तंत्रज्ञान प्रगत होत आहे, तर विज्ञानाच्या मदतीनंच कल्पनेत असलेल्या गोष्टी वास्तवात आणता येऊ शकतील, यावर त्याची श्रद्धा होती.

गॉर्जिअस म्युझियममध्ये चाव्या सापडल्यानंतर त्याचा मेंदू अहोरात्र विचारमग्न झाला होता. म्युझियममधून त्या किल्ल्या मिळवण्याची योजना खूप सोपी होती. पंधरा-वीस लाख रुपये खर्च होतील, हा त्याचा अंदाजही प्रत्यक्षात खरा ठरला.

प्रश्न होता पुढच्या कार्यवाहीचा. नवाबाच्या हवेलीत कुणालाही प्रवेश नव्हता. स्वतः अमिननं रात्री-अपरात्री जाऊन खजिना शोधायचा आणि तिथली दौलत

आणायची ही गोष्ट शक्य नव्हती. खतिब आणि तबरेज यांच्यासारख्या लोकांवर ते काम सोपवणं म्हणजे मोठा धोका. सामान्य वकुबाच्या माणसांची नियत ती केवढी! खजिना पाहून त्यांची नियत फिरणार याची त्याला खात्री होती. दुसऱ्या कुणावरही ती जबाबदारी सोपवणं शक्य नव्हतं. त्या काळात विचार करून अमिनच्या मेंदूचा भुगा झाला होता. असा एखादा उपाय त्याला हवा होता ज्यातून खजिना आणणाऱ्या व्यक्तीला आपण काय करत आहोत हे नंतर आठवता कामा नये. त्या दरम्यान अमिननं एका प्रसिद्ध हिंदी अभिनेत्याचा सिनेमा पाहिला, ज्यामध्ये हिरोची स्मृती काही वेळासाठी नाहीशी होते... आठवण राहावी म्हणून हिरो फोटो काढतो... फोटोवर पेननं नोंदी करतो वगैरे वगैरे.

तो सिनेमा पाहिल्यापासून अमिनच्या मनात तोच विचार घोळू लागला. माणसाच्या मेंदूत काहीतरी करून त्याच्याकडून एखादं काम करून घेणं शक्य होईल का?

आणि त्यानंतर तो अनेक डॉक्टरांना भेटू लागला. मेंदूची शस्त्रक्रिया... त्याचे परिणाम याबाबत माहिती घेऊ लागला. त्याच काळात तो मुंबईत आला असताना त्याच्या कानावर मुंबईतील सुप्रसिद्ध न्यूरोलॉजिस्ट डॉ. नरीमन यांचं नाव आलं. तो ताबडतोब दयाल फाउंडेशनतर्फे चालवल्या जाणाऱ्या पंचतारांकित हॉस्पिटलमध्ये गेला. त्याला डॉ. नरीमनची पंधरा दिवसांनंतरची अपॉइंटमेंट मिळाली.

"हॅलो डॉक्टर... मी अल् अमिन..." अमिननं नरीमनशी शेकहँड करत स्वतःची ओळख करून दिली. डॉक्टर त्याच्या भारदस्त व्यक्तिमत्त्वाकडे पाहतच राहिले. सहा फूट उंची असलेल्या तगड्या अमिननं अत्यंत महाग पठाणी ड्रेस परिधान केला होता. त्याच्या डोक्यावर उंची स्कल कॅप होती. कोरलेली रेखीव दाढी... डोळ्यांत सुरमा आणि गोरापान रंग...

"बसा..." डॉक्टर भानावर येत म्हणाले.

"डॉक्टर... मी लखनौवरून आलो आहे... खास तुमची भेट घ्यायला..."

नरीमन त्याच्या बोलण्यानं सुखावले.

"बोला... अमिनजी... काय काम आहे?"

"डॉक्टर... ब्रेन टेस्ट... सर्जरी असलं कोणतंही रूटिन काम नाही माझं. माझं काम खूप वेगळं आणि चॅलेंजिंग आहे; पण..."

"पण... पण काय?"

"मला ते इथे सगळं सांगता येणार नाही. माझी विनंती आहे... जेव्हा सवड असेल, तेव्हा आपण लखनौला माझ्या हवेलीवर यावं... आमच्या उमराव घराण्याचा

पारंपरिक पद्धतीचा पाहुणचार घ्यावा... आपण गप्पा मारू. त्या वेळी मी सगळं सांगेन...''

असं म्हणत अमिननं एक लाख रुपयांचं बंडल त्यांच्यासमोर ठेवलं. डॉक्टर चकित झाले. क्षणभराने म्हणाले, ''पैसे कशासाठी?''

''तुम्ही लखनौला यावं यासाठी. ही रक्कम फार कमी आहे.'' अमिन नम्रपणे म्हणाला.

डॉक्टरांनी बंडल उचललं आणि अमिनच्या हातात कोंबत ते म्हणाले, ''अमिनजी, मी माणूस पाहत नाही, त्याची दानत पाहतो. तसं तर तुम्ही अशी कितीही बंडल्स दिलीत तरी माझ्या मनात नसेल तर मी लखनौच काय... या केबिनच्या बाहेरही येणार नाही. बट... आय लाइक युवर हंबल ॲटिट्यूड. तुमची दानत मोठी आहे. मला पैसे नको... मी लखनौला जरूर येईन. मला तुमचं वेगळं काम जाणून घ्यायची उत्सुकता आहे.''

''थँक्स डॉक्टर...''

दोघांनीही थोड्या गप्पा मारल्या आणि नंतर अमिननं त्यांचा निरोप घेतला.

ଓ

डॉ. नरीमननी पहिली भेट आठवत मार्टिनीचा दुसरा पेग घेतला. त्या वेळी त्यांना जाणवलं होतं की, अल् अमिनकडे काहीतरी वेगळं करायला मिळेल आणि तसंच घडलं. डॉक्टर वेळात वेळ काढून लखनौला आले, तेव्हा अमिननं त्यांची शाही बडदास्त ठेवली. डॉक्टरांना तो पाहुणचार अनुभवताना स्वतः कुणीतरी राजा-महाराजा असल्यासारखं वाटलं. अशा दोन-तीन भेटींनंतर अमिननं त्यांच्यासमोर मनातला विचार मांडला.

''डॉक्टरसाहेब, मी तुम्हाला पैशाचं आमिष दाखवणार नाही, कारण मला माहीत आहे की, तुम्ही पिढीजात श्रीमंत आहात आणि तुम्ही पैशासाठी काम करत नाही, करणारही नाही; पण मी तुम्हाला चॅलेंज म्हणून एक जगावेगळं काम सांगणार आहे, कारण ते काम तुमच्यासारखा अत्यंत बुद्धिमान माणूसच करू शकतो, याची मला खात्री वाटते. या कामासाठी तुम्हाला आधी जे प्रयोग करावे लागतील, त्या प्रयोगांचा आणि इतर सर्व खर्च मी करीन. जर तुमचा प्रयोग मला हव्या त्या पद्धतीनं यशस्वी ठरला, तर इथे माझ्याकडे येऊन तोच प्रयोग... आय मीन तसंच ब्रेन ऑपरेशन मी सांगेन त्या व्यक्तीवर तुम्हाला करावं लागेल.''

अल् अमिननं खजिन्याचा मुद्दा वगळून नरीमनना सर्व योजना व्यवस्थित समजावली. नरीमननी त्याचं आव्हान स्वीकारलं. त्यांचं मन काहीतरी जगावेगळं करून दाखवण्यासाठी आसुसलेलं होतं.

फोनची रिंग वाजली तसे नरीमन जुन्या आठवणीतून बाहेर आले. रिसेप्शनिस्टनं त्यांना त्यांच्याकडे गेस्ट आल्याचं सांगितलं. त्यांनी घड्याळात पाहिलं. नक्कीच अल् अमिन आला असणार. त्यांनी गेस्टला रूमवर पाठवण्यास संमती देत रिसीव्हर खाली ठेवला.

☙

कमिशनर साठे अवाक् झाले होते. नरीमनसारख्या प्रसिद्ध आणि प्रतिष्ठित न्यूरोसर्जननं असं का करावं, हाच प्रश्न त्यांच्या मनात रेंगाळत होता. धनंजय त्यांच्यासमोर बसला होता. साठेंची नजर पुनःपुन्हा टेबलावर ठेवलेल्या चिपकडे जात होती. खतिब आणि तबरेज... चोरीचा प्रयत्न आणि ही चिप यात काहीतरी परस्परसंबंध आहे, याची त्यांना खात्री पटली होती; पण... नेमका काय संबंध?

''सर... मला वाटतं...''

''तू तिथे आत्ता लगेच जाऊ नयेस, कारण चुकून जरी तू त्यांच्या नजरेस पडलास तर ते लोक सावध होतील.''

''ते तर आहेच सर; पण...'' साठे म्हणाले त्यामध्ये तथ्य होतं. ते दोघं आणि तो जो कुणी अल् अमिन आहे... त्यांच्या हालचाली विजयकडून कळत आहेत. घाई करण्यात अर्थ नाही, हे जाणून तो गप्प बसला.

☙

अल् अमिन आणि डॉ. नरीमन हॉटेलच्या रूममध्ये बसले होते. डॉक्टरांच्या आग्रहाखातर अमिननं त्यांना कंपनी म्हणून मद्यपान आणि सामिष भोजनास होकार दिला होता; परंतु मद्याच्या नशेपेक्षा अमिन डॉक्टरांनी बनविलेली चिप आणि पॅनेल बघून तो प्रचंड भारावला होता. अशक्य वाटणारी गोष्ट साक्षात समोर पाहून त्याची मती गुंग झाली होती. आश्चर्याचा भर ओसरत असतानाच, त्यानं हातातल्या स्मार्ट फोनसारखं पॅनेल पुन्हा न्याहाळत विचारलं, ''कमाल... कमाल आहे, तुमच्या चातुर्याची! पण डॉक्टर... हे कसं साध्य केलंत? आय मीन...''

''सांगतो... सांगतो.'' मार्टिनीचा घोट घेत डॉक्टर म्हणाले, ''साधं तंत्र आहे तसं म्हटलं तर... टी.व्ही. आणि रिमोट असतो... रिमोटचं बटण दाबून आपण चॅनेल सर्फिंग करतो तसंच...''

''हो. पण टी.व्ही. निर्जीव वस्तू आहे... आणि तुम्ही प्रत्यक्ष जिवंत माणसाच्या मेंदूत...''

''येस... येस... तुम्हाला ह्यूमन ब्रेनचं किती ज्ञान आहे हे मला माहीत नाही; पण... हे बघा अमिन, ब्रेन इज हेडक्वार्टर ऑफ ह्यूमन बॉडी... मेंदूमध्ये अब्जावधी

पेशी एकाच वेळी काम करत असतात. या चिपमध्ये त्या पेशींप्रमाणेच कार्य करणारे अतिशय सूक्ष्म असे सेन्सर्स बसविले आहेत. आता एक उदाहरण सांगतो... तुम्ही झोपलेले असताना तुमच्या ब्लॅडरमध्ये युरिन साठत जाते... ब्लॅडर टाइट होतं, त्या संवेदना ब्रेनमधील पेशींपर्यंत पोहोचतात... पेशींमधलं संदेशवहन वाढतं... तुमची झोप चाळवते आणि मेंदूतल्या पेशी तुम्हाला कमांड देतात... ऊठ आणि बाथरूममध्ये जा... तुम्ही झोपेत असता तरीही बाथरूमला जाता आणि परत येऊन झोपता. त्यानंतर तुम्हाला त्याबाबत तपशील आठवत नाही, कारण केवळ बाथरूममध्ये जा, एवढीच कमांड पेशींकडून तीव्रतेनं आलेली असते. या चिपमध्ये मी अशीच कमांड देणारे सेन्सर्स बसविले आहेत आणि त्याचं बटण या पॅनेलमध्ये सेट केलेलं आहे. आणखी एक गोष्ट सांगतो. ही कमांड दिल्यावर चिपमधले सेन्सर्स जेव्हा ॲक्टिव्हेट होतात, तेव्हा त्यातून काही प्रखर लहरी संपूर्ण मेंदूत पसरतील अशी रचना मी केलेली आहे. मेंदूतली विद्युत रासायनिक प्रक्रिया या लहरींमुळे विस्कळीत व्हावी असा हेतू आहे; त्यामुळे कमांड पाळणाऱ्या व्यक्तीचा मेंदू त्या कालावधीत बधिर होतो आणि नंतर त्या व्यक्तीला फारसं काही आठवत नाही.''

''ग्रेट... सिंपली ग्रेट डॉक्टर...'' भारावल्या आवाजात अमिन म्हणाला.

''...पण एकच दोष आहे या सिस्टिममध्ये...''

अमिनच्या चेहऱ्यावर डॉक्टरांचा मुद्दा ऐकून अचानक तणाव आला. डॉक्टर म्हणाले, ''...मानवी मेंदू बाहेरचं कोणतंही ऑब्जेक्ट... ज्याला फॉरिन बॉडी म्हणतात– ती फार काळ स्वीकारू शकत नाही; त्यामुळे ज्या व्यक्तीच्या मेंदूत ही चिप बसविली जाईल, ती व्यक्ती फार काळ जिवंत राहू शकणार नाही.''

''ओह... पण तुम्हीच सांगितलंत की, तुमच्या पेशंटनं... आय मीन ते कोण... डीके का कोण... त्यांनी आत्महत्या केली म्हणून!'' अमिननं म्हटलं.

''हो... मला त्याबद्दल वाईट वाटतं, त्यांना मी गिनीपिग बनवलं; पण नाइलाज होता. सामान्य पेशंटवर प्रयोग करून उपयोग नव्हता. मी डीकेंना निवडलं, कारण... ते प्रतिष्ठित होते, श्रीमंत होते म्हणूनच. त्यांच्या मेंदूत मी बसविलेली चिप माझ्या कमांडनुसार आत्यंतिक विरुद्ध टोकाचं अकल्पित काम करते की नाही, हे तपासायचं होतं मला. अनफॉर्च्युनेटली... डीकेंचा बळी गेला. त्यांनी आत्महत्या केली नसती, तरी येत्या एक-दोन महिन्यांत ते ब्रेन इन्फेक्शनमुळे मृत्युमुखी पडले असते, हे नक्की! बिचाऱ्यांचं बॅडलक! पण त्यांच्यामुळे माझा जगावेगळा प्रयोग यशस्वी झाला. अर्थात, हा प्रयोग मला इतक्यात सर्वांसमोर उघड करता येणार नाही. आधी तुमचं काम होऊ द्या. नंतर मी हा प्रयोग जाहीर करीन. आय नो... मे बी, मी या कायद्याच्या कचाट्यात अडकेन, गुन्हेगार ठरेन. बट आय डोन्ट केअर! या निमित्तानं मेंदूतज्ज्ञांना एक नवीन अनोखी दिशा

खुणावेल...''

एवढं बोलून त्यांनी ग्लासात उरलेली मार्टिनी संपविली. अल् अमिन थक्क झाला होता. सत्य त्याच्यासमोर होतं, तरीही त्याला ते सगळं स्वप्नवत वाटत होतं.

''बोला अमिन... तुमच्या माणसावर ही शस्त्रक्रिया कधी करायची?'' डॉक्टरांनी विचारलं.

ㅇ

हॉटेलपासून विशिष्ट अंतरावर थांबून राहिलेले खतिब आणि तबरेज भयंकर कंटाळले होते. त्यांच्या अंदाजापेक्षा खूप जास्त वेळ अल् अमिन हॉटेलमध्ये थांबला होता. कशासाठी आणि कुणाला भेटायला आला असेल इथे? एवढा वेळ काय करतोय आत? यांसारखे प्रश्न दोघांच्याही मनात घोळत होते.

त्या दोघांची अस्वस्थ चुळबूळ विजय लांबवरून पाहत होता.

टंडन कंट्रोल रूममध्ये बसला होता. वेगवेगळ्या विभागांतील पर्यटकांची गर्दी स्क्रीनवर न्याहाळत होता. चोरीची घटना घडल्यापासून तो जातीनं एखादा तास तरी कंट्रोल रूममध्ये बसू लागला होता. त्यापूर्वी त्याला तशी गरज वाटली नव्हती. पिंक डायमंड विभागात पर्यटकांची गर्दी जास्त होती. इतर विभागांत तुलनेनं कमी होती. स्क्रीन्सकडे पाहता पाहता टंडनची नजर अचानक स्थिर झाली. ॲन्टीक मेटल सेक्शनमध्ये तुरळक पर्यटक होते; पण त्यातल्या एका व्यक्तीकडे टंडनची नजर खिळली. त्या सेक्शनमध्ये धनंजय होता. टंडन बसल्या जागी थरथरला, कारण धनंजय नेमका त्याच शोकेससमोर उभा होता जिथून तीन किल्ल्या चोरीस गेल्या होत्या. टंडनला काय करावं ते सुचेना. धनंजय नक्की भेटायला येणार... खोदून खोदून प्रश्न विचारणार... कितीही प्रयत्न केला तरी आपल्या चेहऱ्यावर अस्वस्थता दिसणार... काय करावं? टंडनला अचानक एक कल्पना सुचली.

ㅇ

म्युझियमचे डायरेक्टर डॉ. आशिष देशपांडेंनी धनंजयचं सर्व बोलणं शांतपणे ऐकून घेतलं. ते स्वतः ज्येष्ठ पुरातत्त्व अभ्यासक होते आणि पुरातन भारतीय संस्कृतीसंदर्भात त्यांनी पीएच.डी. पदवी घेतली होती. धनंजयनं त्यांना जेव्हा तीन किल्ल्यांबाबत सांगितलं, तेव्हा ते म्हणाले, ''...त्या किल्ल्या मी स्वतः एका संग्राहकाकडून मिळवल्या होत्या. त्या वेळी मी उत्तर भारतात एका उत्खनन प्रकल्पावर काम करण्यासाठी गेलो होतो. त्या वेळी ॲन्टीक वस्तू जमविणाऱ्या व्यक्तीची गाठ पडली. त्या वेळी गॉर्जिअस म्युझियम नुकतंच नावारूपाला येऊ लागलं होतं. मी म्युझियमसाठी त्या किल्ल्या त्या व्यक्तींकडून घेतल्या. त्या

आपल्या म्युझियममध्ये आहेत.''

''नाही सर...'' धनंजय म्हणाला. डॉ. देशपांडे स्तब्ध झाले. धनंजय पुढे म्हणाला, ''सर... मी स्वतः ॲन्टीक मेटल विभाग पूर्णपणे पाहिला. तिथे एका काचेच्या कपाटात पानिपतच्या युद्धात सैन्यानं वापरलेली हत्यारं आहेत, त्याच कपाटातला खालचा भाग रिकामा आहे... आय थिंक... किल्ल्या तिथेच होत्या; पण आता नाहीत. मी स्वतः पाहिलं. एकदा नव्हे, दोन-तीन वेळा, पण...''

''मिस्टर धनंजय... तुम्ही टंडनला...''

''सर, मी मघाशीच म्हटलं तुम्हाला, मी म्युझियममध्ये गेलो, तेव्हा टंडन कामावर हजर होते. त्यांच्या प्यूननं सांगितलं की, टंडनसाहेब कंट्रोल रूममध्ये बसलेत. नंतर भेटू असा विचार करून मी त्या विभागात गेलो... देशपांडेसाहेब, मला माफ करा; पण मला संशय येतो की, मला तिथे बघितल्यावर टंडन सिक लीव्ह टाकून निघून गेले...''

डॉ. देशपांडे गंभीर झाले.

''...म्हणून सर... माझी आपल्याला विनंती आहे की... आपण स्वतः माझ्याबरोबर यावं... म्युझियमचं डिजिटलायजेशन झालंय... आपण कृपया त्या सेक्शनची फाइल ओपन करून पाहावं...''

डॉ. देशपांडे विचारात पडले. धनंजय म्हणाला, ''सर... चोरी प्रकरणाच्या वेळी डिपार्टमेंटनं म्युझियमची बदनामी टाळण्यासाठी सहकार्य केलंय. नाऊ इट्स युवर टर्न टू को-ऑपरेट...''

''ठीक आहे...''

बशीरचाचा अत्यंत खुशीत हवेलीकडे निघाला होता. अमिननं त्याला शहरातल्या मोठ्या हॉस्पिटलमध्ये नेलं होतं. तिथे डॉक्टर नरीमन यांनी स्थानिक डॉक्टरांच्या सहकार्यानं बशीरचाचाच्या काही तपासण्या केल्या होत्या. मेंदूचं ऑपरेशन काही दिवसांनंतर करण्याचं ठरवलं होतं. फक्त तारीख निश्चित करणं बाकी होतं. बशीरचाचा खूश होता. बशीरचं मन अल् अमिनबाबत कृतज्ञतेनं भरून आलं होतं.

''अस्सलाम् आलेकुम चाचा...'' खतिबनं सलाम करत म्हटलं. बशीरनं त्याच्याकडे पाहत 'वालेकुम अस्सलाम्' म्हटलं.

''कहाँ थे चाचा... दिसला नाहीत पाच-सहा दिवस...''

''अरे बेटा... नीली छत्रीवाल्याची मेहरबानी... माझं ऑपरेशन...''

बशीरचाचानं खतिबला संपूर्ण वृत्तान्त सांगितला. खतिबच्या मनात अमिनबाबत आधीच संशय होता. वृत्तान्त ऐकून त्याचा संशय अधिकच दाट झाला. अमिननं

या बुढ्ढ्यावर एवढी मेहरनजर का करावी? हा बुढ्ढा... नवाबाच्या हवेलीवर देखरेखीचं काम करतो... हवेली आणि त्या चाव्या...

खतिब मनोमन शहारला. बशीरच्या बोलण्यावरून त्याचं लक्ष उडालं. नवाबाच्या हवेलीत खजाना असणार; नव्हे तो आहेच आणि त्याच्या किल्ल्या...! खतिबनं मनातल्या मनात स्वतःला शाबासकी दिली. डुप्लिकेट किल्ल्या बनवून घेतल्याबद्दल! त्याच्या डोक्यात विचारांची गर्दी झाली. त्यानं बशीरचाचाचा निरोप घेतला.

०२

टंडनच्या केबिनमध्ये देशपांडे आणि धनंजय बसले होते. स्वतः देशपांडेंनी कॉम्प्युटरमधील प्रत्येक फाइल ओपन करून म्युझियममधल्या प्रत्येक विभागातल्या वस्तूंची चित्रं आणि यादी चेक केली; पण त्यामध्ये त्यांना ॲन्टीक मेटल सेक्शनमधल्या तीन किल्ल्यांचा फोटो काही मिळाला नाही.

"आश्चर्य आहे..." देशपांडे म्हणाले, "सेक्शनमध्ये किल्ल्या नाहीत आणि इथे फाइलही दिसत नाही!"

"दिसणारच नाही... कारण टंडननी ती फाइल हाइड केली असणार!" धनंजय म्हणाला. देशपांडेंचा चेहरा अधिकच गंभीर झाला. धनंजयनं त्यांना, तो टंडनला पुन्हा कसा भेटायला आला होता, आणखी काही चोरीला गेलंय का याविषयी कशी चौकशी केली, हे सर्व सांगितलं आणि म्हणाला, "माझी खात्री आहे. तबरेजनं चोरी करण्याचा देखावा करून सर्वांची दिशाभूल केली आणि त्याच्या साथीदारानं त्याच वेळी इथल्या दुर्मिळ किल्ल्या पळवून नेल्या. कदाचित नंतर ही गोष्ट टंडनच्या लक्षात आली असावी. तो घाबरला असावा, कारण तुम्ही त्यालाच जबाबदार धरलं असतं. त्याच्या नोकरीवर गदा आली असती. हे टाळण्यासाठी त्यानं किल्ल्यांचा फोटो असलेली फाइलच हाइड केली असावी."

देशपांडेंचा चेहरा चिंताग्रस्त झाला. धनंजय किंचित हसला आणि म्हणाला, "तुमची संमती असेल, तर मी ती फाइल शोधून काढू का सर?"

"हो पण... टंडननं हाइड केलेली फाइल तुम्ही कशी शोधणार? कोडवर्ड, पासवर्ड..." देशपांडे काळजीनं म्हणाले.

धनंजय म्हणाला, "देशपांडे साहेब, मी काही वर्षं सायबर क्राइम ब्रँचमध्ये काम केलंय. क्रॅकिंगचं टेक्निक थोडंफार येतं मला..."

"देन... गो अहेड..."

धनंजयनं कॉम्प्युटरचा ताबा घेतला. मायक्रोसॉफ्टच्या अत्याधुनिक प्रणालीच्या मदतीनं त्यानं स्पेसिफिक फाइल्स लिस्ट स्क्रीनवर आणली. त्यात हाइड या एका शब्दावर त्यानं लक्ष केंद्रित केलं. कॉम्प्युटरनं हाइड फाइल्स ओपन करण्यासाठी

पासवर्डची मागणी केली. धनंजयनं काही वेळ विचार केला. काही अंदाज बांधून त्यानं पासवर्ड म्हणून काही शब्द टाइप केले; पण पासवर्ड डिनाय झाले. मग धनंजय चुका करणाऱ्या माणसाच्या मानसिक स्थितीबाबत विचार करू लागला आणि त्याला एक शब्द सुचला. त्यानं पासवर्डच्या चौकोनात 'माय मिस्टेक' असं टाइप केलं, त्यासरशी फाइल ओपन झाली. देशपांडे चकित नजरेनं बघतच राहिले. स्क्रीनवर चोरीला गेलेल्या तीन ऐतिहासिक किल्ल्यांचा फोटो स्पष्ट दिसत होता.

रात्रीचा एक वाजला, तसा खतिब घरातून अलगद पावलांनी बाहेर पडला. बशीरचाचाशी बोलल्यापासून त्याच्या मनात अनेक उलटसुलट विचारांनी पिंगा घातला होता. शेवटी त्यानं निश्चय केला की, नवाबाच्या हवेलीत घुसायचंच. कडेकोट सुरक्षा यंत्रणा असलेल्या गॉर्जिअस म्युझियममध्ये जर आपण बेमालूम रीतीनं घुसू शकतो, तर हवेली किस झाड की पत्ती! खतिबला स्वतः घेतलेल्या निर्णयामुळे निश्चिंत वाटलं होतं. सावधपणे हवेलीकडे जाताजाता त्याच्या मनात अजिबात दडपण नव्हतं. हवेलीत खरोखरच एखादा खजाना आहे का? असलाच तर तो निश्चितच कुलूपबंद असणार... त्या कुलपांना या किल्ल्या लागतील का? किंबहुना याच किल्ल्या असणार... त्याशिवाय का अमिननं या किल्ल्यांसाठी लाखो रुपये खर्च केले! किल्ल्या मिळूनही अमिन अजून शांत कसा?... आणि बशीरचाचाचं ऑपरेशन तो का करू पाहतोय? या प्रश्नांची उत्तरं काही त्याला मिळेनात.

समोर हवेली दिसली तसा तो थबकला. करड्या अंधारात हवेलीची आकृती ध्यानस्थ पहाडासारखी दिसत होती. हवेलीभोवतीची एके काळी दिमाखदार वाटणारी सीमाभिंत आता दीनवाणी दिसत होती. पुरातत्त्व खात्यानं डागडुजी केली म्हणून ती अस्तित्वात तरी राहिली होती. हवेलीच्या मुख्य गेटवर एक दिवा जळत होता. अर्थात, दाट काळोखापुढे त्याचा प्रकाश पेंगुळलेल्या रुग्णासारखा वाटत होता. खतिबला बशीरचाचाची खोली माहीत होती. मुख्य गेटमधून आत गेलं की, उजव्या बाजूला पाच-सात फुटांवर एक खोली होती तिथेच बशीर राहत होता.

खतिब सावधपणे हवेलीच्या मागच्या बाजूला आला. सीमाभिंत पाचेक फूट उंच होती. खतिबनं अंदाज घेतला. पाच-सात पावलं मागे गेला आणि पळत येऊन त्यानं उडी मारली. सीमाभिंतीच्या कठड्यावर हाताची पकड धरून तो भिंतीवर चढला. आतल्या बाजूला थोडी झाडंझुडपं आणि गवत होतं. त्यानं आत उडी मारली. हवेलीचं मागचं दार आतून बंद होतं. खतिब पावलांचा आवाज होऊ न देता हवेलीच्या पुढच्या दरवाजाजवळ आला. बशीरच्या खोलीत शांतता होती. हवेलीचा भव्य दरवाजा पाहून खतिब क्षणभर थबकला. नूर अहमद याच दरवाजातून मोठ्या

इतमामानं ये-जा करत असे. त्याच्या मनात रुबाबदार नवाब नूरअहमदचं धूसर चित्र उभं राहिलं. गेटपासून हा दरवाजा बऱ्याच अंतरावर होता. दिव्याचा क्षीण मलूल प्रकाश इथवर येतायेता विरलेला होता. खतिबनं दरवाजाची कडी चाचपली. सुदैवानं तिथे कुलूप नव्हतं. आवाज होऊ न देता त्यानं कडी काढली आणि आत शिरून पुन्हा दरवाजा बंद केला.

तुमानीच्या खिशातून छोटी विजेरी काढून खतिबनं प्रकाशझोत टाकला. हॉल रिकामा होता; त्यामुळे तो अधिकच भव्य भासत होता. खतिब एखाद्या भुतासारखा तळमजल्यांवरच्या खोल्यांमध्ये फिरला. हवेलीला तळघर असतंच हे तो जाणून होता. असं तळघर बहुधा नवाबाच्या शयनकक्षात असतं असा विचार करत तो मागच्या बाजूच्या शयनकक्षात आला. नवाबाच्या काळातलं काही फर्निचर तिथे होतं. त्यानं जमीन चाचपली. हलक्या हातानं अनेक ठिकाणी ठोकून पाहिलं; पण तळघराचा अदमास येईना, तसा तो धास्तावला. त्याला लघवी लागल्याची तीव्र जाणीव झाली. विजेरीच्या प्रकाशात तो न्हाणीघरात शिरला. ते न्हाणीघर प्रशस्त होतं. त्यानं लघुशंका केली आणि तो वळला. न्हाणीघराच्या दरवाजाजवळच्या भिंतीवर त्याला एक रेघ दिसली. विजेरीच्या प्रकाशात त्यानं पाहिलं. भिंतीवर अर्धअनावृत स्त्रीचं चित्र होतं. फिकुटसं. पुरुषभर उंचीचं. तो काही क्षण त्या रंग विरलेल्या पण तरीही मोहक दिसणाऱ्या चित्राकडे पाहत राहिला. चित्राची कड... तिथे अर्धा सेंटिमीटरची फट होती.

खतिबने फटीत बोटांची टोकं कशीबशी सरकवण्याचा प्रयत्न केला, त्यासरशी संपूर्ण चित्र आत सरकलं. जणू दरवाजा! ते चित्र म्हणजे दरवाजाच होता. खतिबला आनंद झाला; पण त्याच्या मनावर दडपणही आलं. त्यानं पाहिलं, आत एक जिना होता. दगडी पायऱ्यांचा. धडधडत्या छातीनं तो जिना उतरून खाली आला. घनदाट अंधारात त्याच्या छोट्या विजेरीचा प्रकाशझोत मलूल वाटत होता. त्यानं प्रकाशझोत सर्वत्र फिरविला. तळघर रिकामं होतं. दगडी भिंतीच्या कोपऱ्यांमध्ये दाट कोळिष्टकं लटकलेली होती. मात्र, कोपऱ्यात उजवीकडे एक रिकामी चौकट होती. खतिब तिथे आला. त्यानं प्रकाशात पाहिलं. दगडी पायऱ्यांचा आणखी एक जिना खाली गेलेला दिसत होता. खतिब काही क्षण भांबावला. खाली जावं की न जावं... क्षणभर विचलित झाला. खाली काय असेल? खजाना की वेगळंच काही? काही क्षण तो घुटमळला. आल्या पावली माघारी जावं असाही विचार त्याच्या मनात चमकून गेला; पण दुसऱ्या क्षणी त्यानं विचार केला की, इथवर आलोच आहोत तर पुढे जायचंच. त्यानं हिंमत बांधली आणि जिना उतरून तो दुसऱ्या तळघरात आला. तिथे त्याला कुबटपणा प्रकर्षानं जाणवला; पण त्याच वेळी हीदेखील जाणीव झाली की, कुठून तरी थोडी मोकळी हवा आत येत आहे. तशी सोय

केलेली आहे. विजेरीच्या प्रकाशात त्याला जे हवं होतं ते दिसलं.

प्रशस्त तळघराच्या समोरच्या भिंतीत एक मोठा दरवाजा होता. त्याचा भक्कमपणा डोळ्यांना जाणवत होता. दरवाजाला तीन भली मोठी कुलपं होती. खतिबचं सारं दडपण क्षणार्धात गायब झालं. खजाना सापडला! तो उत्साहानं पुढे आला. तुमानीच्या खिशातल्या तीन चाव्या त्यानं बाहेर काढल्या. बॅटरी तोंडात धरून उजेडात त्यानं कुलपाचं निरीक्षण केलं. प्रत्येक कुलपावर तीन छिद्रं होती आणि छिद्राच्या वर एक अंक आणि एक चिन्ह! त्यानं किल्ल्यांचं निरीक्षण केलं आणि त्या त्या अंक आणि चिन्हानुसार तीनही किल्ल्या त्या त्या छिद्रात घालून फिरवल्या. पहिलं कुलूप उघडलं. त्याचा आनंद टिपेला पोहोचला. पुढचं काम सोपं होतं. कुलपावरच्या छिद्रावरचं चिन्ह आणि किल्लीवरचं चिन्ह यांची योग्य सांगड घालायची होती. म्हणूनच त्यानं ती पद्धत वापरून बाकीची दोन्ही कुलपं उघडली.

तीनही कुलपं आवाज होऊ न देता त्यानं खाली ठेवली. आता दरवाजा उघडायचा. नवाबाचा खजाना इथेच... इथेच आहे... जमेल तेवढं घ्यायचं आणि आल्या पावली निघून जायचं. पुढचं आयुष्य एखाद्या महानगरात ऐशआरामात घालवायचं... त्याच्या मनात भावी सुख-स्वप्नांची गर्दी झाली. त्यानं दरवाजा उघडायचा प्रयत्न केला. तो सहजासहजी उघडणारा नव्हता. त्यानं अंगातील पूर्ण शक्ती लावत दरवाजा आत ढकलला. किंचित कर्ररऽऽ आवाज करत दरवाजा उघडला गेला.

दरवाजा उघडताक्षणी त्याच्या नाकात प्रचंड कुबट वास घुसला; पण बॅटरीच्या उजेडात त्याला जे दिसलं ते पाहून त्याची वासाची जाणीव बधिर झाली. त्याचा स्वतःच्या डोळ्यांवर विश्वास बसेना. आतमध्ये अनेक पेटारे होते ज्यांची झाकणं कुणीतरी आधीच उघडून ठेवलेली होती. विजेरीच्या प्रकाशझोतात त्यानं पाहिलं, पेटाऱ्यांमध्ये अगणित, अलौकिक खजिना होता. एका पेटाऱ्यात सोन्याच्या मोहोरा; दुसऱ्यामध्ये हिरे, माणिक, नीलमणी, गोमेद, पाचूंचा ढीग; तर तिसऱ्यामध्ये चंद्राच्या तेजस्वी धवल रंगाचे मोती... खतिब वेडावला, खुळावला... या क्षणी इथे झगझगीत उजेड व्हावा आणि सारी दौलत आपण डोळे भरून पाहावी अशी त्याला तीव्र इच्छा झाली.

"ये... आम्ही तुझ्यासारख्यांची नेहमीच वाट पाहतो."

कुणीतरी म्हटलं. खतिबचं रक्त गोठल्यासारखं झालं. हातातून विजेरी खाली पडली. प्रकाशझोत नाहीसा झाला आणि संपूर्ण तळघर गडद अंधारात गुडूप झालं.

बशीरचाचा नेहमीप्रमाणे भल्या सकाळी उठला. त्यानं अंघोळ केली; नमाज

पढला आणि तो खोलीतून बाहेर पडला. त्याचं लक्ष गेलं, हवेलीच्या मुख्य दरवाजाची जाडजूड कडी खाली लोंबत होती. बशीरनं हताशपणे सुस्कारा टाकला आणि हवेलीत शिरला. नेहमीच्या सराईतपणे बशीरचाचा दुसऱ्या तळघरात आला. खजिन्याचा जाड दरवाजा त्यानं पूर्ण ताकदीनं ओढून घेतला. खाली जमिनीवरच्या धुळीत ठेवलेली तीनही कुलपं त्यानं दरवाजाला लावली. खिन्न मनानं तो वर आला. मुख्य दरवाजाला त्यानं कडी लावली आणि आवारात असलेल्या जुन्या विहिरीत त्यानं तीनही किल्ल्या टाकून दिल्या. शेवाळ साचलेलं पाणी डुचमळलं. डुबूक असा आवाज आला. शेवाळाच्या थरात पाण्यात क्षीणसे तरंग पसरले-विरले आणि पाणी हिरव्या काळपट शेवाळात पुन्हा निश्चल झालं.

बशीरचाचाचं मन काही वेळ हळहळत राहिलं. त्यानं ती हळहळ झटकली आणि तो अल् अमिनकडे निघाला.

कमिशनर साठेंना पुढच्या कार्यवाहीची योजना सांगून धनंजय नुकताच पोलीस ठाण्यात परतला होता. तेवढ्यात त्याचा मोबाइल वाजला.

"सर... विजय..."

"बोल विजय..."

"सर, खतिब बेपत्ता झालाय... तबरेज त्याचा शोध घेत भटकतोय. खतिबच्या बायकोनं पोलीस स्टेशनमध्ये खतिब हरवल्याची तक्रार नोंदवली आहे."

"हं... खतिब शेवटचं कुणाला भेटला... किंवा कुणाला दिसला हे माहिती आहे का तुला?"

"हो सर... फॉर्च्युनेटली! त्या दिवशी संध्याकाळी मी तबरेजवरची पाळत सोडून खतिबच्या पाळतीवर होतो. खतिबची गाठ बशीरचाचाबरोबर पडली. दोघंही बराच वेळ गप्पा मारत थांबले; पण नंतर एकदमच गप्पांचा मूड जावा तसा खतिब निघाला. मी त्याचा पाठलाग केला. तो त्याच्या घरीच गेला. रात्री अकरा वाजेपर्यंत मी टेहळणी केली. नंतर मी लॉजवर निघून गेलो..."

धनंजय विचारात गर्क झाला.

"सर... दुसऱ्या दिवसापासून खतिब कुठेही दिसला नाही. मात्र, तबरेज वेड्यासारखा शोधतोय त्याला. आणखी एक खबर आहे... अल् अमिन त्या दिवशी ज्या थ्री स्टार हॉटेलमध्ये चार-पाच तास थांबला होता, त्या हॉटेलमध्ये मुंबईवरून कुणीतरी डॉक्टर आले आहेत असं मला कळलं..."

"कुणाकडून?"

"सर... आपलं नेहमीचंच व्हिटॅमिन... एम व्हिटॅमिन... तिथल्या वेटरला एक

डोस दिला आणि काढली माहिती... त्या डॉक्टरांचं नाव...''

''नरीमन आहे!'' धनंजय म्हणाला.

''सर तुम्हाला कसं...'' विजय चकित झाला.

''विजय... सगळे धागे जुळत आलेत... ग्रँड फिनालेसाठी मी येतोय तिथे...''

''वा! सर... मजा येईल. कधी निघताय?''

''कळवतो तुला... अजून काही खबर?''

''खबर नाही पण... अमिन आणि बशीर या काळात बऱ्याचदा भेटले...''

''स्वाभाविक आहे... एनी वे... चल... ठेवतो... टेक केअर.''

''बाय सर...''

तबरेज खूप अस्वस्थ होता. खतिब कुठे गेला? त्याचं काय झालं? इत्यादी प्रश्नांनी तो भेंडाळून गेला होता. त्यानं खतिबच्या पत्नीला विश्वासात घेऊन तीन किल्ल्यांबाबत विचारलं होतं. तिनंही बिचारीनं घरात सर्वत्र शोधाशोध केली होती; पण घरात किल्ल्या सापडल्या नव्हत्या. किल्ल्या घेऊन खतिब कुठे गेला? पुन्हा तोच प्रश्न तबरेजला छळू लागला. गुप्त खजिन्याची खबर खतिबला मिळाली असेल का? आणि त्यासाठी तो एकटाच गेला असेल का? अशीही शंका तबरेजच्या मनात घोळत होती. बसल्याबसल्या त्याच्या डोक्यात अचानक संशय आला. अल् अमिननं तर खतिबचा काटा काढला नसेल ना? कदाचित अमिनला डुप्लिकेट चाव्यांची कुणकुण लागली असेल... दोघांचं भांडण झालं असेल... आणि रागाच्या भरात अमिननं... तबरेज विचारांच्या वावटळीत सापडला. त्याला हीच शक्यता खरी वाटू लागली. त्यानं मनाशी निश्चय केला. अमिनला जाब विचारायचा. काय व्हायचं ते होऊ दे.

अल् अमिनच्या हवेलीत आलेला बशीरचाचा बसला होता. त्याचे डोळे किंचित पाणावलेले होते. अमिननं विचारलं, ''काय झालं बशीरचाचा?''

बशीरनं नकारार्थी मान हलवत खांद्यावरच्या गमछानं डोळे टिपले.

''चाचा, क्यों फिक्र करते हो... सगळं व्यवस्थित पार पडेल. अल्लाहवर भरोसा ठेवा. उद्या ॲडमिट व्हायचंय... परवा तुमचं ऑपरेशन... मुंबईचे प्रख्यात डॉक्टर आहेत ते... काळजी करू नका.''

''अमिनसाब... काळजी माझी वाटत नाही मला; पण... जमाना बदलला. आजकाल लोकांना दुसऱ्यांची दौलत हवीय... दो वक्तची रोटी पुरत नाही... दोन

वस्त्रं पुरत नाहीत... ऐशआराम हवाय... त्यासाठी हरामची दौलत... या खुदा, क्यों इतना बदल गया इन्सान?''

बशीर तळमळीनं बोलत होता. अमिन मात्र मनोमन बिचकला. बुड्ढ्याला काही खबर तर नाही लागली... या शंकेनं तो अस्वस्थ झाला. हा बुड्ढा तर माझं साधन आहे... नवाबाचा खजिना माझ्यापर्यंत आणणारं साधन! याला सांभाळलं पाहिजे, असा विचार करत अमीन म्हणाला, ''छोड दो ना चाचा... तुम्ही हळहळ करून इन्सान पुन्हा सुधारणार आहे का?... छोड दीजिए गमगीन बाते... खूश हो चाचा.''

तेवढ्यात कुणाची तरी चाहूल लागली. दोघांनीही पाहिलं. तबरेज आत आला. अमिनला खरंतर त्याचं असं अनाहूत येणं आवडलं नाही; पण चाचासमोर तमाशा नको म्हणून तो म्हणाला, ''आओ तबरेज... आओ... बैठो...''

तबरेजचे डोळे तारवटलेले, लाल दिसत होते. तो दोन पावलं पुढे आला. त्या वेळी अमिनला वास आला. त्यानं ओळखलं. तबरेज मद्य पिऊन आला आहे. अमिननं संयम राखायचा ठरवलं.

''आओ बेटे तबरेज... कैसे हो?'' चाचानं विचारलं.

''चाचा... अमिनसाबना विचारा तुम्हीच... खतिब कुठे आहे?'' तबरेज अडखळत म्हणाला. बशीरचाचा मनोमन हळहळला. तळघरातील जडशीळ दरवाजा ओढून घेताना अभावितपणे दिसलेला खतिबचा छिन्नविछिन्न मृतदेह त्याच्या डोळ्यांसमोर आला. मृत्यू येण्यापूर्वी आत्यंतिक भयानं त्याचे डोळे विस्फारले असावेत, कारण मृत्यूनंतरही ते डोळे तसेच राहिले होते. चेहऱ्यावर मूर्तिमंत भीतीनं ताणलेल्या शिरा तशाच होत्या. चाचाच्या नजरेला काही क्षणच तो देह दिसला होता; पण जणू त्याच्या काळजावर खतिबचा देह छायाचित्रासारखा कोरला गेला होता.

तबरेजच्या बोलण्यानं अमिनचं रक्त उसळलं होतं. दीड-दमडीचा भाडोत्री माणूस सरळ सरळ संशय घेतो. उठावं आणि तुडवावं साल्याला! अमिननं सगळा संताप गिळत म्हटलं, ''खतिब कुठे आहे हे तुला माहीत असणार... तू त्याचा जानी दोस्त... मला कसं माहीत असेल... क्यों चाचा?''

''हा बेटे... अमिनसाबला...''

''चाचा... तुम्ही फार भोळे आहात... तुम्हाला माहीत नाही अमिनसाब कितना पहुँचा हुआ...''

''तबरेजऽऽ'' अमिन संतापाने ओरडला.

''क्यों साब... सच्चाईला घाबरलात...'' असं म्हणून तबरेज हसू लागला. चाचा स्तब्ध झाला. तबरेजसारखा आम आदमी असं का बोलतोय... चाचाला कळेना. अमिनला जाणवलं... स्वतःवर संयम ठेवला पाहिजे. तो शांतपणे म्हणाला, ''तबरेज... तू दारू प्यायला आहेस. तरीही सांगतो... तुझा जानी दोस्त खतिब

कुठाय हे मला माहीत नाही... खुदा की कसम मैं नहीं जानता...''

''बेटे तबरेज... अमिनसाब खरं तेच बोलत आहेत... भरोसा कर...'' चाचा व्याकुळ आवाजात म्हणाले.

''...तो फिर चाचा... चाबियां लेकर वो गया तो कहाँ गया?''

तबरेजनं रडवेल्या आवाजात विचारलं. त्याचा प्रश्न ऐकून चाचाचे डोळे विस्फारले. गुपित गोष्ट उघडकीस येते की काय, या धास्तीनं अमिन बावरला. तिघंही काही क्षण एकमेकांकडे पाहत राहिले.

त्याच वेळी दरवाजातून धनंजय आणि विजय आत आले. त्यांच्यासोबत तहसिलचे पोलीस निरीक्षक एजाज खान होते. सोबत दोन हत्यारबंद शिपाई. त्या सर्वांना पाहून अमिन, चाचा एकदम उभे राहिले. तबरेजची नशा पळाली. धनंजयला पाहून त्यानं घाबरतच 'सलाम साब' म्हटलं. अमिनला मनोमन धक्का बसला; पण वरकरणी शांत राहात तो म्हणाला, ''अरे... खानसाब... आप?... या, या...''

एजाज खान पुढे आले आणि म्हणाले, ''अमिनसाब... आपसे ये उम्मीद नहीं थी...''

अमिनचा चेहरा बावरला; पण स्वतःला सावरत तो म्हणाला, ''हमने क्या किया?''

''अमिनसाहेब... मी धनंजय... मुंबई पोलीस... मी तुम्हाला संशयावरून अटक करण्यासाठी आलो आहे.''

''माझा गुन्हा काय... मी काहीही गैरकानूनी केलं नाही.''

''तुमचा गुन्हा सांगतो... तबरेजला आणि खतिबला मोठी रक्कम देऊन तुम्ही गॉर्जिअस म्युझियममधून ऐतिहासिक किल्ल्या चोरण्याची योजना आखलीत आणि ती यशस्वीपणे पार पाडलीत!''

धनंजयचं ठाम बोलणं ऐकून अमिनच्या चेहऱ्यावरचा रंग उडाला. धनंजय पुढे म्हणाला, ''...आणि बशीरचाचाचं ऑपरेशन करवून तुम्ही तुमची पुढची गैरकानूनी योजना पार पाडणार आहात!... काय बशीरचाचा?...''

बशीरचाचाला काही उमजलं नाही. धनंजय म्हणाला, ''चाचा, तुमचा वापर करून नवाबाच्या हवेलीतला खजिना लुटायची योजना आहे मिस्टर अल् अमिनची!''

''या अल्लाह!...'' बशीरचाचा कळवळला.

धनंजयनं डीकेंचं प्रकरण सांगितलं. अमिन हसला आणि म्हणाला, ''खानसाब... मुंबईच्या या ऑफिसरला सांगा... पुरावे असतील तरच आरोप सिद्ध होतो...''

''हा पुरावा चालेल?'' असं म्हणत धनंजयनं इशारा केला. हवालदारानं दरवाजाबाहेर उभ्या असलेल्या डॉ. नरीमनना आत आणलं. अमिनच्या पायातलं बळ संपलं.

''मिस्टर अमिन... डॉ. नरीमननी स्वच्छ शब्दांत कबुलीजवाब दिला आहे.

तबरेजचा जबाब आम्ही घेऊच. आता फक्त खतिबचा शोध घ्यायचाय.''

''खतिब सापडणार नाही कुणालाच,'' बशीरचाचा उद्विग्न आवाजात म्हणाला. सर्वांनी आश्चर्यानं त्याच्याकडे पाहिलं. बशीरनं खांद्यावरच्या गमछानं डोळे टिपले. अमिनकडे पाहत म्हणाला, ''अमिनसाब... एक बार मुझे पूछते तो... मैं सच्चाई बता देता... अरे मालिक, तो खजिना कुणालाच मिळू शकणार नाही. वाळवंटातील मृगजळासारखा आहे तो. कितीजणांनी ती कोशिश केली... ते तळघरात पोहोचले... किल्ल्या मिळवून कुलपं उघडली; पण... त्या दरवाजातून एकजणही परत आला नाही! खतिबसुद्धा येणार नाही, कारण त्याची बेजान लाश तिथेच पडली आहे...''

बशीरचाचाचं बोलणं ऐकून अमिनचा चेहरा काळवंडला. त्याच्या वर्षानुवर्षे बाळगलेल्या स्वप्नाच्या ठिकऱ्या उडाल्या. बशीर दुःखी स्वरात म्हणाला, ''अमिन... मैंने आप को रहमदिल खुदा माना, मगर आप तो कसाई साबित हुए।...'' हे बोलताना बशीरचाचाच्या डोळ्यांतून त्याच्या सुरकुतलेल्या गालांवर अश्रू ओघळले.

धनंजय सर्वांना घेऊन नवाबाच्या हवेलीत आला. एजाज खाननी तहसिलच्या बऱ्याच अधिकाऱ्यांना, तिथल्या पोलीस प्रमुखांना आणि तहसिलदार या सर्वांना तिथे बोलावलं होतं. पेट्रोमॅक्सच्या झगझगीत उजेडात ते सर्वजण हवेलीच्या न्हाणीघरातून पहिल्या तळघरात आले. पंचनाम्याच्या सोबत भक्कम पुरावा असावा म्हणून तिथल्या पोलीस आयुक्तांनी संपूर्ण घटनेचं व्हिडिओ चित्रीकरण करण्याचा आदेश दिला होता.

सर्वजण दुसऱ्या तळघरात पोहोचले. खजिन्याचा दरवाजा, त्यावरची तीन भरभक्कम कुलपं पाहून सर्वजण स्तब्ध झाले. पराभूत हताशपणे अल् अमिननं त्याच्याकडच्या तीन किल्ल्या धनंजयच्या हाती दिल्या. धनंजयनं सांकेतिक क्रमांक आणि चिन्हं यांची सांगड घालून कुलपं उघडली. जोर लावून त्यानं खजिन्याचा दरवाजा आत ढकलला. असह्य दुर्गंधी सर्वत्र पसरली होती. सर्वांनी नाकाला रुमाल लावला. आतील दृश्य पाहून सर्वजण स्तिमित झाले.

मोठमोठ्या पेटाऱ्यांमध्ये सोनं, चांदी, हिरे, माणकं नव्हती. एका पेटाऱ्यात कोळसे, दुसऱ्यात छोटी मोठी हाडं... तिसऱ्या पेटाऱ्यात कवट्या... भीषण दृश्य होतं. अल् अमिनचं काळीज हललं. त्यानं आणि धनंजयनं बशीरचाचाकडे पाहिलं. बशीरचाचा म्हणाला, ''ये है सच्चाई... जो कुणी इथे येतो... रात्रीच येतो... चोरीच्या हेतूनं... त्या वेळी त्याला या पेटाऱ्यांमध्ये सोन्याच्या मोहरा दिसतात, हिरे, माणकं... पाचू... असं बरंच काही दिसतं. चोर जेव्हा आत येतो, तेव्हा... ते बघा...'' बशीरनं जिकडे बोट दाखवलं, तिकडे लांबवरच्या कोपऱ्यात सर्वांनी पाहिलं. तिथे बरेच मानवी सांगाडे पडले होते. एक प्रेत मात्र अर्धवट कुजलेलं दिसत होतं.

''खतिब... खतिब आहे तो... त्याचे कपडे ओळखतो मी...'' तबरेज म्हणाला.

त्यावर कुणीच काही बोललं नाही.

नंतर बशीरचाचा म्हणाला, "साहेब... ज्या वेळी मला इथे नोकरी लागली, त्या वेळी माझ्याही मनात खजिन्याची लालच होती. एके रात्री मला आवाज ऐकू आला. मी पाहिलं. हवेलीच्या आत झगमगता उजेड होता. धडधडत्या छातीनं मी दबकत आत गेलो. वरच्या दिवाणखान्यात नवाब आणि त्यांचे वंशज बसले होते. तोच शाही थाट, तोच रुतबा... तीच शानशौकत... नवाब बोलत होते... नवाब खानदानाच्या दौलतीवर अनेकांची नजर आहे; पण ही दौलत लुटारूंच्या हाती लागू द्यायची नाही... बरंच काही बोलले नवाब आणि सगळेजण न्हाणीघरातून आत गेले. त्या दिवसापासून माझी लालच संपली; पण..." काही क्षण थांबून नंतर बशीर म्हणाला, "...याच तहसिलमध्ये राहणाऱ्या साहिलला मी एके रात्री हवेलीत शिरताना पाहिलं. मी त्याला हाक मारून अडविणार होतो; पण... जिवाच्या भीतीनं गप्प बसलो. साहिल आत गेला. मी रात्रभर जागा राहिलो; पण तो बाहेर आला नाही. सकाळी मी तळघरात आलो. खूप घाबरलो होतो; पण हिंमत केली, हा दरवाजा उघडा होता. साहिलची लाश आत पडलेली होती. एक दृश्य दिसलं मला. नवाब माझ्याकडे पाहून हसत आहेत... तो भास होता की सत्य, खुदा जाने!

मी दरवाजा ओढून घेतला. कुलपं लावली आणि वरच्या विहिरीत डुप्लिकेट किल्ल्या फेकून दिल्या... साहेब, हा खजिना नाही... हे तर वाळवंटातलं मृगजळ आहे... जीवघेणं मृगजळ!"

बशीरचाचाचं बोलणं ऐकून सर्वजण सुन्न झाले होते. धनंजयनं आणि एजाज खाननं पुढची कायदेशीर प्रक्रिया सुरू केली. डॉ. नरीमन मात्र तंद्रीत होते. खजिन्याच्या खोलीत रात्री जाऊन नवाब भेटेल का... त्याचे विचार गंठित करून बाहेर प्रक्षेपित करता येतील का... कारण आज धनदौलतीच्या लोभानं पछाडलेल्या समाजाला ते ऐकवण्याची गरज आहे, असे विचार त्यांच्या मनात घोळत होते.

◆

या कोऱ्या पेपर्सवर तुम्ही माझ्या सह्या मागताय... याचा अर्थ मी काय समजायचा?''

''मिस्टर चंद्रात्रे,'' द्विवेदी म्हणाले, ''तुमची योजना अफलातून आहे; पण... दुर्दैवानं ती बेकायदेशीर आहे.''

''...पण सर, मी कंपनीच्या भल्यासाठीच!...'' चंद्रात्रे मध्येच बोलू लागला, तसे द्विवेदी म्हणाले, ''मान्य आहे; तरीही... त्याचं काय आहे चंद्रात्रे... मी पर्सनली गिडवानींशी याबाबत बोललो. त्यांना वाटतं... पुढे कधी काही प्रॉब्लेम निर्माण झाला, तर कंपनीची बदनामी व्हायला नको.''

''याचा अर्थ... मी बळीचा बकरा...''

''प्लीज चंद्रात्रे, ट्राय टू अंडरस्टँड... तुमचा प्लॅन यशस्वी झाला, तर आर अँड डी डिपार्टमेंटचा हेड म्हणून तुम्हाला बेनिफिट मिळणारच.'' क्षणभर थांबून द्विवेदी पुढे म्हणाले, ''तुम्हाला कोऱ्या पेपर्सवर सह्या करणं रिस्की वाटत असेल, तर योजना रद्द करा...''

''नाही सर... मला गॅरंटी आहे. माझी योजना भलेही बेकायदेशीर असेल; पण इट वुईल बी मिरॅकल फॉर अवर फ्यूचर!'' असं म्हणत चंद्रात्रेनं कोऱ्या पेपर्सवर बेफिकिरीने सह्या केल्या. तो बाहेर गेल्यावर द्विवेदींनी ते पेपर्स त्यांच्याच केबिनमधल्या सेफ लॉकरमध्ये ठेवून दिले.

माघार

फ्रीजर कोल्ड्रिंक कंपनीच्या हेड ऑफिसमध्ये मॅनेजिंग डायरेक्टर द्विवेदींच्या समोर दिनेश चंद्रात्रे बसला होता. द्विवेदींनी त्याच्यासमोर ठेवलेल्या दोन कोऱ्या पेपर्सकडे पाहत त्यानं विचारलं, ''सर...

महावीरचं आश्चर्य अजूनही ओसरलं नव्हतं. पोलीस मुख्यालयाच्या इमारतीमधल्या त्याच्या खास केबिनमध्ये तो बसला होता. चारेक महिन्यांपूर्वी हाजी बिलालचं षड्यंत्र हाणून पाडल्यानंतर त्यानं काही किरकोळ कामं पार पाडली होती आणि आज त्याच्यासमोर... या क्षणीही त्याच्या डोळ्यांसमोर पुन्हा गणू उभा राहिला. अर्ध्या तासापूर्वी गणू चौकशी करत त्याच्या केबिनमध्ये आला होता. सात-साडेसात वर्षं वयाचा एक मुलगा केबिनमध्ये आलेला पाहून महावीर चकित झाला होता. ''महावीरसाहेब... माझ्या आईला तुम्हाला भेटायचंय...'' महावीरनं त्याला बसायला सांगितलं. शांतपणे त्याच्या वयाला समजेल - उमजेल अशा रीतीनं काही प्रश्न विचारले; पण तो एकच गोष्ट रेटत राहिला. ''माझी आई आजारी आहे, तिला तुम्हाला भेटायचंय.''

महावीरनं त्याच्या घराचा पत्ता खाणाखुणांसह टिपून घेतला. गणू निघून गेला; पण तेव्हापासून महावीर बुचकळ्यात पडला होता. शेवटी त्यानं जाण्याचा निर्णय घेतला आणि तो निघाला. तेवढ्यात क्राइम ब्रँचचा प्रशांत वाघ त्याला भेटला. त्यानं विचारलं, "महावीर, तुझ्याकडे मघाशी भैरवचा मुलगा आला होता म्हणे!" महावीरनं गोंधळत विचारलं, "भैरव... भैरव कोण...?"

"अरे... त्याचं प्रेत सापडलं ना, तो भैरव. आपले राणासाहेब ती केस बघत होते..." महावीर त्याला काही विचारणार तेवढ्यात शिपायानं निरोप दिला, "वाघसाहेब, साहेबांनी तुम्हाला अर्जंट बोलावलंय." वाघ जाता जाता महावीरला म्हणाला, "...भुरटा चोर होता भैरव. त्या केसमध्ये काही दम नव्हता... चल, भेटू पुन्हा." एवढं बोलून वाघ निघून गेला; पण महावीरचा मेंदू चक्रावला. गणू हा भैरवचा मुलगा. भैरव हा भुरटा चोर... त्याचं प्रेत सापडलं... राणासाहेब केस बघत होते... होते? होते म्हणजे... महावीरनं मनातला गोंधळ झटकला आणि तो गणूनं दिलेल्या पत्त्याचा शोध घेत निघाला.

ଔ

शहरापासून दूरच्या उपनगरात गणूचं घर होतं. सामान्य बांधकाम असलेली चारमजली इमारत. मध्यमवर्गीयांची वस्ती पाहताक्षणी जाणवत होती. 'भैरव सोनटक्के' दारावरची पाटी पाहून महावीरनं बेल वाजवली. गणूनं दार उघडलं. महावीरनं पाहिलं. घर म्हणजे वन रूम किचन होतं. फर्निचर फार नव्हतं. दिवाणावर पडलेली स्त्री उठून बसली. "बसा साहेब... गण्या, पाणी दे साहेबांना," ती म्हणाली. बोलताना तिला थोडा खोकला आला. महावीर खुर्चीत बसला. "साहेब... तुम्ही आलात... कसे आभार मानू तुमचे?"

"कशासाठी भेटायचं होतं?" महावीरनं विषयाला हात घातला.

"साहेब, माझ्या नवऱ्याला ठार केलं त्या लोकांनी... राणासाहेब तपास करत होते... मला म्हणत होते... लवकरच खुनी माणसाला पकडू आम्ही पण..." बोलताना त्या स्त्रीचे डोळे अश्रूंनी डबडबले. गहिवरल्या आवाजात ती पुढे म्हणाली, "...पण आता पोलीस म्हणतात... तपास लागत नाही म्हणून केस बंद करणार म्हणे! वर म्हणतात... तुझा नवरा चोर होता... तुम्हीच सांगा साहेब... चोर काय माणूस नसतो का... गणू अनाथ झाला... आम्हाला न्याय मिळणारच नाही का?"

काही क्षण थांबून महावीरनं विचारलं, "तुम्ही मला का बोलावलंत?"

तिनं पदरानं स्वतःचे डोळे, नाक पुसलं, स्वतःला सावरत म्हणाली, "साहेब... तुम्ही मोठमोठ्या केसेस सोडवल्यात असं रफिकनंच मला सांगितलं. तो म्हणाला,

सुभद्राभाभी, तुम्ही महावीर साहेबांच्या कानावर घाला हे सगळं... ते भैरवच्या खुनाचा पर्दाफाश करतील.''

''रफिक कोण?'' त्यानं विचारलं.

''गणूच्या वडिलांचा जुना दोस्त... आम्ही संजय गांधी झोपडपट्टीत राहायचो ना, तेव्हापासूनची दोस्ती...''

''रफिक अजून तिथेच राहतो का?''

''हो साहेब, तो म्हणाला... महावीरसाहेब लय भारी माणूस आहे... न्याय मिळवून देईल. साहेब... म्हणून तुम्हाला त्रास दिला... मी आजारी नसते, तर मीच आले असते.''

कमिशनरांनी पुढ्यातल्या फाइलमध्ये सही केली. फाइल बाजूला ठेवली आणि म्हणाले, ''बोल महावीर... काय काम काढलंस?''

''सर... भैरव सोनटक्केच्या खुनाची केस...''

''ओ... पण राणानं तर ती केस बंद करण्यासाठी शिफारस केली आहे. अर्थात, क्लोजर रिपोर्ट देता देता त्याची बदली झाली.''

''सर... मी राणासरांना भेटलो... पण ते या विषयावर फारसं बोलायला तयार नाहीत.''

''स्वाभाविक आहे. केसमध्ये काही दम नव्हता...''

''पण सर.. खून झाला हे सत्य आहे ना... म्हणजे कुणीतरी खुनी असणारच. त्याला पकडणं आपलं कर्तव्य नाही का?''

कमिशनर काही क्षण गप्प राहिले. नंतर म्हणाले, ''महावीर, तुझी कर्तव्यनिष्ठा आणि तळमळ मी जाणतो; पण... भैरव हा भुरटा चोर होता. आधी झोपडपट्टीत राहायचा. नंतर उपनगरात त्यानं घर घेतलं... चोऱ्या करूनच ना... अशा चोरांची त्यांच्याच गँगमध्ये अनेकांशी दुश्मनी असू शकते... किंवा... यू कॅन कॉल इट जेलसी...''

''सर... ते काहीही असू दे; पण...'' महावीर क्षणभर थांबला आणि ठामपणे म्हणाला, ''सर, मला या केसमध्ये तपास करावासा वाटतो... ऑफ कोर्स... तुमची संमती...''

''नाही महावीर... मी तुला लगेच परवानगी देऊ शकत नाही. तुला थांबावं लागेल.''

''का सर?''

"मला वरिष्ठांना... आय मीन... कर्णिक साहेबांना विचारावं लागेल." कमिशनर म्हणाले.

"कर्णिक सरांना? एवढ्या छोट्या केसबाबत डी.आय.जी.पर्यंत..." महावीरच्या स्वरात आश्चर्य होतं.

"प्लीज ट्राय टू अंडरस्टँड महावीर..." कमिशनर किंचित त्रासिक स्वरात म्हणाले, "...मी काही सर्वेसर्वा नाही, महावीर... मलाही सुपिरिअर अ‍ॅथॉरिटीज आहेत... त्यांच्या संमतीशिवाय मी... एनी वे... बघतो मी..." असं म्हणत त्यांनी दुसरी फाइल समोर घेतली. महावीरनं ओळखलं. त्यांना पुढे काही बोलायची इच्छा नाही. तो उठला आणि सॅल्यूट करून बाहेर पडला.

महावीरचा मेंदू अत्यंत वेगानं विचार करत होता. त्याला या प्रकरणात अधिकच रस वाटू लागला. ज्या अर्थी कमिशनरांनी सहजासहजी संमती दिली नाही, त्या अर्थी कुठेतरी पाणी मुरतंय. शिवाय एरवी मनमोकळ्या गप्पा मारणारा राणासुद्धा भैरवचा विषय काढताच आक्रसला. राणानं स्वतःहून केस बंद करायची शिफारस केली का? की त्याच्यावर तसा दबाव आणला गेला? एरवी हसत खेळत बोलणारे कमिशनर आज भैरव केसचा विषय काढताच का त्रासिक वाटले?

विचारांच्या आणि प्रश्नांच्या तंद्रीतच तो संजय गांधी झोपडपट्टीजवळ आला. त्याला फार शोध घ्यावा लागला नाही. एक-दोनजणांना विचारताच तो झोपडपट्टीच्या रस्त्याकडील बाजूकडे असणाऱ्या 'स्पीड ऑटो गॅरेज'जवळ आला. पस्तिशीचा एक माणूस पेट्रोलमध्ये ब्रश बुचकळून टू व्हीलरचं इंजिन स्वच्छ करत होता.

"रफिक..." महावीर म्हणाला.

"हा साब... मीच... काय प्रॉब्लेम आहे?" रफिकनं महावीरच्या बुलेटकडे पाहत विचारलं.

"प्रॉब्लेम आहे; पण गाडीचा नाही..."

दहा मिनिटांनंतर दोघं समोरच इराण्याच्या हॉटेलमध्ये चहा घेत बसले होते. रफिक म्हणाला, "साब... मी पण पूर्वी चोऱ्या करायचो. दोन-चारदा जेलात जाऊन आलो; पण नंतर लाइन बदलली. भैरव माझा दोस्त... त्यालाही म्हटलं होतं मी... लाइन बदल; पण... साब, गेल्या वर्षी त्याला कुणीतरी खास माणूस भेटला होता..."

"खास म्हणजे?"

"खास म्हणजे... भारी... पॉश माणूस... भैरवनं डिटेल सांगितले नाही;

पण... आपला भैरव लॉक क्रॅकिंगमध्ये बापमाणूस! साब... खोटं नाही सांगत; पण... कोणतंबी लॉक असू दे... जुनं, नवं... देशी... चायनीज... अगदी लॉकरची बी कुलपं असू दे, भैरवला कुलपाचं लीवर झटकन ध्यानात यायचं... कुलूप तोडायचं नसलं तर तो डुप्लिकेट चावी सोता बनवायचा.''

''भैरव तुला शेवटचा कधी भेटला?'' महावीरनं विचारलं.

''नेमकं आठवत नाही साब; पण... सहा एक महिने झाले असतील... त्या वेळी त्याला ओळखलंच नाही मी...''

''का?''

''लय भारी अवतार होता त्याचा. एकदम भारी कपडे... टकाटक गॉगल... पायात भारी शूज... मी म्हटलं... भैऱ्या, लय मोठा हात मारलेला दिसतो... तर म्हणाला... मोठा हात नाही रफिक... मोठा प्रोजेक्ट घेतलाय... मी त्याला डिटेल विचारायला लागलो तर म्हणाला... आल्यावर सांगतो. म्हटलं... कुठे चाललास? तर हाताची खूण केली... विमानाची... मी तर बेजुबान झालो साब... भैरव आणि विमान... तेवढ्यात त्याचा मोबाइल वाजला... लय भारीचा फोन होता साब...''

क्षणभर थांबून रफिक पुढे म्हणाला, ''...साब, मला तेव्हा एहसास झाला... तो फोनवर इंग्रजीत बोलला...''

''इंग्रजीत?''

''हा साब... तो तर फार शिकलेला नव्हता साब...''

काही क्षण दोघंही विचार करत गप्प बसले. रफिक म्हणाला, ''...नंतर एकदमच बातमी समजली... भैरवची लाश सापडल्याची.''

''रफिक...'' महावीर म्हणाला, ''तू एवढी माहिती दिलीस त्याबद्दल थँक्स... हे घे... घरच्यांसाठी खाऊ घेऊन जा...'' असं म्हणत महावीरनं त्याच्यासमोर पाचशे रुपयांची नोट धरली.

''ना... ना साब... ये तो अपुनका...''

''घे रफिक घे...''

महावीरनं बळेच त्याच्या हातात नोट कोंबली आणि म्हणाला, ''अजूनही काही आठवलं तर मला फोन कर... तुझा नंबर मी सेव्ह केलाय... आणखी एक गोष्ट लक्षात ठेव रफिक... भेटतील त्या लोकांबरोबर भैरवबद्दल विषय काढ... न जाणो... कुणाकडून आणखी काही कळू शकेल... थँक्स रफिक...''

''साब...'' रफिक काहीसा भावुक होत म्हणाला, ''भैरव कसापन आसू दे; पण तो माझा यार होता. त्याला ज्या कुणी अशी बेमौत दिली ना... त्यांचा पर्दाफाश करा साब... सुभद्राभाभी आणि गण्याला इन्साफ मिळवून द्या साब...''

महावीरनं त्याच्या भावना जाणून अस्वस्थपणे त्याचा हात दाबला आणि त्याचा निरोप घेतला.

ϖ

इंद्रजित राणांच्या केबिनमध्ये महावीर त्यांच्यासमोर बसला होता. तो तिथे आला, तेव्हा राणांच्या कपाळावर सूक्ष्मशी आठी उमटली होती. त्याला टाळण्यासाठी राणांनी कामात असल्याचा आव आणला होता; पण महावीर शांतपणे त्यांचं काम संपायची वाट पाहत त्यांच्यासमोर बसून राहिला होता. शेवटी राणांना त्याचं अस्तित्व असह्य झालं. त्यांनी फाइल बाजूला ठेवली आणि ते म्हणाले, "महावीर, आय हॅव ऑलरेडी टोल्ड यू... भैरवच्या केसबाबत..."

"राणा सर, प्लीज!... माझं मत ऐकून तर घ्या... प्लीज."

"ठीक आहे... बोल..."

"सर... ही केस वरवर जितकी साधी वाटते, तशी ती नाही... मी जी माहिती काढली त्यावरून मला वाटतं, या खुनापाठीमागे काही गौडबंगाल आहे."

"बरं मग?" राणांनी थंडपणे विचारलं.

"सर... तुम्ही प्लीज ती केस बंद करू नका सर... प्लीज क्लोजर रिपोर्ट देऊ नका."

"महावीर... यू नो... माझा त्या केसशी संबंध राहिलेला नाही. माझी ट्रॅफिकला बदली झालीय."

"आय नो सर. म्हणूनच तुम्ही त्या केससाठी माझं नाव रेकमेंड करा... प्लीज..."

"महावीर... तू माझा कलिग आहेस आणि चांगला मित्रसुद्धा!... म्हणून एक सल्ला देतो तुला. या केसला हात लावू नकोस... भैरव मर्डर केसपासून लांब राहा."

महावीरनं त्यांच्याकडे रोखून पाहत विचारलं, "का? कारण सांगू शकता सर?"

"नाही... सॉरी... याउप्पर तुझी मर्जी."

"ठीक आहे सर... तुमच्या मैत्रीपूर्ण सल्ल्याबाबत थँक्स; पण... आता तर माझा ठाम निश्चय झालाय... मी ही केस हातात घेणारच. कर्णिक साहेबांची परवानगी मिळाली नाही तरीही!" एवढं बोलून महावीर तडफदार पावलं टाकीत त्यांच्या केबिनमधून बाहेर पडला.

ϖ

पोलीस मुख्यालयातल्या रेकॉर्ड रूमसाठी सदानंदची रात्रपाळी होती. त्याला ही ड्यूटी नकोशी वाटायची. रात्रभर भुतासारखं एकटं बसून राहायचं, कारण रेकॉर्ड रूम होती इमारतीच्या सर्वांत वरच्या मजल्यावर. अगदी कोपऱ्यात. रात्रीच्या वेळी सहसा कुणाला जुन्या रेकॉर्डची गरज भासत नसे; त्यामुळे तिकडे कुणी फिरकायचंही नाही. सदानंद रेकॉर्ड रूमच्या दारातच व्हरांड्यात खुर्ची टाकून निवांत बसला होता. त्यानं घड्याळात पाहिलं. रात्रीचे सव्वाबारा वाजून गेले होते. त्याला भयंकर कंटाळा जाणवला. अजून सहा तास जागायचंय या विचारानं त्याला अधिकच जांभया येत होत्या. थोडं झोपायला मिळालं तर किती छान वाटेल, असा विचार त्याच्या मनात येत होता. तेवढ्यात महावीर तिथे आला.

"अरे, सर तुम्ही?... एवढ्या रात्री इकडे कुठे?" त्यानं महावीरला पाहत विचारलं.

"यावं लागतं बाबा... जुनी मढी उकरली की, परत गाडावी लागतात ना... अरे, ती हाजी बिलालची केस आठवते ना..."

"हो हो..."

"त्याच संदर्भात रेकॉर्ड चेक करायचंय..."

"चला सर..." असं म्हणत सदानंद उठू लागला.

त्याला बसवत महावीर म्हणाला, "बैस... बैस. तू कशाला त्रास घेतोस? मला बराच वेळ लागेल... त्यापेक्षा तू थोडी झोप काढ. माझं काम झालं की, जाताना मी तुला उठवतो."

"पण सर... कुणी आलं तर?"

"डोंट वरी सदानंद... मी आहे ना सांभाळून घ्यायला." त्याच्या बोलण्यानं सदानंद निश्चिंत झाला आणि मनोमन खूश झाला. देवानं आपलं गाऱ्हाणं ऐकलं आणि महावीरला पाठवलं, असा विचार करत त्यानं खुर्चीच्या मागे मान टेकवून डोळे मिटले.

महावीर रेकॉर्ड रूममध्ये आला. भैरव मर्डर केसची फाइल शोधायला त्याला वेळ लागला नाही. त्यानं स्वतःच्या स्मार्ट फोनवर फोटो घ्यायला सुरुवात केली.

"मे आय कम इन सर?" राणानं कमिशनरांच्या केबिनचं दार उघडत विचारलं.

"येस... कम इन... बैस राणा... काय काम काढलंस?"

"सर... दोन दिवसांपूर्वी मोठा घोटाळा झाला..." राणा म्हणाला, तसे कमिशनर सावरून बसले. राणा पुढे म्हणाला, "सर, सदानंद चौधरीच्या मूर्खपणामुळे

महावीरला संधी मिळाली. तो रेकॉर्डरूममध्ये गेला होता.'' हे ऐकून कमिशनर गंभीर झाले.

''सर... मला खात्री आहे... त्यानं त्या केसची फाइल...''

''फाइल नेली?''

''नाही सर... त्यानं फाइल नेली नाही; पण आय ॲम शुअर... त्यानं फोटो घेतले असणार... बाजी टाउनमध्ये त्याच्या सुसज्ज फ्लॅटमध्ये तो कॉम्प्युटरवर फोटोसह सगळे डिटेल्स बघणार...''

कमिशनर विचारात पडले. स्वतःशीच बोलावं तसं म्हणाले, ''कुशाग्र बुद्धीची माणसं म्हणजे डोकेदुखीच!... त्यातून हा आहे भयानक जिद्दी... काय करावं?...''

''सर, परदेशातल्या बँकांमध्ये असलेल्या ब्लॅक मनीबाबत महावीरची शिफारस करा. तसंही राज्यातलं आणि केंद्रातलं सरकार बदललंय... तुमच्या शिफारशींमुळे महावीर तिकडे गेला तपासासाठी, तर भैरव प्रकरण बाजूला पडेल.'' राणानं सुचवलं.

''नाही राणा... तसं केलं, तर अनेक राजकारणी आणि बरेच उद्योजक गजाआड जातील... महावीर ब्लॅक मनी अकाउंट्सची पाळंमुळं खणून काढेल. त्यापेक्षा...''

कमिशनर काही क्षण विचारमग्न झाले. पाहता पाहता त्यांचा चेहरा खुलला. त्यांच्या मनात आलेली जबरदस्त आयडिया ते राणाला सांगू लागले.

ত্র

बाजी टाउनमधल्या इमारतीच्या पंचविसाव्या मजल्यावरच्या सुसज्ज फ्लॅटमध्ये दोन रात्री जागरण करून महावीरनं भैरवची संपूर्ण फाइल तपासली होती. भैरवचं प्रेत सापडलं, तेव्हा पंचनामा करताना, काढलेले प्रेताचे फोटो त्यानं कॉम्प्युटर स्क्रीनवर एन्लार्ज करून पाहिले होते. भैरवचा खून करण्यापूर्वी त्याच्यावर खूप अत्याचार करण्यात आले होते, हे त्या फोटोवरून स्पष्ट दिसत होतं. भैरवच्या हाताची नखं उपटण्यात आली होती, त्याला सिगारेटचे चटके देण्यात आले होते. महावीरला जाणवलं की, ज्या अर्थी भैरवचा एवढा छळ करण्यात आला, त्या अर्थी त्याच्याकडे नक्कीच एखादं गुपित असणार. कोणतं गुपित? भैरवसारख्या चोराकडे असं काय असावं, त्यापायी हाल सहन करत त्याचा मृत्यू व्हावा?

रघूनं महावीरसमोर ब्रेकफास्ट आणि चहाचा ट्रे ठेवला. ''साहेब... रोज रोज जागरण करता... चांगलं नाही,'' रघू म्हणाला. महावीरला एकदम पत्नीची आठवण झाली. शांती त्याला असल्या गोष्टींवरून रागवायची, कधीकधी अबोला धरायची;

पण प्रेमानं, त्याच्या आरोग्यासाठी. शर्वरीचा मृत्यू मात्र ती सहन करू शकली नाही. नवऱ्यामुळे आपल्या लाडक्या निरागस पोरीचा बॉम्बस्फोटात मृत्यू झाला, ही जखम घेऊनच ती छोट्या अभयला घेऊन दूर गेली.

सारं काही आठवून महावीर उदास झाला. ''साहेब, रागावलात का?'' रघूनं विचारलं. महावीर मलूलसा हसला आणि म्हणाला, ''नाही रघू... शांतीची आणि अभयची आठवण झाली. तिच्या पश्चात तूच माझा केअरटेकर आहेस... तुझ्यावर कसा रागवेन मी...'' रघू आतमध्ये निघून गेला. महावीरच्या मनात आलं, डिपार्टमेंटमधल्या इतरांसारखं मला का वागता येत नाही? का एखाद्या प्रकरणाच्या मागे हात धुवून लागतो मी? दुर्लक्ष का करत नाही मी? हा कोण कुठला भैरव... त्याचा खून झाला... त्याचा पोरगा माझ्याकडे आला... आणि त्या अभागी स्त्रीच्या अश्रूंनी मला या प्रकरणात खेचलं. खरंतर हे प्रकरण कदाचित अतिशय सामान्यही असू शकतं... मी मात्र... त्यानं विचार झटकत चहाचा कप उचलला आणि वर्तमानपत्र चाळू लागला. अचानक त्याचं लक्ष एका बातमीकडे गेलं.

'भैरव सोनटक्के खून प्रकरणात संशयितास अटक.'

लॉकअपमध्ये महावीर आला, तेव्हा इन्स्पेक्टर वासुदेव मेहेंदळे संशयित आरोपीकडून माहिती घेत होते. हवालदार कांबळे जबाब नोंदवीत होता. महावीरनं संशयित आरोपीकडे पाहिलं. तो साधारणपणे पंचेचाळिशीचा, मध्यम बांध्याचा आणि सावळ्या वर्णाचा इसम होता. महावीर काहीही न बोलता तिथे थांबला. पंधरा-वीस मिनिटांनंतर, जाब-जबाब संपल्यानंतर तो मेहेंदळेंसमवेत बाहेर आला.

''या माणसानं भैरवचा खून केला?'' महावीरनं विचारलं.

''हो. त्यानं कबुलीजबाब दिला आत्ताच...''

''...कशासाठी?''

''बांदल म्हणतो... प्रकाश बाबूराव बांदल नाव आहे त्याचं.'' मेहेंदळे सांगू लागले, ''तो म्हणाला, त्यानं आणि भैरवनं एका मोठ्या फ्लॅटमध्ये मोठा हात मारला. सुमारे चाळीस तोळ्यांचे दागिने आणि कॅश चोरली. दागिने नंतर वाटून घ्यायचं ठरवलं दोघांनी; पण नंतर म्हणे भैरवनं त्याला दगा दिला. दागिन्याचं बोचकं कुठेतरी हरवलं, असं सांगितलं. दोघांचं भांडण झालं. भैरवनं याला मारलं. म्हणून यानं संधी साधली आणि भैरवला संपवलं.''

''...भैरवचा छळ केला ना...''

''हो, दागिने कुठे लपवले ते भैरवनं सांगावं म्हणून बांदलनं त्याला सिगारेटचे

चटके दिले. पकडीनं नखं उपटली, असा जबाब दिलाय बांदलनं.''

बोलता बोलता दोघंही मेहेंदळेंच्या टेबलाजवळ आले. महावीर विचारमग्न होता. तेवढ्यात शिपायानं त्याला निरोप दिला की, कमिशनरसाहेबांनी त्याला भेटायला बोलावलंय. मेहेंदळेंचा निरोप घेऊन तो तिकडे निघाला.

ὤ

''महावीर... तुझ्या हातात नक्कीच जादू आहे.'' कमिशनर हसत म्हणाले, ''तू ज्या केसला हात लावतोस, ती केस झटक्यात निकाली निघते.'' महावीरनं स्मितहास्य केलं. ते पुढे म्हणाले, ''इंद्रजित राणानं एवढा तपास केला; पण त्याला खुनी सापडला नाही. तू नुसता भैरव प्रकरण हाती घ्यायचा विषय काढलास आणि बघ...''

''नाही सर... तुम्ही मला परवानगी कुठे दिली होती?... मी तर...''

''जाऊ दे...''

''...पण सर, अचानक हा संशयित सापडला कसा?''

''महावीर... तंत्रज्ञान कितीही पुढे जाऊ दे... शेवटी आपल्या मदतीला कोण येतं?... आपले क्राइम इन्फॉर्मरच ना... कोणातरी सी.आय.नं खबर दिली आणि बांदल सापडला.'' कमिशनर म्हणाले. तेवढ्यात त्यांचा मोबाइल वाजला. कॉलर आय.डी. पाहून त्यांची क्षणभर चलबिचल झाली, ही गोष्ट महावीरच्या नजरेतून सुटली नाही.

''हॅलो... मी नंतर फोन करतो तुम्हाला. नो... नो... नो... येस... येस... डन... काळजीचं कारण नाही.'' असं म्हणत त्यांनी मोबाइल फोन बंद केला.

''एनी वे... महावीर. कर्णिकसाहेबांशी बोलून मी तुझ्याकडे एक मोठं काम सोपविणार आहे. मे बी तुला कोलकात्याला जावं लागेल...'' कमिशनर बोलत राहिले; पण महावीरच्या डोक्यात अजूनही बांदलचाच विचार घोळत होता. बांदलच्या चेहऱ्यावरचा शामळूपणा त्याच्या नजरेत ठसला होता.

ὤ

त्या रात्री महावीर पुन्हा भैरवच्या प्रेताचे फोटो एन्लार्ज करून पाहत होता. त्याला प्रेताजवळ बारीकसं काहीतरी दिसलं. त्यानं तो भाग अधिक एन्लार्ज केला. सिगारेटचं थोटूक दिसलं. महावीरनं बारकाईनं पाहिलं. ती सिगारेट फिल्टर सिगारेट होती आणि महाग ब्रँडची होती. महावीर पुन्हा साशंक झाला. बांदलनं भैरवचा छळ करून, खून केला ही गोष्ट त्याला पटत नव्हती, कारण बांदल त्याला अट्टल

गुन्हेगार वाटला नव्हता आणि बांदल एवढी भारी ब्रँडची सिगारेट कसा ओढत असेल! त्याच्या मनातील संशय वाढू लागला. बांदलवर कुणी दबाव टाकला असेल? दबाव टाकला तरी खुनाचा आरोप कोण स्वतःवर घेईल? मुळात भैरवला कोण भारी माणूस भेटला होता हे शोधून काढलं पाहिजे. त्यानं मनाशी पुढची चाल ठरविली आणि तो पुन्हा भैरवच्या केसचे कागद वाचू लागला.

प्रशस्त बंगल्याच्या व्हरांड्यात माजी गृहमंत्री साध्या पोशाखात बसले होते. त्यांच्यासमोर कमिशनर होते. चहा घेता घेता कमिशनर म्हणाले, ''साहेब, माझ्या परीनं मी उपाय केला; पण मला अजूनही शंका वाटते की, महावीर इतक्या सहजासहजी माघार घेणार नाही.''

''हं... पण आप्पा...''

कमिशनरांनी त्यांच्याकडे पाहिलं. ते किंचित हसत म्हणाले, ''चकित होऊ नका... मी आप्पा म्हटलं तुम्हाला... आपले संबंध जुने आहेत. आता मी सत्तेत नसलो म्हणून काय झालं?... आपले संबंध...''

''खरंय साहेब... तुम्ही मला घरगुती नावानं हाक मारलीत ते बरं वाटलं... असाच लोभ राहू द्या.''

''लोभ आहेच! म्हणून तर हक्कानं हे प्रकरण दाबून ठेवायला सांगितलं. अहो... ही बडी बडी औद्योगिक घराणी... नामवंत... आपल्या देशाच्या, राज्याच्या विकासात भर घालतात. उद्योगाचा विस्तार करताना होतात काही चुका. म्हणून काय त्यांना जनतेसमोर उघडं पाडायचं? घ्यावं लागतं सांभाळून! पण हे सगळं त्या महावीरला कोण आणि कसं सांगणार! बाकी तो म्हणजे तुमच्या डिपार्टमेंटचा हिरा आहे... कोहिनूर हिरा! सत्य शोधून काढण्यासाठी वाट्टेल ते करायला तयार...''

''तीच तर भीती आहे ना साहेब... कोहिनूर असला तरी हिराच ना... घशात गेला की, आतडी कापून बाहेर येणार...''

''एक काम करा आप्पा... तुम्ही त्याला एखादी मोठी कामगिरी द्या म्हणजे या भैरव प्रकरणाकडे त्याचं दुर्लक्ष होईल.''

''मी तो विचार केला साहेब; पण नवीन गृहमंत्रीसाहेब ऐकतील का... तुम्ही त्यांच्याशी बोललात तर...''

''नाही आप्पा... अहो, बारा गावचं पाणी प्यायलेला माणूस तो... ऑफ द रेकॉर्ड बोलतोय हं... त्याला थोडा जरी संशय आला ना तरी तो डँबिस हे प्रकरण मुद्दाम महावीरकडे सोपवील. अर्थात, मी कुठेच सापडणार नाही; पण आमचे

उद्योगपती मित्र... शिवाय तुम्ही स्वतः... तुमचा तो ऑफिसर कोण हो...''

''राणा...''

''हं... तुम्ही सगळे अडकाल ना... माझ्यामुळे तुम्हाला त्रास होऊ नये असं मला वाटतं.'' काही क्षणांनंतर ते पुढे म्हणाले, ''बघू आपण काय करता येईल ते. कर्णिकांना फोन करून कल्पना देतो. होता होईल तो महावीरला दूर ठेवू आपण आणि समजा, तो मागे लागलाच तर दुसरा मार्ग काढू काहीतरी.''

''थँक्स साहेब... तुम्ही पाठीशी राहा म्हणजे झालं...'' असं म्हणत कमिशनर उठले.

☙

इकडे महावीरचा मोबाइल फोन वाजला. त्यानं सी.आय. नाइन नंबर पाहून फोन घेतला. ''बोल.''

''सर... कमिशनर सुमारे तासभर माजी गृहमंत्र्यांच्या बंगल्यात होते.''

''थँक्स!'' म्हणत महावीरनं फोन बंद केला. त्याची खात्री पटली की, भैरव खून प्रकरणामागे मोठं रहस्य आहे. मात्र, चेहऱ्यावर हसरे भाव ठेवत तो पोलीस मुख्यालयात शिरला.

''अभिनंदन राणा सर!...'' राणाच्या केबिनमध्ये येत महावीर म्हणाला, ''भैरवचा खुनी सापडला. तुम्ही म्हणालात तेच खरं होतं... केसमध्ये काही दम नव्हता.''

महावीरचं बोलणं ऐकून राणा हसले. त्यांच्या चेहऱ्यावर निश्चिंत भाव उमटला. त्यांनी चहा मागवला. त्यांच्याशी अवांतर गप्पा मारून महावीर बाहेर पडला.

☙

महावीर भीमनगर वसाहतीत पोहोचला. त्यानं इन्स्पेक्टर मेहेंदळेकडून मोठ्या खुबीनं सगळी माहिती काढून घेतली. ''एऽ... कोण हवंय रे?'' वस्तीतील एकजण महावीरच्या अंगावर खेकसला. महावीर स्वतःवर खूश झाला, कारण आपलं वेशांतर बेमालूम झालंय याची त्याला खात्री पटली. ''पक्याकडे आल्तो. बांदल वो...'' महावीर हेल काढत म्हणाला. त्यावर तो माणूस म्हणाला, ''तो अन् त्याची बायकापोरं गेली वडगाव उंब्रजला... इतक्यात येणार न्हाईत माघारी.'' महावीरनं हताश होण्याचं नाटक केलं अन् हवी ती माहिती मिळाल्यामुळे तिथून बाहेर पडला.

खास खबरीकडून निरोप मिळताच महावीर धावतपळत सुभद्राच्या घराकडे गेला. तो तिथे पोहोचला, तेव्हा सुभद्रा मोठ्या बॅगेला कुलूप लावत होती. घरातलं

बहुतेक सर्व सामान पॅकिंग करून ठेवलेलं होतं. महावीरला दारात आलेलं पाहून सुभद्रा घाबरली.

"कुठे चाललात तुम्ही?" त्यानं काहीशा रागानं विचारलं. तिच्या तोंडातून शब्द फुटेना. मात्र, गणू निरागसपणे म्हणाला, "आजीकडे निघालो."

"सुभद्रा..." महावीर म्हणाला, "तुमच्या नवऱ्याचा खुनी शोधायला सांगता आणि अचानक न सांगता जायचा बेत करता..."

"काय करू साहेब..." ती चाचरत म्हणाली, "इथे मला भीती वाटते..."

"चोर शिरले होते घरात..." गण्या म्हणाला.

"हे बघा सुभद्रा..." महावीर शांत होत म्हणाला, "तुम्ही मला जर सगळं खरं खरं सांगितलं नाही तर मी..."

"सांगते साहेब... पण..."

"काळजी करू नका. तुम्हाला काही अपाय होऊ देणार नाही; पण आधी हे सांगा... चोर..."

"साहेब... गेल्या आठवड्यात गण्या आणि मी माझ्या नातेवाइकाकडे गेलो होतो... तिथेच राहिलो. इथे आलो तर... सगळं सामान उलटंपालटं झालेलं... बरीच उचकापाचक केली होती."

"पैसे, दागिने किती गेले?" त्यानं विचारलं.

"नाही... पैसे..." ती किंचित गडबडली. तेवढ्यात गणू म्हणाला, "नोटांना हात बी लावला नाही. वेडेच होते चोर." सुभद्रानं रागीट हताशपणे गणूकडे पाहिलं.

महावीर म्हणाला, "मुलाकडून तरी खरं बोलायला शिका थोडंसं..."

सुभद्रानं मान खाली घातली. क्षणभरानं म्हणाली, "चुकलं साहेब..."

"हे पाहा सुभद्रा... तुम्हाला जर तुमच्या नवऱ्याच्या खुन्याला शिक्षा व्हावी, तुम्हाला न्याय मिळावा असं वाटत असेल, तर जे जे घडलं ते सर्व काही मला सांगा. नाहीतर मी शोध थांबवतो."

"नको साहेब... मी... मला..." क्षणभर थांबून नंतर ती पुढे म्हणाली, "साहेब... कुणावर विश्वास ठेवावा हेच कळेनासं झालंय. तुमच्या राणासाहेबांना सगळं काही सांगितलं होतं; पण... त्यांनीच केस बंद केली... तुमचं नाव रफिकनं सुचवलं म्हणून तुम्हाला बोलावलं, पण... साहेब, मी आता सगळं सांगते तुम्हाला... साहेब, भैरव फार हुशार होता. चोऱ्या करायचा; पण त्याला छोट्या चोऱ्या नको वाटायच्या. मला म्हणायचा..."

"गणू... जा तुला काहीतरी खाऊ घे..." तिला अडवत महावीरनं गणूला शंभर रुपये देऊन बाहेर पाठवलं. तो खुशीनं निघून गेला. "सांगा पुढे..." तो म्हणाला.

"...मला म्हणायचा... सुभे, माझ्या हातात जी कला आहे ना... बघच तू... असा मोठा हात मारीन ना... आणि गेल्या वर्षी त्याला कुणीतरी मोठा माणूस भेटला. नगद दहा हजार दिले, त्यानं भैरवला. नाचतच आला घरी. कायतरी मोठ्ठं काम मिळालं म्हणाला; पण त्यासाठी त्याला आधी इंग्रजी शिकायचं होतं. मोठ्या लोकांसारखं वागा-बोलायला, उठा-बसायला शिकायचं होतं. त्या काळात तो घरी कधीतरीच यायचा. त्याची तब्येत सुधारली त्या काळात, मला तो त्याचे भारी कपडे दाखवायचा. इथे घालून दाखव, म्हटलं तर म्हणायचा सुभे, ही कापडं मोठ्या प्रोजेक्टसाठी आहेत. एकदा तर साहेब... पाच लाख रुपये घेऊन आला. नगद पाच लाख साहेब. मी तर घाबरलेच. तर हसत हसत तो म्हणाला... सुभे, अजून भरपूर मिळणार अशी बंडलं..." ती क्षणभर थांबली. महावीर सारं काही लक्षपूर्वक ऐकत होता. ती पुढे सांगू लागली. "मी त्याला म्हटलं... काम तरी काय एवढं... तर म्हणाला... लय भारी काम आहे... इथे नाही. दुसऱ्या देशात..."

"एक मिनिट सुभद्रा... तुम्हाला त्यानं कधी पासपोर्ट दाखवला त्याचा?" महावीरनं तिला अडवत विचारलं. ती काही क्षण गोंधळली. विचारमग्न झाली. नंतर म्हणाली, "पासपोर्ट म्हणजे रेशनकार्डागत छोटं पुस्तक असतं तेच ना..."

"हो..."

"दाखवलं होतं ते पुस्तक. साहेब... मी तर बघतच राहिले, त्यातल्या फोटोकडे. भैरवचाच फोटो पण भैरव वाटत नव्हता. कोट होता. टाय होता... केसबी एकदम टकाटक जंटलमनसारखे... तो म्हणाला, तिकडून आलो की, आपण मोठं घर घ्यायचं... एकदम भारी."

"हं... पासपोर्टवर..."

"सगळं इंग्रजीत होतं साहेब..."

"तुम्हाला इंग्रजी..."

"नाही येत... पण... हा साहेब..." तिला काहीतरी अचानक आठवलं तसं ती म्हणाली, "गणू काहीतरी म्हणाला... बाबा... ह्येच्यावर तुमचं नावच नाही." त्याला टप्पल मारत भैरव म्हणाला... लय इंग्रजी यायला लागलं का रे गण्या..."

सुभद्रा गप्प बसली. जणू त्या प्रसंगात हरवली. महावीरचं विचारचक्र वेगानं फिरत होतं. क्षणभरानं त्यानं विचारलं, "भैरव कधी गेला आणि परत कधी आला?"

सुभद्रा काही वेळ आठवत राहिली, नंतर म्हणाली, "साहेब, नवरात्रीचे दिवस होते... तेव्हाच गेला आणि हो, दिवाळीच्या आधी आला. घरात तोंड दाखवायला यायचा. सारखा बाहेरच असायचा. मग एक दिवस आम्हा दोघांना बॅगेत कपडे

भरायला लावून बाहेर नेलं. एका चांगल्या हॉटेलच्या रूममध्ये राहायला सांगितलं. सगळं होतं तिथे... खायला-प्यायला हवं ते... खोलीत टी.व्ही.बी होता. गण्या तर जाम खूश होता; पण साहेब... खरं सांगते माझ्या जिवाला घोर लागला होता... तो भेटाय आला की, मी त्याला सतरा सवाल करायची; पण तो म्हणायचा... थोडं थांब सुभे... दम धर... आणि जायचा निघून. एकदा गेला तो परत आलाच नाही... दहा पंधरा-वीस दिवस गेले... एकदा हॉटेलचा मॅनेजर आला; म्हणाला, मॅडम... साहेबांनी दिलेला ॲडव्हान्स संपला. तुम्ही अजून राहणार की रूम सोडणार? मी घाबरले होते. भैरवचा तर पत्ताच नव्हता. त्याचा मोबाइल बी बंद होता. मग मी गण्याला घेऊन आले परत घरी... आणि दोन दिवसांनंतर पोलीस आले... भैरवचं प्रेत सापडलं असं सांगत...''

बराच वेळ दोघंही गप्प बसले. सुभद्रानं पदरानं डोळे टिपले आणि बॅगेकडे बोट दाखवत म्हणाली, ''तुम्हीच सांगा साहेब, माझा सोन्यासारखा माणूस गेला या आठ-दहा लाखापायी... म्हणून ठरवलं... समदं घ्यावं आणि जावं आईच्या घरी... दूर गावाकडे. आता इथे काय राहिलं माझं.''

महावीरचा मोबाइल वाजू लागला. त्यानं पाहिलं. फोन रघूचा होता. अर्जंट काहीतरी असल्याखेरीज रघू कधी फोन करत नसे. ''हॅलो रघू...''

''साहेब दिल्लीवरून कुरिअर आलंय... म्हणून फोन केला.'' रघूनं बातमी दिली.

''ठीक आहे. मी येतो तासाभरात.'' असं सांगून त्यानं फोन बंद केला. त्यानं पाहिलं, तर सुभद्रा त्याच्याकडे अपेक्षेनं पाहत होती. काही क्षण विचार करून तो म्हणाला, ''सुभद्रा... तुम्ही गणूला घेऊन जा तुमच्या माहेरी. मला पत्ता देऊन ठेवा. माझा फोन नंबर देतो... काहीही घडलं तर मला लगेच कळवा. काही काम निघालं तर मी येईन तिकडे; पण एक लक्षात ठेवा. माझ्याव्यतिरिक्त आता या विषयावर कुणाशीही काहीही बोलू नका.''

ಌ

बॅटलांटामधील 'कूल हार्ट' कोल्ड्रिंक कंपनीच्या हेडऑफिसमध्ये महत्त्वाची मीटिंग भरली होती. व्यवस्थापकीय संचालक स्मिथ यांनी प्रमुख अधिकाऱ्यांना भारतात ठरलेल्या वाणिज्यविषयक दौऱ्याविषयी सर्व तपशील सांगितले होते. मार्केटिंग हेड रेमंडनं भारतातील संभाव्य करारातल्या सर्व बाबी पुनःपुन्हा तपासून पक्क्या केल्या होत्या. मीटिंग जवळजवळ संपत आली होती; परंतु मीटिंगमध्ये बसलेला ॲंडरसन अस्वस्थ होता. काही काळापूर्वी त्याच्या बाबतीत जे घडलं होतं,

ते आठवून तो पुनःपुन्हा चिंतित होत होता. खरंतर ते प्रकरण भारतातल्या संबंधित लोकांनी संपवलं होतं. तरीही अँडरसन अजून पूर्णपणे सावरलेला नव्हता आणि आता त्याला रेमंड आणि इतर अधिकाऱ्यांसह भारत दौऱ्यावर जायचं होतं. भारतात जायचं म्हणून एका बाजूनं त्याला उत्सुकताही होती, कारण भारताच्या सांस्कृतिक वैविध्याविषयी, तिथल्या लोकशाहीविषयी त्यानं खूप काही ऐकलं होतं. त्यांच्या दौऱ्यात वाणिज्यविषयक भेटीगाठीच्या कार्यक्रमाव्यतिरिक्त इतरही कार्यक्रम होते. विशेषतः दिल्लीमध्ये एक खास सांस्कृतिक कार्यक्रम होता आणि त्यानंतर भारतीय जेवणाचा विशेष बेत होता. हे सारं असूनही अँडरसनला थोडंसं दडपण आलं होतं, कारण जी अतर्क्य घटना घडली होती, त्या घटनेतल्या सहभागी व्यक्तीचा... म्हणजे भैरवचा खून झाला होता. त्याच्या 'कूल हार्ट' कोल्ड्रिंक कंपनीनं प्रकरणाचा बभ्रा होऊ दिला नव्हता. प्रकरण दडपलं होतं. त्यासाठी भारतातल्या काही लोकांनी मदत केली होती; पण...

"हे... अँडी... व्हॉट्स अप?" रेमंडनं त्याला छेडलं. तसा तो भानावर आला.

"नथिंग..." असं म्हणत तो हसला.

"फरगेट इट बडी... चिअर अप!" म्हणत रेमंडनं त्याच्या खांद्यावर थोपटलं. अँडरसन त्याच्या उत्साही पाठिंब्यानं काहीसा रिलॅक्स झाला. "इट वॉज नॉट युवर फॉल्ट मॅन... बी कूल." रेमंड म्हणाला.

"येस... येस... आय ॲम कूल... थँक्स बडी!" असं म्हणत अँडरसन मनापासून हसला.

"वेलकम महावीर." म्हणत राकेश गोयलनं त्याचं स्वागत केलं. राकेश त्याला घ्यायला पालम विमानतळावर आला होता. कारमध्ये महावीरचं सामान ठेवत तो म्हणाला, "तू आला नसतास तर..."

"राकेश... तुझा एवढा आग्रह होता की, हातातली केस बाजूला ठेवून यावं लागलं." महावीर म्हणाला.

"दॅट्स रिअल ॲफेक्शन..." दोघंही कारमध्ये बसून गप्पा मारत निघाले. पालम एअरपोर्टवरून गुरगाव रोडकडून कार स्वामीमलाई देवालयाजवळील वसंत विहारकडे धावत होती. "हे बघ महावीर, एकामागोमाग अशा केसेस येतच राहणार... आपण तपासकार्यात चोवीस तास गुंतून राहिलो, तर वैयक्तिक आयुष्य कधी जगणार?... लेट्स हॅव अ ब्रेक... आज दुपारचा घरगुती समारंभ झाला की, संध्याकाळी मस्त पार्टी आहे. ॲटलांटाच्या कूल हार्ट कोल्ड्रिंक कंपनीचं डेलिगेशन

आलंय दिल्लीत. त्यांच्यासाठी एक कल्चरल प्रोग्राम आणि डिनर आयोजित केलंय... आपल्याला जायचंय.''

''अरे पण मी तिथे... अनइन्व्हायटेड...''

''कमॉन वीर... मला इन्व्हिटेशन आहे आणि यू आर माय गेस्ट...'' राकेश म्हणाला. दोघंही हसले.

ꕥ

''सर... तुम्ही मला बोलावलंत?'' राणानं कमिशनरांच्या केबिनमध्ये येत विचारलं.

''येस... बैस इंद्रजित...'' कमिशनरनी समोरची फाइल बाजूला ठेवत म्हटलं. राणा त्यांच्यासमोर बसला.

''इंद्रजित... महावीरनं डोक्याला भुंगा लावलाय...''

''काय केलं त्यानं सर?'' राणानं आश्चर्यानं विचारलं.

''तो दिल्लीला गेलाय...'' कमिशनर म्हणाले, ''तिथे त्याचा जिवलग मित्र आहे ना राकेश गोयल... आय.बी.चा अधिकारी.''

''आय.बी. मीन्स... इंटेजिलन्स ब्युरो?''

''येस राणा... येस...''

''पण सर...''

''राणा... तस काळजीचं कारण नाही; पण... का कोण जाणे... महावीरनं भैरव केसमध्ये लक्ष घातल्यापासून मला...''

''सर... प्लीज डू नॉट वरी... बांदल सापडला ते कळलं तसा महावीर केसपासून दूर झालाय. कदाचित तो भैरवची केस विसरूनही गेला असेल.''

''आय होप सो.''

ꕥ

नासेर रोडवरच्या हयात रिजन्सी हॉटेलच्या प्रशस्त हिरवळीवर बुफे डिनर चालू होतं. सांस्कृतिक कार्यक्रम संपला होता. कूल हार्ट कोल्ड्रिंक कंपनीचे अधिकारी खास इंडियन फूडचा आस्वाद घेत होते. एका बाजूला मार्केटिंग हेड रेमंड आणि अँडरसन ड्रिंक्सचे घोट घेत दुपारी यशस्वीपणे पार पडलेल्या कराराविषयी बोलत होते. दुसऱ्या बाजूला राकेश गोयल महावीरसह उपस्थित होता. राकेशला कुणीतरी हाक मारली तसा राकेश तिकडे गेला. खरंतर महावीरला खूप बोअर झालं होतं. राकेशच्या घरी कार्यक्रम झाल्यानंतर लगेच परत जायची त्याची इच्छा होती; पण

राकेशनं खूप आग्रह करून त्याला इथे पार्टीला आणलं होतं. त्याच्या डोक्यात भैरवच्या बायकोनं सांगितलेला घटनाक्रम घोळत होता. भैरव परदेशात गेला होता. कशासाठी? नेमकं कोणतं काम त्याला देण्यात आलं होतं? आणि नंतर त्याचा छळ करून, त्याला ठार करण्यात आलं, ते का? अनेक प्रश्नांच्या आवर्तनात तो निरुद्देशपणे हिरवळीवर इकडे तिकडे हिंडत होता. अचानक त्याचा कुणाला तरी धक्का लागला. "सॉरी!" असं म्हणत त्यानं त्या व्यक्तीकडे पाहिलं आणि बघतच राहिला. त्याच्या तोंडून अस्फुटसा शब्द बाहेर पडला. "तू?" धक्का लागलेल्या व्यक्तीच्या हातातील ग्लास हिंदकळला होता. "इट्स ओ.के." म्हणत ती व्यक्ती दूर निघून गेली. महावीर भयंकर गोंधळला. भैरव इथे कसा? पण... भैरवचा तर खून झालाय! नाही... तो भैरव नाही. भैरव असूच शकत नाही; पण अगदी भैरवसारखाच दिसतोय. महावीरनं दोन क्षणांत स्वतःला सावरलं आणि शांतपणे तो त्या व्यक्तीचं दुरूनच निरीक्षण करू लागला. तेवढ्यात राकेश त्याच्याजवळ आला. "एंजॉय वीर... हॅव अ ड्रिंक!" असं म्हणत त्यानं ड्रिंक्सचा ग्लास महावीरला दिला.

"थँक यू राकेश... बाय द वे राकेश... तो माणूस कोण आहे?" राकेशनं पाहिलं आणि म्हणाला, "तो ना... अं येस् ... अँडरसन!"

"राकेश... मला अँडरसनचे सगळे डिटेल्स हवेत, प्लीज."

"ओ.के. वीर... त्याचा तुझा काय संबंध?" राकेशनं विचारलं.

महावीर हसत म्हणाला, "राकेश... कोळी जाणं विणतो ते आपल्याला दिसतं; पण... डू यू नो... नियती एक जाळं विणत असते ते जाळं सहसा दिसत नाही; पण कधीकधी त्याचा एखादा धागा आपल्याला अकस्मात दिसतो..."

"ओह!" राकेश म्हणाला, "याचा अर्थ वीर, एखादा मोठा धागा तुझ्या हाती लागलेला दिसतोय!"

"येस राकेश... पण तू मला अँडरसन... त्याचे सर्व सहकारी, त्यांची कोल्ड्रिंक कंपनी आणि बाकी सर्व डिटेल्स दिलेस, तरच मी त्या धाग्याचं वस्त्र विणू शकेन."

"शुअर... मी आय.बी.मध्ये आहे हे विसरू नकोस..." यावर दोघंही खळखळून हसले.

दिल्लीवरून आल्यावर महावीरनं आपल्या खबरींना काही सूचना दिल्या. काहीजणांवर चोवीस तास लक्ष ठेवायला सांगितलं आणि तो रफिककडे गेला.

"रफिक... भैरव इंग्रजी शिकण्यासाठी कुठे जायचा हे तुला माहीत आहे

का?'' त्यानं सरळ विषयालाच हात घातला.

''साब... आता नेमकं आठवत नाही; पण भैरवनं एकदा मला ते ठिकाण दाखवलं होतं. त्यानं मला कँप एरियात पार्टी दिली होती. आम्ही दोघंही भरपूर प्यायलो होतो. पानटपरीवर पान सिगारेट घेऊन रिक्षासाठी चालत निघालो, तेव्हा एका बिल्डिंगकडे बोट दाखवून त्यानं मला सांगितलं की, तो तिथे इंग्रजी शिकतोय.''

''रफिक... बैस गाडीवर.'' महावीर म्हणाला. रफिकही काही न बोलता सरळ बुलेटवर बसला. महावीरनं गाडी कँप एरियाकडे घेतली. कँप एरियातल्या तीन प्रमुख रस्त्यांपैकी एका रस्त्यावर रफिकनं त्याला थांबवलं. त्यानं बिल्डिंगकडे बोट दाखवायच्या आधीच महावीरचं लक्ष गेलं, तिथे 'इंग्लिश कोचिंग क्लासेस' अशी पाटी होती. महावीरनं रफिकला त्याच्या गॅरेजवर सोडलं आणि कोचिंग क्लासच्या प्राध्यापक अवचटांना भेटण्यासाठी तो पुन्हा कँपमध्ये आला.

अवचट सरांना बाकी तपशील न सांगता महावीरनं भैरवबाबत माहिती विचारली. सर म्हणाले, ''भैरव प्रथम आला, तेव्हा त्याच्याबरोबर एक व्यक्ती होती. त्या व्यक्तीनं मला सांगितलं की, हवी तेवढी फी घ्या; पण भैरवला उत्तम इंग्रजी बोलायला शिकवा. त्याचे उच्चार फॉरिनर्ससारखे वाटले पाहिजेत. पाटी कोरी आहे... यू कॅन डू इट... अशा शब्दांत त्या माणसानं मला प्रोत्साहन दिलं. भैरव खरोखरच कोऱ्या पाटीसारखा होता. तो रोज यायचा. मन लावून शिकला.''

''थँक्स सर!'' महावीर म्हणाला. ''सर, भैरवसोबत आलेल्या माणसाचं वर्णन सांगू शकता का... किंवा त्याचं नाव, पत्ता...''

''नाही... पण... तुम्ही त्या वेळचं सीसीटीव्ही फुटेज...''

''इथे सीसीटीव्ही आहे?'' महावीरनं चकित होत विचारलं.

''हो... काळ बदललाय महावीरसाहेब... आपण बातम्या वाचतो ना... शिक्षकानं विद्यार्थिनीचा विनयभंग केला वगैरे. उगाच खोटं बालंट नको म्हणून मी ती सोय करून घेतली, कारण मी काही मुलींची खासगी ट्युशनही घेतो.''

''वा! सर... माझं कामच झालं.'' असं म्हणत महावीरनं त्यांचे आभार मानले. अवचट सरांनी दिलेले फुटेज घेऊन तो बाहेर पडला.

ಌ

कॉम्प्युटर स्क्रीनवर महावीरनं ते फुटेज पाहिलं. भैरवसोबत आलेला माणूस पावणेसहा फूट उंच आणि दणकट शरीरयष्टीचा दिसत होता. महावीरनं त्या माणसाचा चेहरा एन्लार्ज करून प्रिंटआउट्स काढल्या. तेवढ्यात त्याचा मोबाइल वाजला. फोन कमिशनरांचा होता.

ଔ

"सर... येऊ का?" महावीरनं कमिशनरांच्या केबिनमध्ये डोकावत विचारलं.

"ये... ये महावीर. दिल्लीची ट्रिप कशी झाली?" त्यांनी विचारलं.

"छान झाली. राकेशच्या आजीने पंचाहत्तरीत प्रवेश केल्याबद्दल घरगुती कार्यक्रम होता. जावं लागलं."

"हं! बाय द वे... महावीर... एक मोठी केस तुझ्यावर सोपवायची आहे, म्हणून बोलावलं तुला."

"सॉरी सर... खरंतर मीच आज येणार होतो तुमच्याकडे... रजेचा अर्ज घेऊन. मला महिनाभराची रजा हवी आहे."

"अरे पण..."

"सर प्लीज... नाही म्हणू नका."

"गावाला चाललाहेस?"

"रुसून-रागावून गेलेल्या शांतीला परत आणायचा प्रयत्न करायचाय."

"ओह... या कामासाठी मी तुला अडवू शकणार नाही. ओऽके! पण रजेवरून परत आलास की..."

"तुम्ही सांगाल ती केस घेईन..."

"ओऽके! देन... बेस्ट लक!... तुझी बायको आणि मुलगा तुझ्या लाइफमध्ये परत येवोत."

"थँक यू सर!" असं म्हणत महावीरनं त्यांचा निरोप घेतला. त्याला वाटत होतं ती शंका खरी ठरली होती. कमिशनर त्याला दुसऱ्या केसच्या तपासकार्यात गुंतवू पाहत होते.

ଔ

तालुक्यातलं आंबेगाव शेंदरी हे गाव फार मोठं नव्हतं; त्यामुळे बांदलच्या सासऱ्याचं, प्रभाकर चव्हाणांचं घर शोधायला महावीरला फार त्रास झाला नाही. प्रकाश बांदलची बायको आणि दोन मुली गावात आल्याची बातमी खबरीनं महावीरला दिली, तेव्हा महावीर लगेच निघाला होता.

"प्रभाकर चव्हाण इथेच राहतात ना?" त्यानं दारातून विचारलं. महावीरला पाहून घरातले प्रौढ गृहस्थ पुढे आले, "हो... मीच. आपण?"

"मी सी.आय.डी. ऑफिसर... तुमच्या मुलीला... आय मीन स्नेहल प्रकाश बांदल यांना अटक करायला आलोय."

हे ऐकताच प्रौढ गृहस्थ गळपाटले. महावीरला त्यांनी घरात घेतलं. तेवढ्यात

प्रकाशची बायको स्नेहलच बाहेर आली. दोन्ही मुली माजघराच्या दारातून घाबरत बाहेर पाहत होत्या.

''मिसेस बांदल,'' महावीर म्हणाला, ''तुमच्या नवऱ्यानं पोलिसांना जबाब दिलाय की, त्यानं भैरवचा खून केला; पण मला समजलंय... त्यानं पैशाच्या लोभानं खोटा जबाब दिलाय. ती मोठी रक्कम घेऊन तुम्ही इकडे...''

स्नेहल बांदल मटकन खाली बसली. महावीरची गोळी अचूक बसली होती.

''तुम्ही पोलिसांची दिशाभूल केली... हा गंभीर गुन्हा आहे.'' महावीरनं आणखी दम भरला. स्नेहलनं काही कळायच्या आत महावीरचे पाय धरले.

''हे काय करताय?...'' असं म्हणत महावीर मागे सरकला.

''साहेब...'' स्नेहल रडत म्हणाली, ''आमची चूक झाली; पण... तुमच्या राणासाहेबांनी सांगितलं म्हणून...''

''खोटं बोलू नका.''

''नाय साहेब... पोरींची आण घेऊन सांगते...! ते साहेब म्हणाले... गुन्हा कबूल कर... आम्ही पुरावे कच्चे ठेवतो... कोर्टात आरोप शाबित होणार नाही याची आम्ही काळजी घेऊ. निर्दोष सुटेल असं बघू... साहेब... माझ्या पदरात दोन पोरी... पोरींच्या बापाला जॉब नाय चांगला...''

ती रडतरडत बराच वेळ तिची कैफियत मांडत राहिली. महावीरला तिची दया आली आणि त्याच वेळी मनोमन चकितही झाला की, राणा सरांनी हा प्रकार केला तो म्हणाला, ''ठीक आहे. मी तुम्हाला अटक करत नाही; पण... मी तुम्हाला भेटलो हे कुणालाही सांगायचं नाही. जर बोललात...''

''नाय बोलणार साहेब!'' स्नेहलचे वडील हात जोडत म्हणाले.

तेवढ्यात महावीरला आदिनाथचा फोन आला. फोनवर मिळालेली खबर ऐकून महावीर अत्यंत उत्तेजित झाला आणि तिथून घाईघाईनं निघाला.

उपनगरातील विरळ वस्तीच्या भागात महावीरनं दोन खोल्यांचं ते घर फार पूर्वी घेऊन ठेवलं होतं. कायद्याच्या कक्षेत राहून जे करता येत नाही, ते करण्यासाठी महावीर त्या दोन खोल्यांचा वापर करत असे. तो तिथे पोहोचला. कॉलबेल वाजवून त्यानं सांकेतिक शब्द उच्चारला. आदिनाथनं दार उघडलं. ''पक्षी पिंजऱ्यात ठेवलाय.'' असं म्हणत आदिनाथनं आतल्या खोलीकडे बोट दाखवलं. महावीरला आदिनाथचं पुन्हा एकदा कौतुक वाटलं. साडेसहा फूट उंचीचा आणि दणकट शरीरयष्टीचा आदिनाथ पूर्वी नाइट क्लबमध्ये बाउन्सर होता. कमी पगारावर राबायचा. महावीरनं

त्याला हेरलं आणि खास कामासाठी मदतनीस म्हणून नेमला. ‘‘थँक्स आदि!’’ असं म्हणत महावीर आतल्या खोलीत आला. खोलीच्या मधोमध असलेल्या खास खुर्चीत ‘तो’ माणूस होता. आदिनाथनं त्याला व्यवस्थित बांधून ठेवलं होतं. महावीरनं त्या माणसाच्या तोंडात कोंबलेला बोळा काढला, तसा तो रागानं म्हणाला, ‘‘हे काय चाललंय? मला पकडून का आणलंय इथे? तुम्ही कोण?... त्या आडदांड माणसानं मला...’’

महावीरनं बोट उचललं तसा तो गप्प बसला. महावीर म्हणाला, ‘‘तुझ्या सर्व प्रश्नांची उत्तरं मी देईन; पण त्यासाठी आधी तू माझ्या प्रश्नांची उत्तरं दे.’’

‘‘पण का?... कसले प्रश्न?... आधी मला सोडा...’’

‘‘आधी उत्तरं दे... बाकी सगळं नंतर.’’ महावीर जरबेनं म्हणाला तसा त्या माणसाचा जोर ओसरला.

‘‘हं... तुझं नाव सांग...’’

‘‘कालिदास महामिने.’’

‘‘भैरव सोनटक्केला इंग्रजी शिकवण्यासाठी प्राध्यापक अवचटांकडे तूच नेलं होतंस... ते का?’’

भैरवचं नाव ऐकताच कालिदासचा चेहरा बदलला. तो काहीसा घाबरला. विचारात पडला.

‘‘उत्तर दे कालिदास... भैरवला कशासाठी इंग्रजी शिकवायचं होतं?’’

कालिदास प्रचंड अस्वस्थ झाला. संभ्रमात पडला. महावीर म्हणाला, ‘‘ हे बघ कालिदास, तू सरळपणे उत्तरं दिलीस, तर तुला मी कोणतीही इजा करणार नाही; पण जर तू आठमुठेपणा करशील तर मात्र इथे माझ्याकडे एकापेक्षा एक भारी उपाय आहेत, तुला बोलतं करण्याचे.’’

‘‘साहेब...’’ कालिदास घाबरत म्हणाला, ‘‘...साहेब, माझी काही चूक नाही हो... त्यांनी मोठी रक्कम दिली म्हणून मी मध्यस्थीचं काम केलं...’’

‘‘त्यांनी म्हणजे कुणी?’’ महावीरनं विचारलं. कालिदास क्षणभर थांबला; नंतर म्हणाला, ‘‘दिनेश चंद्रात्रेसाहेब...’’

‘‘बोलत राहा कालिदास... सगळं नीट सांग...’’

‘‘साहेब, मी फ्रिजर कोल्ड्रिंक कंपनीत कॉंट्रॅक्टवर लेबर पुरवितो. एक दिवस दिनेश चंद्रात्रेसाहेबांनी मला शहराबाहेरच्या हॉटेलमध्ये बोलावलं. तिथे त्यांच्यासोबत भैरव सोनटक्के होता. साहेबांनी मला मोठी रक्कम कबूल करत भैरवला इंग्रजी क्लासमध्ये नेण्याची जबाबदारी दिली. मी त्यांना विचारलं की, एवढ्या साध्या कामासाठी तुम्ही मला मोठी रक्कम का देताय? आणि हे काम तर तुम्हीसुद्धा करू

शकता. त्यावर चंद्रात्रेसाहेब म्हणाले की, मला माझं नाव या कामात येऊ द्यायचं नाही. मला एक जबाबदार माणूस हवा आहे जो भैरवची काळजी घेईल.'' क्षणभर थांबून कालिदास पुढे म्हणाला, ''मी होकार दिला. त्यानंतर ते म्हणाले, भैरवबरोबर नेहमी राहा... त्याला तुझ्यासारखा व्यायाम शिकव... इंग्रजी क्लासला जाता-येता त्याची सोबत कर. म्हणून साहेब मी...''

''हं... तुझे हे चंद्रात्रेसाहेब कोल्ड्रिंक कंपनीत कोण आहेत?''

''रिसर्च डेव्हलपमेंट... तिथले बॉस.''

महावीर काही क्षण विचारमग्न झाला. प्रकरण भलतंच खोल पाण्यातलं आहे, याची त्याला जाणीव झाली.

''साहेब...'' कालिदास विनवणीच्या स्वरात म्हणाला, ''साहेब... मी काही गुन्हा केला नाही. सोडा मला... माझी बायको... पोरं वाट बघत असतील...''

''सोडेन; पण एका अटीवर...''

''कबूल साहेब... तुम्ही म्हणाल ती अट कबूल.''

''कालिदास... तुला पकडून इथे आणलं, चौकशी केली हे कुणालाही सांगायचं नाही.''

''नाही सांगणार.''

''सांगितलंस तर काय परिणाम होतील ते... तुला नाही कालिदास... तुझ्या बायकोला... मुलांना...''

''नको साहेब, मी ती घोडचूक जीव गेला तरी करणार नाही.''

''ठीक आहे.''

महावीरचा अंदाज खरा ठरला. त्यानं कालिदासला नको तेवढा दम दिला होता, तरीही कालिदासनं मिठाला जागत दिनेश चंद्रात्रेला माहिती दिलीच; पण महावीरला आता कालिदासशी काही घेणं-देणं नव्हतं. त्यानं चंद्रात्रेच्या पाळतीवर चोवीस तास आपली माणसं नेमली होती. विशेषतः आदिनाथला मुख्य कामगिरी सांगितली होती. चौथ्या की पाचव्याच दिवशी चंद्रात्रे विमानतळाकडे निघाल्याची बातमी मिळाली. महावीरनं आदिनाथला संदेश पाठविला, ''पक्षी पिंजऱ्यात घे.''

राणा माजी गृहमंत्र्याच्या फार्म हाउसवर पोहोचला, तेव्हा ते बाहेर निघाले होते. राणा भयंकर अस्वस्थ होता. ''साहेब...''

"काय झालं राणा?"

"साहेब, चंद्रात्रे गायब झालेत." राणा घाबरत म्हणाला.

त्यावर हसत गृहमंत्री म्हणाले, "डोंट वरी, दिनेशला मीच परदेशात जायला सांगितलंय."

"साहेब... ते परदेशात जाण्याआधीच कुणीतरी त्यांना विमानतळावरून किडनॅप केलंय."

"काय सांगतोस काय राणा?" गृहमंत्री भयंकर अस्वस्थ होत ओरडले.

"जे घडलं तेच सांगतोय साहेब..."

"साहेब... हे नक्कीच महावीरचं काम असणार."

"अरे, पण महावीर रजेवर गेलाय ना..."

"...हो, पण... मला खात्री आहे साहेब... त्यानं भैरवच्या केससाठीच सुट्टी घेतली असणार. त्यानं जर सत्य शोधलं तर प्लीज साहेब... मला वाचवा." राणा गयावया करत म्हणाला.

"धीर धर राणा... मी बघतो काय करायचं ते... तू फक्त महावीरच्या हालचालींवर लक्ष ठेव आणि मला कळवत राहा... घाबरू नकोस..."

"थँक्यू साहेब."

चार-पाच दिवसांपूर्वी ज्या खुर्चीवर कालिदासला जखडलेलं होतं, त्याच खुर्चीवर आता दिनेश चंद्रात्रे होता. महावीर त्याच्यासमोर बसला होता. शेजारच्या छोट्या मेजावर अत्यंत छोट्या बाटल्या आणि इंजेक्शच्या सिरींज होत्या. चंद्रात्रे अत्यंत रागाने महावीरकडे पाहत होता. महावीर म्हणाला, "मिस्टर चंद्रात्रे... तुम्हाला दिलेली छत्तीस तासांची मुदत संपली, तरीही तुम्ही माझ्या प्रश्नांची उत्तरं द्यायला तयार नाही, तेव्हा आता माझा नाइलाज आहे. तुम्हाला टॉर्चर करावं लागणार. ही छोटी काचेची कुपी पाहताय ना. त्यातलं द्रव बघा चंद्रात्रे... बाय द वे... तुम्हाला मधमाशी माहीत असेलच... तिचा डंख किती वेदना देतो... यू नो दॅट... या कुपीमध्ये मधमाशीच्या डंखामधलं फॉर्मिक आम्ल आणि मेलिटीन आहे. तेच मी तुम्हाला टोचणार आहे... बघू, यातून तरी तुम्हाला सगळं सांगण्याची सद्बुद्धी होते का..." असं म्हणून महावीरनं आदिनाथला इशारा केला. आदिनाथनं दिनेश चंद्रात्रेच्या तोंडात बोळा कोंबला. महावीरनं चंद्रात्रेच्या दंडावर इंजेक्शन दिलं.

दुसऱ्या-तिसऱ्या मिनिटाला चंद्रात्रेच्या सर्वांगाची लाही लाही होऊ लागली. शरीरांतर्गत वेदनेनं त्याचा चेहरा वेडावाकडा झाला. त्याचे डोळे फुटून बाहेर येतील

की काय एवढे विस्फारले गेले. त्याच्या शरीरातल्या कणा-कणांचा दाह होत होता. त्याला ओरडायचं होतं; पण तेही शक्य नव्हतं. महावीरनं आदिनाथला काही सूचना दिल्या आणि तो बाहेर पडला.

महावीर एअरपोर्टवर पोहोचला, तेव्हा बोर्डिंग काउंटर सांभाळणारा जॉन हसत म्हणाला, ''तुझ्यासारखा मित्र शत्रूलाही मिळू नये.''

''का रे?'' महावीरनं विचारलं.

''...तर काय?'' जॉन म्हणाला, ''किती जुनं रेकॉर्ड काढायला लावलंस मला... जा आतल्या रूममध्ये ठेवल्यात पॅसेंजर लिस्ट.''

''थँक्स अँड सॉरी टू, जॉन.''

''नो यार... जस्ट किडिंग... बाय द वे, कॉफी पाठवू की कोल्ड्रिंक?'' जॉननं विचारलं.

''कोल्ड्रिंकची केस आहे, कोल्ड्रिंकच पाठव,'' असं सांगून महावीर आतल्या बाजूला गेला. बॅटलांटाला जाणाऱ्या प्रत्येक फ्लाइटच्या प्रवाशांची यादी त्याला तपासायची होती. त्याला खात्री होती की, भैरवच्या पत्नीनं सांगितल्यानुसार नवरात्रीच्या आसपास असणाऱ्या फ्लाइट पॅसेंजर लिस्टमध्ये ते नाव सापडणारच. त्यानं बारकाईनं याद्या तपासायला सुरुवात केली.

फ्रिजर कोल्ड्रिंक कंपनीच्या हेड ऑफिसमध्ये बसलेल्या मॅनेजिंग डायरेक्टर द्विवेदींनी फोनवरचं संभाषण संपवलं आणि सेक्रेटरीला आत बोलावलं.

''येस सर.''

''एक काम करा, मागे आपण दिनेश चंद्रात्रेच्या सह्या घेतल्या होत्या... ब्लँक पेपरवर.''

''येस सर...''

''ते पेपर्स बाहेर काढा आणि मी डिक्टेशन देतो, ते त्यावर टाइप करा.''

''येस सर.''

सेक्रेटरी त्यांच्याच केबिनमधले सेफमध्ये ठेवलेले पेपर्स काढू लागला. द्विवेदी मात्र निश्चिंत होते. भैरव प्रकरण कधीतरी कंपनीच्या उंबरठ्यावर येऊ शकतं याचा त्यांनी त्याच वेळी अंदाज बांधला होता, म्हणूनच धूर्तपणे त्यांनी कोऱ्या स्टँप पेपरवर चंद्रात्रेच्या सह्या घेऊन ठेवल्या होत्या. चंद्रात्रेनं जी कुटील योजना आखली

होती, ती पूर्णपणे यशस्वी झाली असती; तर कंपनीचा फायदाच होणार होता आणि योजना फसली तर कंपनीला नामानिराळं राहता येणार होतं. द्विवेदी स्वतःशीच हलकं हसले. चंद्रात्रेला कुणीतरी किडनॅप केलंय ही बातमी माजी गृहमंत्र्यांनी स्वतः त्यांना दिली होती, तेव्हापासूनच द्विवेदींनी कंपनीची खेळी ठरवून ठेवली होती.

महावीर पुन्हा त्या खोलीत आला, तेव्हा दिनेश चंद्रात्रे शिळ्या पालेभाजीसारखा मलूल झाला होता.

''मिस्टर चंद्रात्रे!'' महावीर म्हणाला, ''...दुसरं इंजेक्शन देऊ की...''

''साहेब... मी सगळं सांगतो...''

''गुड!... पण आधी हे सांगा चंद्रात्रे, भैरव सोनटक्के हा हुबेहूब अँडरसनसारखा दिसतो हे तुम्हाला कधी समजलं? तुम्ही कोणता प्लॅन रचला? भैरवला अँडरसनच्या नावानं पासपोर्ट काढून बॅटलांटामध्ये का पाठवलंत?''

''मी सगळं सांगतो साहेब... बॅटलांटामधल्या कूल हार्ट कोल्ड्रिंक कंपनीत मी दोन-तीन वर्षांपूर्वी गेलो होतो... अर्थात, माझ्या कंपनीनं मला पाठवलं होतं. तिथे माझी अँडरसनशी ओळख झाली. तिथून परत आल्यानंतर एक घटना घडली. मी रिसर्च अँड डेव्हलपमेंटचा प्रमुख असल्यानं कधीकधी उशिरापर्यंत कंपनीत थांबतो. एका रात्री असाच थांबलो होतो. तेवढ्यात सुरक्षारक्षकांनी एका चोराला पकडलं. त्यांनी त्याला माझ्यासमोर आणलं. तो भैरव सोनटक्के होता. क्षणभर मी चक्रावलोच, कारण भैरवची चेहरेपट्टी हुबेहूब अँडरसनसारखी होती. त्याच वेळी माझ्या डोक्यात एक प्लॅन आला. साहेब... प्लीज पाणी देता का?''

महावीरनं त्याला खुर्चीतून मोकळं केलं. पाणी दिलं आणि चहादेखील मागवला. चंद्रात्रे काहीसा ताजातवाना झाला. नंतर म्हणाला, ''साहेब, आमचं फ्रीजर नावाचं कोल्ड्रिंक चांगलं आहे; पण हवं तसं मार्केट मिळत नव्हतं. कारण 'कूल हार्ट' कोल्ड्रिंकचं आव्हान मोठं आहे. कूल हार्टचा फॉर्म्युला बॅटलांटाच्या बँकेत सेफ डिपॉझिट लॉकरमध्ये ठेवलाय हे मला माहीत होतं. सेफची चावी आणि बँकिंगची कामं अँडरसन बघतो. मी खूप विचार केला आणि प्लॅन बनविला की, भैरवला सर्व बाजूंनी तयार करायचा आणि बॅटलांटाला पाठवायचा.''

''एक मिनिट चंद्रात्रे,'' महावीर मध्येच म्हणाला, ''तुमची योजना लक्षात आली; पण सेफ डिपॉझिट लॉकरची चावी भैरवला कशी मिळणार होती?''

''साहेब, मी खूप नियोजन करून, अभ्यास करून; एक योजना बनविली होती. अँडरसन थँक्स गिव्हिंग प्रोग्रामसाठी त्याच्या आई-वडिलांकडे जाणार होता.

त्यासाठी तो सुट्टी घेणार होता. त्याच काळात भैरव अँडरसन बनून कंपनीत जाणार होता. सेफची चावी घेऊन तो बँकेत जाणार होता. सेफमधल्या फॉर्म्युल्याचे फोटो घेऊन तो परत येणार होता. तोच फॉर्म्युला मी आमच्या फ्रिजर कोल्ड्रिंकसाठी वापरणार होतो.''

''हा प्लॅन कुणाकुणाला माहीत होता?''

''आमचे एम.डी. द्विवेदींना.''

''हं... पुढे काय झालं?''

''सगळं व्यवस्थित पार पडलं. भैरवनं कमाल केली साहेब... तो इंग्रजी शिकला, व्यायामानं तब्येत छान केली. एटिकेट, मॅनर्स शिकला; त्यामुळे तिथे कुणालाही संशय आला नाही... पण एक घोटाळा झाला.''

क्षणभर चंद्रात्रे थांबला. महावीर लक्षपूर्वक ऐकत होता. चंद्रात्रे पुढे म्हणाला, ''अँडरसन सुटी संपवून पुन्हा कंपनीत गेला, तेव्हा त्याच्या बॉसनं त्याला विचारलं की, बँकेत जाऊन त्यानं सेफ डिपॉझिट लॉकर का उघडलं होतं? अँडरसन चक्रावला. बॉसनं आणि त्यानं बँक गाठली. सीसीटीव्ही फूटेजमध्ये त्यानं भैरवला पाहिलं. स्वतःचाच डुप्लिकेट पाहून तो हादरला. त्याच्या बॉसनं ताबडतोब प्रायव्हेट डिटेक्टिव्ह एजन्सी गाठली. डिटेक्टिव्हनं तपास करून सगळी कुंडली शोधली.''

''चंद्रात्रे... भैरवनं तुम्हाला फॉर्म्युला दिला का?''

''नाही साहेब... त्याची नियत बदलली. पंचवीस लाखात सौदा ठरला होता; पण त्यानं पन्नास लाख मागितले.''

''म्हणून तुम्ही त्याचा खून केलात?''

''नाही. बॅटलांटाच्या डिटेक्टिव्ह एजन्सीनं आणि अँडरसननं भारतातल्या अंडरवर्ल्डशी संधान साधलं, आय थिंक... त्यांनीच भैरवचा छळ करून, त्याचा खून केला.''

महावीर बराच वेळ विचारमग्न राहिला. नंतर त्यानं विचारलं, ''कूल हार्ट कोल्ड्रिंकचा तो फॉर्म्युला सध्या कुठे आहे?''

''बॅटलांटाच्या हेड ऑफिसकडे.''

''त्यांनी तुमच्या कंपनीचं कारस्थान...''

महावीरचं वाक्य तोडत चंद्रात्रे म्हणाला, ''हो साहेब... त्या कंपनीनं आमचं कारस्थान ओळखलं. त्यांच्या वाणिज्य मंत्रालयानं आपल्या केंद्रीय मंत्र्यांशी संपर्क साधला. केंद्रीय मंत्र्यांनी प्रकरणाचं गांभीर्य ओळखून सगळं प्रकरण राज्याच्या गृहमंत्र्यांकडे सोपवलं. वरिष्ठ पातळीवर खूप चर्चा झाली. आंतरराष्ट्रीय संबंध बिघडू नयेत म्हणून प्रकरण दाबून टाकण्याचा निर्णय झाला. आमच्या कंपनीचे मालक

गिडवानी आणि एम.डी. द्विवेदींनी सगळं काही मॅनेज केलं. कमिशनर साहेबांना वरून आदेश आले आणि त्यानुसार राणासाहेबांनी भैरव मर्डर केसचा क्लोजर रिपोर्ट तयार केला.''

महावीर अंतर्मुख झाला. भैरव भले एक सामान्य, भुरटा चोर होता; पण... तो एक माणूस होता. एवढ्या मोठ्या कारस्थानातले बाकीचे सर्वजण नामानिराळे राहिले आणि बळी गेला तो एकट्या भैरवचा!

''साहेब...'' चंद्रात्रे म्हणाला, ''...साहेब, मला आता खूप पश्चात्ताप होतोय; पण... नको ते घडून गेलं. अर्थात, माझीही नोकरी गेली... तीच माझी शिक्षा!''

''...तुम्ही देश सोडून फॉरिनला का चालला होता?''

''कंपनीनं मला योग्य मोबदला देऊन, वर्षभरासाठी परदेशात राहायला सांगितलं. विशेषतः तुमच्या नजरेत आणि तपासात मी येऊ नये म्हणून; पण...'' एक दीर्घ उसासा टाकीत चंद्रात्रे गप्प झाला.

महावीरचा मोबाइल फोन वाजला. ''हॅलो...''

''साहेब... साहेब...'' पलीकडून रघूचा घाबरलेला आवाज आला.

''रघू... काय झालं?'' महावीरनं विचारलं.

''साहेब... मॅडम इथे आल्यात; त्या रडताहेत साहेब...''

महावीरच्या काळजाचं पाणी पाणी झालं. शांती परत आली? रडते आहे?

बाजी टाउनमधल्या सुसज्ज फ्लॅटमध्ये पोहोचताच त्यानं पाहिलं, रडून रडून शांतीचे डोळे सुजले होते. ती त्याला सोडून गेल्यानंतर तो आजच तिला पाहत होता. त्याच्या मनात तिच्याबरोबर व्यतीत केलेले अनेक क्षण तरळले. त्याला समोर पाहताच ती उन्मळून रडत त्याच्या कुशीत शिरली. शर्वरीच्या मृत्यूनंतर ती दूर गेली, त्यानंतर किती महिन्यांनी... वर्षांनी ती त्याच्या बाहुपाशात होती. ''काय झालं शांती?'' त्यानं तिला थोपटत विचारलं.

त्या प्रश्नासरशी ती ताड्कन त्याच्यापासून दूर झाली आणि म्हणाली, ''महावीर... मला माझा अभय परत हवाय!''

महावीरच्या काळजाचा ठोका चुकला. ''अभय... काय झालं...''

''कुणीतरी किडनॅप केलंय अभयला!'' ती ओरडत म्हणाली. महावीरचं मन थरारलं. ती म्हणाली, ''तुझ्यामुळे मी माझी शर्वरी गमावली महावीर... तुझ्यामुळे... तुझ्या डिटेक्टिव्हगिरीमुळे!... पण आता... आता अभयला गमवायचं नाही मला... माझ्या अभयच्या केसाला जरी धक्का लागला ना तरी मी तुझा खून करीन...'' असं

म्हणत ती पुन्हा उन्मळून रडू लागली. त्यानं तिला जवळ घेतलं. संतापानं आणि दुःखानं तिचं अंग थरथरत होतं. "मला माझा अभय परत हवाय महावीर... खरंच रे... काहीही कर... पण आपल्या अभयचा हकनाक बळी जाऊ देऊ नकोस." ती रडताना म्हणाली. महावीर सुन्न झाला होता.

पोलीस मुख्यालयात महावीर शिरला, तेव्हा त्याचा अवतार भयंकर होता. संतापानं त्याचे डोळे लाल झाले होते. तो राणाच्या केबिनमध्ये शिरला. त्यानं राणाची गचांडी धरत त्याला खुर्चीतून बाहेर खेचलं. राणा प्रचंड भेदरला. "अभय कुठे आहे राणा?" महावीरचा रौद्रावतार पाहून राणाची पाचावर धारण बसली. त्याच्या तोंडातून शब्द फुटेना. "राणा... मला उत्तर हवंय... नाहीतर..." तेवढ्यात कमिशनर स्वतःच धावत तिथे आले. "महावीर... बिहेव्ह युवरसेल्फ!" असं ओरडत त्यांनी महावीरच्या तावडीतून राणाला सोडवलं. "शांत हो महावीर... शांत हो." असं म्हणत त्यांनी महावीरला खुर्चीत बसवलं. काही क्षणांनंतर ते त्याला म्हणाले, "आज संध्याकाळी सात वाजता माजी गृहमंत्र्यांच्या फार्म हाउसवर ये... अजिबात काळजी करू नकोस." महावीरच्या अंगातला सारा जोश विरून गेला.

माजी गृहमंत्र्यांच्या फार्म हाउसवर कमिशनर, राणा, फ्रिजर कोल्ड्रिंक कंपनीचे गिडवानी, एम.डी. द्विवेदी होते. मात्र, तिथे विद्यमान गृहमंत्रीही उपस्थित असल्याचं पाहून महावीर थक्क झाला. तणावपूर्ण शांततेचा भंग करत माजी गृहमंत्री म्हणाले, "महावीर, आम्ही सगळे तुमचं कर्तृत्व जाणतो. तुमच्या शौर्याची, सत्य शोधून काढण्याच्या जिद्दीची कदर करतो. तुम्ही आजपर्यंत या देशावर आलेली अतिरेक्यांची संकटं परतवून लावलीत, याचा आम्हाला अभिमान आहे. पण..."

ते काही क्षण थांबले. महावीरला एव्हाना जाणीव झाली होती की, सारं काही पूर्वनियोजित आहे आणि तो एकटा पडला आहे. ते पुढे म्हणाले, "महावीर, भैरव प्रकरण साधं नाही. दोन देशांच्या संबंधांत कटुता आली, तर अनेक करारांना बाधा पोहोचू शकते. आपल्या उद्योजकाकडून चूक झाली हे खरं आहे; पण त्यासाठी आंतरराष्ट्रीय पातळीवर आपल्या देशाची प्रतिमा खराब होणं उचित ठरणार नाही. भैरव सोनटक्केच्या मृत्यूचं आम्ही समर्थन करत नाही; पण तोही काही धुतल्या तांदळासारखा स्वच्छ नव्हता. त्यानं डबलक्रॉस केल्यानं प्रकरण चिघळलं. अर्थात, आम्ही त्याच्या कुटुंबाला वाऱ्यावर सोडलेलं नाही."

ते क्षणभर थांबले तसं महावीरनं अत्यंत थंडपणे विचारलं, "माझा अभय मला परत हवाय."

"जरूर..." कमिशनर म्हणाले. माजी गृहमंत्र्यांनी इशारा केला, तसं कमिशनरांनी एक पेपर महावीरसमोर ठेवला. माजी गृहमंत्री म्हणाले, "या क्लोजर रिपोर्टवर तुमची सही झाली की, पाच मिनिटांत तुमचा अभय तुमच्या घरी पोहोचलेला असेल."

महावीरनं अत्यंत व्यथित नजरेनं सर्वांकडे पाहिलं. विद्यमान गृहमंत्री शांतपणे बसून होते.

"माझं वचन आहे महावीर... विश्वास ठेवा." माजी गृहमंत्री म्हणाले.

"...तुमच्यासाठी स्वित्झर्लंडची पिकनिक अॅरेंज करतोय आम्ही... एन्जॉय विथ युवर फॅमिली." गिडवानी महावीरला म्हणाले. महावीरनं त्यांच्याकडे दुर्लक्ष करत भैरव मर्डर केसच्या क्लोजर रिपोर्टवर सही केली आणि उठून तो ताडकन निघाला. कुणाशी एक शब्दही न बोलता तो तिथून बाहेर पडला.

तो घरी पोहोचला, तेव्हा शांती छोट्या अभयला छातीशी घट्ट धरून बसली होती. पोटचा गोळा सुरक्षितपणे परत मिळाल्यामुळे तिचं मन संतुष्ट झालं होतं. माघार घ्यावी लागल्यामुळे महावीरचं मन मात्र दबलेल्या ज्वालामुखीसारखं बनलं होतं. भविष्यकाळात त्याचा कधी स्फोट होईल, हे त्यालाही माहीत नव्हतं.

◆

डेस्टिनेशन

भुयारी रेल्वे स्थानकाचा जिना उतरताना त्याची नजर भिरभिरत होती. आपल्याला कोणी ओळखणार तर नाही ना, याची त्याला अजूनही धास्ती वाटत होती. म्हणून तर ओव्हरकोटाची लांब-रुंद कॉलर सतत वर ओढून तो स्वतःचे गाल झाकत होता. तो स्थानकात आला. प्लॅटफॉर्मवर फारशी गर्दी नव्हती. ब्लूम्सबर्गला जाणारी ट्यूबरेल दोन मिनिटांत स्थानकात पोहोचणार असल्याची डिस्प्ले बोर्डवरची सूचना पाहून त्याला हायसं वाटलं. तरीही त्याची नजर पुन्हा जिन्याकडे गेलीच. कुणी आपला पाठलाग तर करत नाही ना, या शंकेनं तो अस्वस्थ होता.

खरंतर स्वतःचा देश सोडून दोन-तीन वर्षं युरोपमधल्या छोट्या-मोठ्या देशांमध्ये हिंडून मगच तो या आडबाजूच्या देशातल्या एका परगणावजा शहरामध्ये स्थिरावला होता. ब्लूम्सबर्गला जाणारी ट्यूबरेल धडधड न करता; पण वेगानं स्टेशनमध्ये शिरली. तो आत शिरला. त्या रॅकमध्ये जेमतेम पाच-सहा पॅसेंजर्स होते. विखरून बसलेले... आपापल्या विश्वात गुरफटलेले! गाडीनं स्टेशन सोडलं. त्याला डब्यात आल्यावर उबदार वाटलं. बाहेर कडाक्याच्या गारठ्यात असताना त्याला ती जाणीव झाली नव्हती. खरंच! दहशतीचं सावट असेल तर माणूस सर्व काही विसरतो हेच खरं!

त्याला एकदम उदास वाटू लागलं. राष्ट्राध्यक्ष हेन्रिकबरोबर वावरताना केवढा दिमाख होता त्याचा! हेन्रिक आणि तो... निवांत क्षणांमध्ये किती मजा करत असत!

त्याच्या पायाला कुणाचा तरी धक्का लागला त्यासरशी तो बिचकला. ''एक्सक्यूज मी,'' आपला तोल सावरत ती व्यक्ती दिलगिरीच्या स्वरात म्हणाली. ''इट्स ऑल राइट!'' त्यानं औपचारिकपणे म्हटलं. ती व्यक्ती एक सीट सोडून पलीकडे बसली.

''हा सीझन बर्फातच काढावा लागणार बहुधा!'' ती व्यक्ती स्वतःचे तळहात चोळत उद्गारली. त्याला बोलायची इच्छा नव्हती, म्हणून त्यानं फक्त हलकंसं स्मित केलं. मात्र, त्या क्षणांमध्ये त्यानं त्या व्यक्तीचं निरीक्षण केलं. त्या व्यक्तीचं नाक विलक्षण धारदार होतं. त्याला एकदम बेस्तनोव्हाची आठवण झाली. तिचं नाकही असंच होतं.

''ऊं...'' करत ती त्याच्यापासून दूर सरकली. कृतक्कोपानं म्हणाली, ''परत जर माझ्या नाकाचा शेंडा दातात धरलास तर कोर्टात खेचीन तुला!'' तो खळखळून हसला. क्षणभरानं म्हणाला, ''तुझं कोर्ट माझं काही वाकडं करू शकणार नाही.''

''माहितीय माहितीय... मिस्टर हेन्रिकचा जानी दोस्त ना तू... पण एक गोष्ट पुन्हा सांगतेय बोरियास्ताव्ह... जो कायद्याचा भक्षक बनू शकतो, तो जवळच्या मित्राचंही भक्षण करू शकतो... माइंड इट वेल...''

बेस्तनोव्हानं त्या वेळी गमतीत का होईना; पण ठाम निश्चयानं म्हटलेलं ते वाक्य आठवून आरियाचिव्ह बसल्या जागी शहारला.

''बघा... मी म्हटलं ना... हा सीझन सर्वांना बर्फातच काढावा लागणार!'' पलीकडे बसलेली व्यक्ती पुन्हा बोलली. ती व्यक्ती एवढा वेळ आपल्याकडेच पाहत होती आणि अजूनही पाहत आहे, या जाणिवेनं आरियाचिव्हच्या मनातली अस्वस्थता वाढली. तेवढ्यात 'ओटान' स्टेशन आलं. ती व्यक्ती पटकन उठून दाराकडे गेली. दारातूनच त्या व्यक्तीनं आरियाचिव्हला 'गुड नाइट' म्हटलं आणि पटकन उतरून निघून गेली. तो सैलावला. डब्यात फक्त तो आणि पलीकडे एक प्रौढ इसम असे दोघेच उरले होते.

दोनेक क्षण दार उघडल्यामुळे डब्यात जी सर्द हवा शिरली होती, त्यानं आरियाचिव्हला कडक थंडीची जाणीव झाली. अशा थंडीत हेन्रिक त्याला अत्यंत उंची व्होडका ऑफर करायचा.

''घेतो रे... पण तुला माहिती आहे, प्यायला लागलो की, मला भान राहत नाही हेन्री...''

''तुझं बेभान होणं मला आवडतं! एक सांगू बोरियास्ताव्ह, मलाही बेभान व्हायला आवडलं असतं; पण या देशाचा अध्यक्ष आहे ना मी... बंधनं जाणतोस!''

''येस, ऑफ कोर्स!...''

''घे...''

''बाय द वे हेन्री, परवा तू नवीन तेलसाठ्यांबाबत...''

''शूऽऽ... हळू बोल.''

बोरियास्ताव्ह हसला आणि म्हणाला, ''राष्ट्राध्यक्षाच्या या अभेद्य महालात कोणाची हिंमत आहे चोरून ऐकायची? आणि तू स्वतःच एवढा घाबरतोस...''

''घाबरत नाही बोरिया... घाबरत नाही. सावधगिरी बाळगतोय.''

''कमॉन हेन्री, पोलादी पडद्याच्या तुझ्या शासनयंत्रणेत सावधगिरी?''

'ब्लूम्सबर्ग' स्टेशनात गाडी थांबली. तो भानावर आला. ओव्हरकोटाची कॉलर कानापासून नाकापर्यंत ओढून, त्यानं आपले दोन्ही हात ओव्हरकोटाच्या खिशात घातले. स्टेशनच्या पायऱ्या चढून तो वर मुख्य रस्त्यावर आला. बर्फाची भुरभुर सुरू झाली होती.

रस्ता ओलांडून तो घराकडे जाणाऱ्या छोट्या रस्त्यावर आला. दगडी रस्ता चढाचा होता. दोन्ही बाजूंनी टुमदार घरांची रांग वर आभाळात गेल्यासारखी दिसत

होती. घराची मालकीण सिल्विया एव्हाना झोपायच्या तयारीत असणार, हे जाणून त्यानं लॅच-कीनं दार अलगद उघडलं. लाकडी जिन्यावरून तो पाय न वाजवता, वर स्वतःच्या खोलीकडे निघाला. तेवढ्यात सिल्वियानं त्याला हाक मारली,

"मिस्टर आरियाचिव्ह..."

"गुड इव्हिनिंग सिल्विया..."

"गुड इव्हिनिंग. डिनर घेतलंत?"

"हो..."

"हॉलमध्ये या... कॉफी घेऊ."

एवढं सांगून ती घराच्या मुख्य खोलीकडे गेली. त्याला तिच्याकडे पाहून नेहमी कणव वाटायची. तिचा नवरा – मॅन्युअल ओस्तेनोझा तिला सोडून गेला होता. एक तरुण मुलगा – डॅनिअल, पाच वर्षांपूर्वी झालेल्या साम्यवादविरोधी चळवळीत, साम्यवादी पोलिसांच्या गोळीबारात मरण पावला होता. आता ती एकटीच होती. आयुष्यात भोगलेले, वाट्याला आलेले दुःखद क्षण विसरायचा प्रयत्न करत, सुखाचे अल्प-स्वल्प क्षण आठवत ती कशीबशी जगत होती.

तो हॉलमध्ये गेला, तेव्हा ती फायरप्लेसमध्ये लाकूड सरकवत होती. तिथे मोठ्या पाठी असलेल्या किमती लाकडाच्या तीन खुर्च्या आणि मधोमध कोरीव काम केलेलं एक बसकं मेज होतं.

"बसा..." असं म्हणत तिनं कॉफी सर्व्ह केली.

"पुन्हा फॉल सुरू झाला..." बाहेर पाहत ती म्हणाली. त्यानं पाहिलं. बाहेर स्ट्रीट लाइटच्या उदास आणि मलूल उजेडात बर्फाचे कण अविरत बरसत होते. काही क्षण दोघंही काही न बोलता कॉफीचे घोट घेत बसले.

काहीतरी आठवून बोलावं तसं सिल्विया म्हणाली, "तुमचा कुणी जुळा भाऊ आहे का?"

तिच्या प्रश्नानं तो गोंधळलाच. "का... असं का विचारताय?"

"आज पुन्हा फोन आला होता."

"कुणाचा?"

"माहीत नाही. पंधराएक दिवसांपूर्वी आला होता ना... तसाच! चौकशी करणारा!"

त्याच्या काळजात लक्कन काहीतरी हललं. युरोपमधलं एका कोपऱ्यात असलेलं हे परगणावजा शहरही सोडावं लागणार बहुधा! त्याच्या मनात विचारांची गर्दी होऊ लागली.

तेवढ्यात सिल्विया म्हणाली, "मी त्यांना स्पष्ट सांगितलं की, माझ्याकडे असलेल्या पेइंग गेस्टची सर्व माहिती मी जवळच्या पोलीस स्टेशनमध्ये नोंदवली आहे. तिथून घ्या आणि मला सारखा फोन करून त्रास देऊ नका."

आरियाचिव्हला कॉफी अधिकच कडवट वाटू लागली.

सिल्विया म्हणाली, "हे ऐकून तो नरम झाला. त्याला कुणा 'बोरियास्ताव्ह' नावाच्या माणसाचा शोध घ्यायचाय. त्यानं त्याचं वर्णन मला ऐकवलं... ते वर्णन बरंचसं तुमच्याशी मिळतंजुळतं आहे. म्हणून विचारलं... तुम्हाला जुळा भाऊ आहे का?" सिल्वियानं पुन्हा तोच प्रश्न विचारला.

आरियाचिव्हनं सारे ताण मनात दाबले आणि मुद्दाम हसला. जणू सारा प्रकार हास्यास्पद आहे, हे तिला जाणवावं.

"सिल्विया, आय टेल यू... आमच्या देशात बहुतेक सर्वांचंच नाक लांब आणि धारदार आढळतं. लाल-गोरी त्वचा, हे तर ठरलेलंच; त्यामुळे होतं काय की... सगळ्यांचंच वर्णन एकसारखं वाटतं. एनी वे... त्या मूर्ख माणसानं पुन्हा फोन केला, तर त्याला सांग इथे येऊन प्रत्यक्ष पाहायला."

सिल्वियाला त्याचं बोलणं पटलं. ती किंचित हसला; पण लगेच म्हणाली, "त्या बिचाऱ्याचं कोण, कुठे हरवलंय तोच जाणे... आरियाचिव्ह, एक सांगू... जवळचा माणूस हरवू नये कधी; फार क्लेश होतात."

"खरंय तुमचं..."

"मॅन्युअल निघून गेला, तेव्हा सुरुवातीला मला वाटलं होतं... तो हरवला! छोट्या डॅनियलला घेऊन मी शहरभर भटकले. चार दिवस वेड्यासारखं झालं होतं. पाचव्या दिवशी त्याचा निरोप आला... कायमचा निरोप देणारा! तो मला सोडून गेला होता!"

सिल्वियाच्या शुष्क डोळ्यांत किंचित ओलसरपणा आला. आरियाचिव्हला तिचा नॉस्टॅल्जिया परिचित होता; पण तरीही दर वेळी तिच्याबद्दल त्याला काकणभर कणव वाटायचीच. अशा प्रसंगी काय बोलावं... की बोलूच नये, हे त्याला उमजत नसे. त्याला पुन्हा एकवार बेस्तनोव्हा आठवली. घरदार, नातेवाईक, मित्र... सारं काही जिथल्या तिथे सोडून मी देश सोडून पळालो... काय झालं असेल त्या साऱ्यांचं? बेस्तनोव्हाची अवस्था सिल्वियासारखी झाली असेल का? तिच्याशी फक्त एकदाच संपर्क साधता आला होता; पण त्या वेळी तिचा फोन बहुधा टॅप होत होता. त्यानंतर तिला पुन्हा फोन करण्याचा धीरच झाला नाही.

आरियाचिव्ह स्वतःच्या खोलीत गुबगुबीत गादीवर पहुडला होता. अंगावर उबदार रजई होती; पण झोपेचा पत्ता नव्हता. झोप यावी... गाढ झोप लागावी... अशी झोप की, भूतकाळातले सारे क्षण खोल खोल गाडले जावेत, असं त्याला वाटत होतं; पण मन त्याच क्षणांच्या अवतीभोवती पिंगा घालत होतं. साऱ्या अकल्पित घटनांची सुरुवात होणारा तो दिवस उगवायलाच नको होता! ती संध्याकाळ... !

बोरियास्तावनं जिममधला रोजचा संध्याकाळचा व्यायाम संपवला. त्याला आज हेन्रिकनं बोलावलं होतं. सायंकाळचे सात वाजत होते. बोरियास्तावनं मस्तपैकी शॉवर घेतला आणि आवरून तो हेन्रिकच्या पॅलेसमध्ये पोहोचला.

हेन्रिकच्या खास खोलीबाहेर गार्ड उभा होता. बोरियास्तावला त्यानं सॅल्यूट केला. बोरिया खोलीत शिरला.

"ये बोरिया..."

बोरियास्तावनं पाहिलं, हेन्रिक आवरून तयार झाला होता.

"आपल्याला बाहेर जायचंय का?" बोरियानं विचारलं.

"आपल्याला नाही. मी एका अर्जंट मीटिंगसाठी तासाभरात जाऊन येतो. तू इथेच थांब. नंतर आपण डिनरसाठी बाहेर जाऊ."

"तासभर इथे थांबू? तुझ्या खासगी रूममध्ये? त्यापेक्षा..."

"कमॉन बोरिया, तू कुणी परका नाहीस. माझा एकुलता एक, सर्वांत जवळचा बालमित्र आहेस."

"ते खरंच हेन्री... पण मी इथे बसून करू काय?"

"हा इथे लॅपटॉप आहे... नेटवर सर्फिंग कर... हवं तर 'थ्री एक्स' वेबसाइट्स पाहा..." हेन्रिकनं हसत, डोळा मिचकावत म्हटलं आणि पुढच्याच क्षणी लॅपटॉप ऑन करून पासवर्ड वापरून लॅपटॉप बोरियासमोर वळवला.

"मी येतोच तासाभरात..." एवढं बोलून हेन्रिक निघून गेला. बोरियास्तावला खरंतर आज रागरंगीत डिनर घ्यायची इच्छा नव्हती, पण हेन्रिकचा आग्रह किंवा त्या आग्रहामागचं त्याचं मन मोडावंसं वाटलं नाही, म्हणून तो आला होता. हेन्रिकचं हे नेहमीचंच होतं. त्याच्या प्रचंड व्यापातून जेव्हा कधी निवांत वेळ असायचा, तेव्हा हेन्रिक त्याला आग्रहानं बोलवायचा. 'राष्ट्राध्यक्षाचा मित्र' म्हणून बोरियास्ताव सगळीकडे ओळखला जायचा. तो कुठेही गेला की, लोक त्याच्याकडे कुतूहलानं बघायचे. बोरियास्तावला जाणवायचं की, या लोकांच्या मनात कितीतरी प्रश्न असतील! त्याला नेहमी बरं वाटायचं की, सुदैवाने आपल्या देशात लोकशाही नाही, अन्यथा मीडियावाल्यांनी मला भंडावून सोडलं असतं.

बोरियाचं लक्ष लॅपटॉपकडे गेलं. तो चालू होता. त्यानं इंटरनेट उघडलं. काही वेबसाइट्स पाहिल्या. त्याला त्यात रस वाटेना. अचानक त्याला बेस्तनोव्हाला ई-मेल करायची इच्छा झाली. त्यानं हेन्रिकचं अकाउंट उघडलं. बेस्तनोव्हाला आपल्या प्रेमाची रसिकता दाखवण्यासाठी काय लिहावं, कोणत्या शब्दांत लिहावं याचा विचार करत असतानाच एक मेल इनबॉक्समध्ये नव्यानं आला. गंमत म्हणून त्यानं तो मेल उघडला आणि पाहतच राहिला.

तो ई-मेल एका कुख्यात अतिरेकी संघटनेच्या प्रमुखाचा होता. त्यात म्हटलं

होतं की, तुमच्या प्रस्तावावर माझ्या संघटनेनं विचार केला. काही दशकांपूर्वी तुमच्या फौजांना नामोहरम करण्यासाठी त्या मग्रूर देशानं आम्हाला शस्त्रास्त्रं आणि अमाप पैसा पुरवला. त्या काळात तुमच्या फौजांना इथून माघार घ्यावी लागली, कारण या भागातल्या पहाडांमध्ये फक्त आम्हीच ये-जा करू शकतो. तुम्ही म्हणता, आता तुम्हाला त्या देशाला धडा शिकवायचा आहे. खरंतर तुम्हाला बदला घ्यायचा आहे. त्यासाठी तुम्ही आम्हाला प्रचंड मोठी रक्कम कबूल केली आहे. आम्ही तुमचा प्रस्ताव स्वीकारत आहोत. हवालाद्वारे तुम्ही रक्कम पाठवा. आम्ही तुमचा प्लॅन राबवू.

ई-मेल वाचून बोरियास्ताव संभ्रमात पडला. त्यानं पटकन हेन्रिकचे सर्व ई-मेल्स तपासले. त्याला आलेले आणि त्यानं पाठवलेले ई-मेल्स वाचून बोरियास्तावचा मेंदू बधिर झाला. सगळे मेल्स वाचून त्याच्या मनात एक चित्र स्पष्ट झालं. हेन्रिकनं या देशात नव्यानं मिळालेल्या तेलसाठ्याचा प्रचंड पैसा, नको त्या कामासाठी वापरायचा ठरवलाय. त्या पैशांपैकी काही रक्कम त्यानं अतिरेक्यांना तर देऊ केलीच आहे; पण काही रक्कम त्यानं त्या डोंगराळ देशातली अफूची शेती खरेदी करण्यासाठीसुद्धा वापरली आहे!

हेन्रिक असं वागू शकतो?

एवढा जवळचा मित्र... पण आपण त्याला पूर्ण ओळखलंच नाही? खरंच... या जगामध्ये अस्तित्वात असलेलं सारं काही जाणून घेता येतं; पण माणसाचं मन? समोरचा माणूस आपल्याशी हसून, बोलत असतो; पण त्याच वेळी त्याच्या मनात आपला खून करायचा विचारही असू शकतो!

अचानक बोरियाला बेस्तनोव्हाच्या डॅडींचं वागणं आठवलं. एका मोठ्या कार्यक्रमात जेव्हा बेस्तनोव्हानं 'माय बेस्ट फ्रेंड' अशी आपली ओळख करून दिली, तेव्हा तिचे डॅडी आपल्याशी किती आपुलकीनं, ममत्वानं वागले! जणू तो त्यांच्या मुलीचा फियान्सीच आहे! आणि नंतर?... जेव्हा त्यांना समजलं की, आपण राष्ट्राध्यक्ष हेन्रिकचा जवळचा मित्र आहोत, तेव्हापासून त्यांचं वागणं बदललं, असं का?

कदाचित त्यांना हेन्रिकचं अंतरंग माहीत असेल?

ई-मेल्सवर नजर टाकताना बोरियाला जाणवलं की, हेन्रिक सूडाच्या प्रवासाला निघालाय. सूडाच्या मार्गावर त्याची पावलं पडत आहेत. राष्ट्राच्या जाज्वल्य अभिमानाच्या दृष्टीनं कदाचित हा मार्ग योग्यही असेल; पण यातून जे काही घडेल... जागतिक शांतता धोक्यात येईल, त्याचं काय? जगातल्या अनेक देशांमध्ये अतिरेकी कारवायांमुळे सतत हिंसाचार वाढत चालला आहे. त्यामध्ये आणखी वाढ होईल?

काय करावं?

बोरियास्तावला काही सुचेना. ‘काहीतरी केलं पाहिजे’ ही भावना प्रबळ होती; पण काय करावं हे मात्र सुचत नव्हतं. बराच वेळ विचारांची आवर्तनं झाल्यावर त्याला एक उपाय सापडला. त्यानं हेन्रिकच्या टेबलाचे खण तपासले. एका खणात त्याला एक जुनं, जेमतेम दोन जीबी क्षमतेचं पेनड्राइव्ह सापडलं. त्यानं हेन्रिकच्या लॅपटॉपवरचा सगळा ई-मेल डेटा पेनड्राइव्हवर घेतला. पेनड्राइव्ह खिशात टाकला. पुढच्याच क्षणी त्याच्या मनात एक कल्पना चमकली. त्यानं त्या ई-मेलला उत्तर द्यायचं ठरवलं. ‘मी सारा प्रस्ताव रद्द केला आहे’ या अर्थाचा ई-मेल पाठवावा, या विचारात त्यानं ‘रिप्लाय’वर क्लिक केलं. त्यानं दोनेक शब्द टाइप केले, तेवढ्यात बाहेर कारचा आवाज आला. हेन्रिकच्या आलिशान कारचा आवाज त्याला परिचित होता. त्याच्या छातीत धडधड झाली. त्यानं पटकन लॅपटॉप ऑफ केला आणि उठून सोफ्यावर आडवा झाला. त्यानं झोपेचं सोंग घेतलं.

‘‘झोपला की काय हा?’’ हेन्रिक आत येत म्हणाला. बोरियानं काहीच प्रतिसाद दिला नाही. हेन्रिक त्याच्या जवळ आला. त्याच्या खांद्याला हात लावत त्यानं हाक मारली.

‘‘ए बोरिया... ऊठ...’’

बोरियानं झोपेतून उठल्याचं नाटक वठवलं. जांभई दिली. आळोखेपिळोखे देत आळस दिला आणि विचारलं, ‘‘जिममधून आलो होतो ना... डोळा लागला. तू कधी आलास?’’

‘‘आत्ताच! चल ऊठ... निघू या.’’

○२

एका अत्यंत उच्चभ्रू हॉटेलमध्ये दोघं डिनरसाठी गेले. तासा-दीड तासापूर्वी हेन्रिक जेवढा मिश्कील आणि उत्साही होता, तेवढाच जेवायला गेल्यावर गंभीर होता. बोरियास्तावदेखील मनोमन अत्यंत विमनस्क होता; पण ते भाव लपवून तो वरकरणी नॉर्मल वागत होता.

‘‘हेन्री... एनिथिंग सिरिअस?’’ बोरियानं त्याला छेडलं.

हेन्रिक हसला. म्हणाला, ‘‘सिरिअस... म्हटलं तर आहे, म्हटलं तर नाही.’’

‘‘म्हणजे?’’

‘‘बोरिया... राजकारण किती घाणेरडं आहे याची तुला कल्पना नाही.’’

‘‘खरंच... पण मी अंदाज करू शकतो.’’

‘‘बोरिया... दोन वर्षांनंतर निवडणुका होणार आहेत. पार्टी ब्यूरोची मीटिंग होती. कदाचित येत्या निवडणुकीत मला डावललं जाईल.’’

"हा तर खूप सिरिअस मॅटर आहे."

"नाही बोरिया... माझी ट्रम्प कार्ड्स मी बाहेर काढली, तर ते मला डावलू शकणार नाहीत आणि मी स्वतःच जर हा देश सोडून जायचं ठरवलं, तर सगळेच प्रश्न मिटतील."

"हे तू काय बोलतोस हेन्री?"

"बोरिया... तू फार भोळा आहेस. तुला छक्केपंजे माहीत नाहीत. नाहीतर तू बेस्तनोव्हा..."

हेन्रिक एकदम थांबला. बोरियास्तावला प्रश्न पडला की, हेन्रीनं आपल्या प्रेयसीचा उल्लेख अर्धवट का सोडला? त्यानं हेन्रिकच्या डोळ्यांत रोखून पाहत विचारलं, "बेस्तनोव्हा! तिच्याबद्दल... बोल ना हेन्री... तुला तिच्याबद्दल असं काही माहीत आहे का, जे मला माहीत नाही?"

"तिच्याबद्दल नाही रे... तिच्या वडिलांबद्दल! मिस्टर पावलॉव..."

"त्यांचं काय? ते तर नामांकित उद्योगपती आहेत..."

"आय नो बोरिया... आय नो इच अँड एव्हरिथिंग ऑफ हिज बिझनेस... पण ते जाऊ दे... तुला एकच सांगतो, बेस्तनोव्हाशी लग्न करायचं असेल, तर तिच्या वडिलांचा एक छदामही घेऊ नकोस आणि हो. लग्न लवकर कर. काय हवं ते मला सांग. निवडणुका यायच्या आधी सगळं कर... कारण त्यानंतर कदाचित मी या देशात नसेन किंवा कदाचित माझे सगळे हुकमी पत्ते वापरून, पुन्हा एकदा या देशाचा सत्ताधीश असेन."

त्या रात्री बोरियास्ताव झोपू शकला नाही. अनेक प्रश्न त्याला छळत होते. मुख्य प्रश्न होता तो आता काय करायचं? एवढी गुप्त आणि स्फोटक माहिती त्याच्या हाती लागली होती, ती उघड करावी की करू नये? माहिती उघड केली तर हेन्रिकची प्रतिष्ठा धुळीला मिळेल. हुकूमशाहीसदृश शासनयंत्रणा असली, तरी अशा परिस्थितीत उसळून येणारा लोकक्षोभ भयानक असतो. शिवाय विरोधक आगपाखड करत हेन्रिकला कोंडीत पकडतील. हेन्रिकची प्रतिमा देशभर 'देशद्रोही' अशी होईल. जागतिक पातळीवर या देशाच्या अब्रूचे धिंडवडे निघतील, हे नक्की! हे टाळायचं असेल तर ही स्फोटक माहिती उघड करता कामा नये; पण...

हेन्रिकनं आखलेल्या योजनेमुळे, या उन्मत्त देशावर अतिरेकी हल्ले होतील. त्यांच्या गुप्तचर यंत्रणेला पाळंमुळं खणताना हेन्रिकच्या षड्यंत्राचा सुगावा लागेल आणि नंतर... ! हे सर्व टाळायचं असेल तर ही माहिती उघड केली पाहिजे! पण...

विचार करून करून बोरियास्तावचा मेंदू शिणला. पहाटे कधीतरी त्याला ग्लानी आली.

"तुझ्या निष्ठा कुणावर आहेत ते आधी ठरव बोरियास्ताव..." पावलॉव म्हणाले. बोरियानं शेजारी बसलेल्या बेस्तनोव्हाकडे पाहिलं. दोनच दिवसांपूर्वी ती त्याला भेटली होती, तेव्हा त्यानं तिला हेन्रिक प्रकरणाची कल्पना दिली होती आणि तिने ते प्रकरण तिच्या वडिलांना सांगितलं होतं. म्हणून तर शहरापासून दूर असलेल्या रिसॉर्टवर तिघंही आले होते.

"मी समजू शकतो बोरियास्ताव... राष्ट्राध्यक्ष हेन्रिक तुझे परममित्र आहेत; पण शेवटी मित्र महत्त्वाचे की राष्ट्र महत्त्वाचं, याचा निर्णय तुलाच घ्यावा लागेल," पावलॉव म्हणाले.

बोरिया गप्पच होता. बेस्तनोव्हानं तिच्या वडिलांना हे सारं सांगायला नको होतं, असा विचार त्याच्या मनात पुनःपुन्हा येत होता; पण नको ते घडून गेलंय हे जाणून तो म्हणाला, "मिस्टर पावलॉव, माझ्या निष्ठा कुणावर आहेत यापेक्षा माझ्या जवळच्या लोकांची मतं माझ्या दृष्टीनं अधिक महत्त्वाची आहेत. तुमचं मत काय आहे? मी काय करावं असं तुम्हाला वाटतं?"

पावलॉवनी व्होडकाचा मोठा घोट घेतला. क्षणभर तोंडात घोळवला. घोट गिळून क्षणभरानं म्हणाले, "वेल... आय थिंक... व्यक्तीपेक्षा राष्ट्र अधिक महत्त्वाचं असतं... तसं ते असायला हवं... म्हणून ही सारी गुप्त माहिती पॉलिट ब्यूरोसमोर ठेवण्यात यावी. पॉलिट ब्यूरोचा आंद्रे माझ्या परिचयाचा आहे. इफ यू डोंट माइंड मी आंद्रेला..."

"थँक्स पावलॉव..." बोरियानं त्यांचं बोलणं तोडत म्हटलं. त्यानं बेस्तनोव्हाकडे पाहिलं. ती तणावाखाली होती. गंभीर होती. तरीही तिच्या नजरेतून पाझरणारं प्रेम त्याला जाणवलं. त्यानं तिच्या हातावर हात ठेवत विचारलं, "डिअर... माझ्या डोक्यात एक कल्पना आली आहे. तुझी साथ मिळणार असेल तर..."

बेस्तनोव्हानं त्याला थोपटलं. म्हणाली, "बोरिया, मी कायम तुझ्याबरोबर आहे. बोल तू..."

बोरियास्तावनं पावलॉवकडे रोखून पाहत म्हटलं, "पावलॉव, मी जो विचार मांडणार आहे तो ऐकून तुम्ही मला स्वार्थी म्हणाल; पण हरकत नाही. या जगात नव्व्याण्णव टक्के लोक स्वार्थीच असतात. ही गुप्त माहिती जाहीर करणं म्हणजे हेन्रिकच्या आणि माझ्या आजवरच्या मैत्रीचा विश्वासघातकी खून ठरेल; पण इलाज नाही. बेस्तनोव्हाला भावनेच्या भरात मी सगळं गुपित सांगितलं, तेव्हाच माझ्या हातातून भवितव्य निसटलं."

"बोरिया..." बेस्तनोव्हा काहीशी व्यथित स्वरात म्हणाली. बोरियाच्या नजरेतून त्याची नाराजी तिला जाणवली होती; पण आता तो स्पष्ट शब्दांत बोलला.

"डोंट माइंड बेस्तनोव्हा... प्रियकरापेक्षा जन्मदाता अधिक विश्वासू वाटणं हा गुन्हा नाही. एनी वे... कमिंग टू द पॉइंट... पावलॉव... तुमच्या सोयीनं दिवस

ठरवा... माझं आणि बेस्तनोव्हाचं युरोपचं तिकिट तयार ठेवा. मी विमानात बसण्यापूर्वी ते पेनड्राइव्ह तुमच्या हातात देईन. युरोपमध्ये मी आणि बेस्तनोव्हा आमचं नवीन आयुष्य सुरू करू. बेस्ता... तू तयार आहेस ना?''

बेस्तनोव्हानं हुंकार देत वडिलांकडे पाहिलं.

ते किंचित हसत म्हणाले, ''तुझी योजना छान आहे बोरियास्ताव. मी तयार आहे; पण माझी एक 'अट' आहे.''

''बोला...''

''बोरियास्ताव, माझ्या मुलीचं आणि तुझं एकमेकांवर प्रेम आहे, हे मान्य! पण खरं सांगू... हे प्रकरण झालं नसतं तर कदाचित मी तुमच्या प्रेमाला ग्रीन सिग्नल दिला नसता. कारण, तू एक सामान्य तरुण आहेस. केवळ राष्ट्राध्यक्षाचा खास मित्र म्हणून तुला अवाजवी महत्त्व प्राप्त झालेलं आहे...''

पावलॉवचे कठोर पण सत्य सांगणारे शब्द ऐकून बोरियास्तावला क्षणभर खूप राग आला. त्याला वाटलं... काहीतरी फाडकन बोलावं; पण तेवढ्यात बेस्तनोव्हा म्हणाली, ''डॅडी... तुम्ही त्याचा इन्सल्ट का करताय?''

''बेस्ता... धिस इज नॉट हिज इन्सल्ट... आय ॲम पुटिंग फॅक्ट्स...''

बोरियास्तावनं बेस्तनोव्हाचा हात दाबला. ती अस्वस्थपणे गप्प बसली; पण यामुळे बोरियाला मनोमन खूप बरं वाटलं. तो म्हणाला, ''बेस्ता, थँक्स! एनी वे... बोला पॉवलॉव, पुढे बोला...''

पावलॉव म्हणाले, ''मुख्य मुद्दा किंवा माझी अट अशी आहे की, मी माझ्या मुलीला तुझ्यासोबत कायमचं पाठवतोय, अशा वेळी युरोपमध्ये तू कुठे राहणार? कामधंदा मिळेपर्यंत तुम्ही कसे जगणार? म्हणून मी ठरवलंय... एक साइझेबल अमाउंट मी देईन, ती तू स्वीकारली पाहिजेस.''

बोरियास्ताव्हचा जीव भांड्यात पडला. त्याच्या मनात पावलॉव कोणती अट घालेल, याबाबत ज्या अभद्र शंका उसळत होत्या, त्या क्षणार्धात गायब झाल्या. तरीही तो म्हणाला, ''थँक्स मिस्टर पावलॉव... तुम्ही माझा एवढा आपलेपणानं विचार केलात, त्याबद्दल थँक्स! खरंतर प्रेयसीच्या वडिलांकडून अशी रक्कम घेणं मला आवडणार नाही, पण तुमच्या भावनांची कदर करण्यासाठी मी तुमची ही अट मान्य करतो.''

''व्हेरी गुड!... आता एक काम कर बोरिया... परवा तू आमच्याकडे डिनरसाठी ये... त्या वेळी मी ती रक्कम तुझ्या हवाली करीन. त्याबरोबरच तुम्हा दोघांची प्लेनची तिकिटंही तुझ्याकडे देईन. येताना तू पेनड्राइव्ह घेऊन ये.''

बोरियास्ताव व्होडकाचा ग्लास ओठाजवळ नेता नेता थांबला. त्यानं पावलॉवकडे रोखून पाहत विचारलं, ''पेनड्राइव्ह मी त्या वेळी देणार नाही. मग?''

"कमॉन बोरिया... तू जे हे सगळं गुपित म्हणून मला सांगितलंस, ते सगळं खरं आहे असं मी का मानू? कदाचित माझी मुलगी पटकावण्यासाठी तू हे सगळं खोटं..."

"प्लीज मिस्टर पावलॉव..."

"मला ते पेनड्राइव्ह तुझ्याकडे आहे ते तरी कळू दे ना!"

पावलॉवच्या वाक्यावर काहीही न बोलता बोरियास्तावनं कोटाच्या आतल्या खिशातून पेनड्राइव्ह काढलं. ते पावलॉवसमोर धरत तो म्हणाला, "विश्वास ठेवा... हेच ते पेनड्राइव्ह आहे, ज्यामध्ये हेन्रिक आणि अतिरेकी संघटना यांचा ई-मेल्स डेटा आहे."

पावलॉवनं पेनड्राइव्हकडे निरखून पाहिलं. ते एक जुनाट दोन जीबी क्षमतेचं पेनड्राइव्ह होतं. त्यावर कंपनीचं बोधचिन्ह होतं आणि एक तिरका ओरखडा.

"ओके बोरियास्ताव, मी मान्य करतो की, हे सगळं खरं आहे; पण परवा डिनरच्या वेळी, तू तुझ्या हातानं मला लॅपटॉपवर एक झलक दाखव आणि तुला माझ्यावर एवढादेखील विश्वास ठेवायचा नसेल, तर आपण हे सर्व थांबवू."

"ठीक आहे... आपण परवा भेटू."

स्वित्झर्लंडकडे जाणारी रेल्वेगाडी बर्फाळ प्रदेशातून धडाडत चालली होती. बाहेरचा हिमवर्षाव तिच्या मार्गावर बर्फाचे अडथळे आणत होता; पण इंजिनाच्या समोरील बाजूस असलेले दोन शक्तिशाली उष्ण वाऱ्याचे झोत, लोहमार्गावरचा बर्फ क्षणार्धात दूर करत होते.

बोरियास्ताव खिन्न मनानं भूतकाळाची उजळणी करत आपल्या कंपार्टमेंटमध्ये बसला होता. काय ठरवलं होतं आणि प्रत्यक्षात काय घडलं, याचा दुखरा हिशेब करताना तो व्यथित झाला. हेन्रिकसारख्या जिवलग मित्राचा विश्वासघात करण्याची योजना आखली. या पापाचीच शिक्षा येशूनं आपल्याला दिली. सिल्वियाचं घर सोडताना त्याला गलबलून आलं होतं, कारण तिथे आरियाचिव्ह नाव धारण करून राहताना त्याचे दिवस शांततेत गेले होते; पण अचानक त्याचा सुगावा लागला होता. सिल्वियाला दोनदा फोन आला होता. बोरियाला संभाव्य धोक्याची कल्पना आली आणि त्यानं तो परगणा सोडला. खबरदारी म्हणून, त्यानं जास्त रक्कम खर्च करून संपूर्ण कंपार्टमेंट रिझर्व केलं होतं; त्यामुळे त्याला सुरक्षित वाटत होतं; पण त्याचबरोबर खूप एकाकीसुद्धा! इथे बेस्तनोव्हा सोबत असती तर...? या कल्पनेनंच तो मनोमन उत्तेजित झाला. ठरवलेल्या योजनेनुसार गोष्टी घडल्या असत्या तर आपण युरोपात कुठेतरी बेस्तनोव्हासोबत संसार थाटलेला असता. एखादं गोंडस

बाळ असतं! पण...

गाडीचा स्पीड एकदम कमी झाला तसा बोरियास्ताव भानावर आला. त्यानं विंडोग्लासमधून बाहेर पाहण्याचा प्रयत्न केला; पण बाहेर दूरवरचे धूसर दिव्यांचे ठिपके आणि अविरत बरसणारे हिमकण, एवढंच त्याला दिसू शकलं. एव्हाना गाडी थांबली. बोरियास्तावच्या हृदयाची धडधड सुरू झाली. त्याला कळेना... अशा निर्जन मार्गावर रेल्वेगाडी का थांबली? पण त्याला जास्त काळजी करावी लागली नाही, कारण गाडी पाच-सात मिनिटांत सुरू झाली आणि पाहता पाहता गाडीनं पूर्ववत वेग पकडला. बोरियास्ताव सैलावला. तेवढ्यात त्याच्या कंपार्टमेंटच्या दारावर कुणीतरी थाप मारली. बोरिया दचकला. कोण असेल? सावधगिरी म्हणून बाळगलेलं रिव्हॉल्व्हर त्यानं चाचपलं. दारावर पुन्हा थाप पडली. त्यानं दार किंचित उघडलं. बाहेर रेल्वे अटेंडंट होता.

"एक्सक्यूज मी सर... रेल्वेमार्गावर एक मोठा लाकडी ओंडका होता; त्यामुळे गाडी थांबली होती. सॉरी फॉर इन्कन्व्हीनिअन्स..."

"इट्स ऑलराइट."

"एनीथिंग यू नीड सर... प्लीज प्रेस द सर्व्हिस बटण..."

"आय नो. थँक्यू!"

रेल्वे ऑफिसर पुढे गेला. बोरियास्तावनं दरवाजा लावून घेतला. त्याला खूप रिलॅक्स वाटलं. आपण उगीचच चोवीस तास दडपणाखाली राहतो, या विचारानं तो स्वतःशीच हसला. सारे मनाचे खेळ असतात असं स्वतःशी पुटपुटत त्यानं रिस्टवॉच पाहिलं. रात्रीचा दीड वाजला होता. उद्या आपण सर्वस्वी अपरिचित जागी पोहोचू. निदान तिथेतरी हेन्रिकचा ससेमिरा मागे लागू नये, या विचारात त्यानं झोपायची तयारी केली.

त्याच वेळी दरवाजावर पुन्हा थाप पडली. तो पुन्हा एकदा दचकला; पण कदाचित अटेंडंट असेल, या कल्पनेनं घाबरला नाही. त्यानं दाराचा बोल्ट काढला. दार किलकिलं करेपर्यंत बाहेरच्या व्यक्तीनं पूर्ण जोर लावत दार उघडलं. वेगानं ती व्यक्ती आत शिरली आणि बोरियास्तावला काही कळायच्या आत, दार पुन्हा लावून बोल्ट बंद केला. त्या व्यक्तीची ही कृती इतकी वेगवान आणि अनपेक्षित होती की, बोरियास्ताव दोन क्षण पुतळ्यासारखा थिजला. मात्र, पुढच्याच क्षणी बोरियानं प्रसंगावधान राखत आपलं रिव्हॉल्व्हर काढून त्या व्यक्तीवर रोखलं. त्या व्यक्तीनं प्रतिकाराचा कुठलाही आवेश न आणता दोन्ही हात वर केले. व्यक्तीच्या हॅटवर आणि ओव्हरकोटावर बर्फाचे कण दिसत होते.

"जीव वाचवण्यासाठी अजून किती पळू मी?" त्या व्यक्तीच्या आवाजात ओतप्रोत कारुण्य होतं आणि आवाजात मार्दव होतं. तिच्या अगतिक प्रश्नानं बोरिया

काहीसा आश्वस्त झाला.

"कोण आहेस तू? आणि..."

"मी हॅट काढू का?" असं विचारत त्या व्यक्तीनं हॅट काढली. बोरिया बघतच राहिला त्या तरुणीकडे! सोनेरी केसांचा बॉबकट तिच्या चेहऱ्यावर विस्कळीतपणे झेपावला होता. हॅट काढल्यामुळे तिचा चेहरा स्पष्ट दिसत होता.

"मला मारू नका. मला अजून जगायचंय." ती अत्यंत आर्द्र स्वरात म्हणाली. बोरियास्तावला क्षणभर तिच्या जागी स्वतः असल्याचा भास झाला. तिच्या आर्त शब्दांतलं कारुण्य त्याच्या हृदयात उतरलं. त्यानं रिव्हॉल्व्हर खाली केलं.

"बैस... आणि सांग... तू कोण आहेस आणि माझ्याच कंपार्टमेंट..."

"सगळं सांगते... माझं नाव मार्टिना... माझ्या देशात मी सुखानं जगत होते. भले मला मुक्त स्वातंत्र्य नव्हतं, हुकूमशाहीची बंधनं होती; पण मी माझी नोकरी, माझं घर यांच्यासोबत सुखानं जगत होते; पण माझ्या एका मैत्रिणीमुळे माझ्या आयुष्याच्या वाटाच बदलल्या. खरंतर बेस्तनोव्हाला दोष देणं योग्य नाही, पण..."

"बेस्तनोव्हा?" बोरियास्तावनं आपसूक विचारलं.

"हो... माझी मैत्रीण... तिच्या आयुष्यातल्या काळ्या घटनांच्या सावल्या माझ्या आयुष्यावर पडल्या. मिस्टर किलिनोस्कोव..."

"माझं नाव तुला..."

"कंपार्टमेंटवर वाचलं आणि वाटलं की, तुम्ही मला आश्रय द्याल. मी थकले हो, पळून पळून. ज्या देशात तुम्ही राहत असता, त्या देशाचा प्रमुखच तुम्हाला ठार करू पाहत असेल, तर तुम्हाला पळावच लागतं ना... खरंतर सगळा दोष बेस्तनोव्हाचा होता. त्या प्रकरणाशी माझा काहीही संबंध नव्हता. मी आपली..."

ती बोलत होती; पण बोरियास्ताव मात्र संभ्रमात पडला होता. ही जी कुणी मार्टिना समोर बसली आहे, ती हे खरं सांगतेय का? माझ्या प्रेयसीची मैत्रीण माझ्याच कंपार्टमेंटमध्ये घुसणं एवढा योगायोग घडू शकतो? की हे सारं नाटक आहे? त्याला काही सुचेना.

बोलता बोलता मार्टिना पुढे म्हणाली, "मिस्टर किलिनोस्कोव... माझ्यावर दया करा..."

बोरियास्तावला तिच्या अवस्थेकडे बघून वाईट वाटलं. तिच्या गालांवर अश्रू ओघळले होते. त्याच्या मनात आलं, मी एवढा धडधाकट पुरुष असूनसुद्धा हेन्रिकला घाबरून पळतो आहे, जीव वाचवण्यासाठी. ही तर एक अश्राप तरुणी! बेस्तनोव्हाची मैत्रीण... पण बेस्तनोव्हानं हिच्याबाबत कधी उल्लेख केला नव्हता.

ती आपल्याच तंद्रीत पुढे म्हणाली, "बेस्तनोव्हाचा कुणीतरी प्रियकर होता बोरियास्ताव नावाचा. राष्ट्रप्रमुख हेन्रिकचा जिवलग मित्र होता तो. त्याला म्हणे हेन्रिकचं एक महत्त्वाचं गुपित समजलं..."

बोरियास्ताव मनोमन खिन्न झाला. नियतीचा हा कसला खेळ की, त्याची स्वतःची कर्मकहाणी त्याला एका त्रयस्थ व्यक्तीकडून ऐकावी लागत होती. ती बोलत होती, तेव्हा बोरियास्तावच्या डोळ्यांसमोर भूतकाळातील प्रसंग जसेच्या तसे येऊ लागले...

ठरल्याप्रमाणे बोरियास्ताव डिनरसाठी पावलॉवच्या बंगल्यावर गेला. बेस्तनोव्हानं लाल मखमली फ्रॉक घातला होता. त्यामध्ये ती एखाद्या परीसारखी सुंदर दिसत होती. बोरियानं पावलॉवच्या लॅपटॉपवर हेन्रिकच्या ई-मेल्सची झलक दाखवली. गप्पा मारत तिघांनी ड्रिंक्स आणि डिनर घेतलं. निघताना पावलॉवनं बोरियाच्या हातात एक अ‍ॅटॅची दिली आणि 'एक कोटी आहेत' एवढंच बोलले. बंगल्याच्या बाहेरपर्यंत बेस्तनोव्हा त्याला सोडायला आली होती. तिचा गुडनाइट किस घेताना त्याला वाटलं होतं, हे क्षण असेच गोठून राहावेत.

त्यानंतर चौथ्याच दिवशी तो इंटरनॅशनल एअरपोर्टवर हजर झाला. बेस्तनोव्हाची तो आतुरतेने वाट पाहत होता. तिच्यासाठी स्वतःचं बोर्डिंगही त्यानं नोंदवलं नव्हतं. जसजशी फ्लाइटची वेळ जवळ येत गेली तसतसा तो कमालीचा अस्वस्थ झाला. तेवढ्यात त्याचा मोबाइल वाजला. फोन तिचाच होता.

"हॅलो बेस्ता, व्हेअर आर यू?"

"बोरिया... घात झालाय!"

"व्हॉट...? हे तू काय बोलतेस बेस्ता?"

"माझ्या डॅडींनी तुला फसवलंय..."

"कसं शक्य आहे ते? पेनड्राइव्ह माझ्याकडेच आहे अजून..."

"बोरिया... माय डिअर... कसं सांगू तुला... डू यू रिमेंबर? आपण तिघं हॉटेलमध्ये भेटलो होतो, त्या वेळी तू डॅडींना पेनड्राइव्ह दाखवलं होतंस. त्यानंतर तू घरी डिनरला आलास. डॅडींना ई-मेल्स दाखवल्यास. डॅडींनी तुझ्या राष्ट्रनिष्ठेची स्तुती केली... बट अ‍ॅट द सेम टाइम, त्यांनी हातचलाखी करत तुझं पेनड्राइव्ह स्वतःकडे घेतलं आणि डिट्टो तसंच दिसणारं पेनड्राइव्ह तुझ्या हातात दिलं... ते पूर्णपणे ब्लँक आहे रे..."

बेस्तनोव्हाचं बोलणं ऐकून बोरियास्तावच्या पायांखालची जमीन सरकली. एअरपोर्टचा संपूर्ण परिसर आपल्याभोवती गरागरा फिरत असल्याचा भास होऊ लागला. त्याच्या हातात एक कोटी रकमेची अ‍ॅटॅची होती, तरीही त्याला भयंकर अगतिक वाटू लागलं. तो पटकन एका खुर्चीत बसला. एअरपोर्टवर त्या दोघांच्या नावानं वारंवार 'इमिजिएट रिपोर्टिंग'ची घोषणा होत होती.

"बोरिया... बोरिया..." फोनवर तिनं दहा वेळा हाक मारली.

"हां बोल..."

"बोरिया... माझे डॅडी इतके पाताळयंत्री असतील, असं मला वाटलं नव्हतं."

"आणखी काय केलंय त्यांनी?" बोरियानं धास्तावलेल्या आवाजात विचारलं.

"ते सगळं मी तुला सांगते; पण आधी तू एअरपोर्टवरून बाहेर पड, कारण कोणत्याही क्षणी हेन्रिकचे गुप्तहेर तुला पकडू शकतात... मी तुला पुन्हा फोन करीन."

बेस्तनोव्हानं फोन बंद केला. बोरियास्ताव सुन्न झाला होता. पावलॉवनं एवढा विश्वासघात करावा, या विचारानं तो खिन्न झाला; पण त्याच वेळी त्याला, त्यानं हेन्रिकशी केलेला विश्वासघात आठवला. त्याची फ्लाइट निघाल्याची घोषणा झाली. तो पटकन उठला आणि एअरपोर्टच्या बाहेर पडला. टॅक्सी करून तो नजीकच्या रेल्वेस्थानकावर आला आणि डेस्टिनेशन न बघता उभ्या असलेल्या गाडीत चढला.

त्याच्या पाठोपाठ चार-पाच माणसं डब्यात चढली. त्यांनी बोरियाकडे पाहिलं. बोरिया मनोमन प्रचंड धास्तावला. त्या डब्यात न थांबता तो पुढे निघाला. गाडी सुसाट धावत होती. अवतीभोवती प्रवासी होते; पण बोरियाचं कशाकडेच लक्ष नव्हतं. हेन्रिकला ही योजना कशी समजली, या एकाच प्रश्नाभोवती त्याचं मन पिंगा घालत होतं. तेवढ्यात पुन्हा फोन वाजला.

"हॅलो... बेस्तनोव्हा..."

"तू रेल्वेत आहेस का?"

"हो बेस्ता. हेन्रिकला हे सारं कसं समजलं?" बेस्तनोव्हा क्षणभर काहीच बोलली नाही.

"हॅलो बेस्ता..."

"सांगते... बोरिया... मला फार अपराधी वाटतंय, तरीही सांगते. तुझं पेनड्राइव्ह हस्तगत करण्यामागे त्यांचा मोठा प्लॅन होता. माझ्या डॅडींचा बिझनेस शासकीय नियमांच्या चौकटीत चाललेला दिसतो, हे खरंय; पण चौकटीबाहेरचं बरंच काही केलं जातंय. डॅडींच्या हितशत्रूंनी डॅडींविरुद्ध काही पुरावे जमवले आणि हेन्रिकपर्यंत पोहोचवले. डॅडी संधीच्या शोधात होते. ती संधी त्यांना पेनड्राइव्हच्या रूपानं मिळाली. बोरिया... डॅडी हेन्रिकला भेटले आणि त्या दोघांमध्ये अलिखित करार झाला. हेन्रिकनं डॅडींच्या वाटे जायचं नाही आणि त्या बदल्यात डॅडींनी हेन्रिकचं गुपित, गुपितच ठेवायचं..."

बोरियास्तावच्या मेंदूला मुंग्या आल्या. त्याचा चेहरा विमनस्क झाला होता. त्यानं अस्फुटसं विचारलं, "हे सारं तुला कसं समजलं?"

"डॅडींनी सांगितलं. मी त्यांच्याशी भांडले, रडले, ओरडले; की तुम्ही माझ्या बोरियाचा आणि माझा विश्वासघात केलात. त्यावर ते छद्मीपणे हसत म्हणाले,

बोरियास्ताव जर त्याच्या जिवलग मित्राचा विश्वासघात करू शकतो, तर मी त्याचा घात केला तर बिघडलं कुठे...''

बोरियास्तावचं मन छिन्नविच्छिन्न झालं. कानापाशी मोबाइल धरून तो काही क्षण तसाच उभा राहिला. त्यानं हळवेपणानं विचारलं, ''बेस्ता... तू मला कुठे... कधी भेटणार?''

''ते मी या क्षणी नाही सांगू शकत... बघू... तू मात्र स्वतःला जप... आणि हो, गाडी बदल... धोका पत्करू नकोस... देवाची इच्छा असेल तर आपण नक्की भेटू...''

बोरियास्ताव उदास मनानं पुढच्या स्टेशनवर उतरला. जवळच्या बार्बर शॉपमध्ये जाऊन त्यानं आपलं डोकं पूर्णपणे भादरून घेतलं. कुणा गुप्तहेराच्या नजरेत येण्याआधी या देशातून सहीसलामत बाहेर पडणं, हेच त्याचं ध्येय होतं!

''मिस्टर किलिनोस्कोव... मिस्टर किलि...'' मार्टिनाच्या आवाजानं तो भानावर आला.

''तुम्हाला झोप येतेय... तुम्ही झोपा...'' तिच्या शब्दांत आपुलकी होती. मात्र एवढं बोलतानाही तिचे दात थंडीनं थडथडत होते. तिच्या ओव्हरकोटावरचं बर्फ वितळून गार पाणी तिच्या आत शिरलं होतं. बोरियानं पटकन हँडबॅगमधून व्होडकाची बाटली काढली. तिला एक पेग देत तो म्हणाला, ''घे मार्टिना... बरं वाटेल.''

थरथरत्या हातानं तिनं ग्लास घेतला. ती सतत शहारत होती. तिनं एका घोटात पेग संपवला. त्यानं वरच्या बर्थवरची रजई घेतली आणि तिच्या अंगावर पांघरली आणि तिला अजून एक पेग दिला.

''नको... माझ्यामुळे तुम्हाला उगीच त्रास...''

''डोंट माइंड... माझ्या बेस्ताची तू...'' बोरियास्ताव एकदम बोलायचं थांबला. तिनं त्याच्याकडे चमकून पाहिलं. तो विलक्षण कोंडीत सापडला. काय करावं... अनवधानानं त्याच्या तोंडून सत्य बाहेर पडलं... ते पूर्ण सांगावं का? की नको?

''किलिनोस्कोव... तुम्ही आत्ता काहीतरी म्हणालात...'' तिनं प्रश्नार्थक वाक्य फेकलं. बोरियाला जाणवलं, आता लपवण्यात अर्थ नाही.

''यू मीन... तुम्ही बोरियास्ताव...''

''हो! मीच तो अभागी माणूस आहे. दुर्दैवाच्या फेऱ्यांत सापडलेला असाहाय माणूस! पण हे सारं दुर्दैवं माझं मीच निर्माण केलं ना! ती संध्याकाळ उगवलीच नसती तर किती बरं झालं असतं! ना मी हेन्रिकच्या खास खोलीत गेलो असतो, ना त्याचा लॅपटॉप हाताळला असता आणि...''

बोरियास्तावनं दीर्घ उसासा टाकला. त्याचे डोळे पाणावले. मार्टिना पटकन उठली आणि त्याच्या शेजारी बसली. व्होडकाचा ग्लास रिकामा करून खाली ठेवला. त्याचा हात हातात घेत ती म्हणाली, ''मिस्टर बोरियास्ताव, मला तुमच्याबद्दल अपार सहानुभूती वाटते... कारण...''

पुढे बोलावं की न बोलावं या संभ्रमात ती गप्प बसली. त्यानं तिच्याकडे प्रश्नार्थक नजरेनं पाहिलं.

''सांग मार्टिना... तुला जे सांगायचंय ते सांग.''

त्याचा हात आत्यंतिक आपलेपणानं आवळत ती म्हणाली, ''तुमची बेस्तनोव्हा या जगात राहिली नाही.''

बोरियास्तावच्या संवेदना जणू बधिर झाल्या होत्या. त्याचे डोळे दगडासारखे झाले होते.

ती पुढे म्हणाली, ''हेन्रिकनं पावलॉवशी करार तर केला; पण तो पाळला नाही. पावलॉवच्या उद्योगांवर राष्ट्रद्रोही कार्य केल्याचा ठपका ठेवून छापे टाकले. पावलॉवला आणि बेस्तनोव्हाला राष्ट्रीय सुरक्षा कायद्याखाली अटक केली. हेन्रिकच्या गुप्त आदेशानुसार पावलॉवचे अनन्वित हाल करण्यात आले. तुरुंगातच त्याचा मृत्यू झाला...''

''...आणि माझी बेस्ता...'' बोरियानं अभावितपणे विचारलं.

''मी फक्त एकदाच तुरुंगात तिला भेटायला गेले होते. खूप रडली ती. म्हणाली, माझ्यामुळे माझ्या बोरियास्तावला परागंदा व्हावं लागलं. त्यानं माझ्याकडे बोलून दाखवलेलं गुपित मी डॅडींजवळ बोलले नसते, तर हे सगळंच टळलं असतं. मी तिची समजूत काढली. शेवटी तिनं खिन्नपणे मला सांगितलं की, येशू सर्वांचा रक्षणकर्ता आहे. तोच तोडतो आणि तोच जोडतोसुद्धा! मी राहीन न राहीन; पण तुला मरण्याच्या आधी जर कधी बोरियास्ताव भेटला, तर माझ्यातर्फे त्याची क्षमा माग...''

कोंडलेला अफाट वादळवारा, दारं-खिडक्या तोडून बाहेर पडावा, तशा बोरियास्तावच्या इतक्या वेळ कोंडलेल्या आर्त भावना बाहेर पडल्या. 'बेस्ताऽऽ' अशी करुण हाक मारत तो ओक्साबोक्शी रडू लागला. मार्टिनानं त्याला जवळ घेतलं. तो गदगदून रडत होता. गाडी आपल्याच वेगात सुसाट धावत होती. प्रवाशांच्या सुख-दुःखांशी काही घेणं-देणं नसल्यागत डेस्टिनेशनकडे धावत होती.

दोघांच्याही नकळत दोघं एकाच बर्थवर आडवे झाले. मार्टिनाला त्याच्या शरीराची ऊब हवीच होती. त्याच्या दुःखाच्या नशेला तिच्या कमनीय देहाची संगत हवीहवीशी झाली. दोन समदुःखी जीव धावत्या रेल्वेमध्ये एकरूप झाले. तिच्याशी मनसोक्त शृंगार करून तो गाढ झोपी गेला.

एव्हाना बाहेर उजाडू लागलं होतं. मार्टिना त्याच्या शेजारून अलगद उठली. तिनं व्यवस्थित कपडे घातले. ओव्हरकोटाच्या कॉलरमध्ये चोरकप्प्यात दडवलेली सिरींज तिनं बाहेर काढली. खिशात ठेवलेली औषधांची कुपी काढून तिनं सराईत नर्सप्रमाणे सिरींज भरली. ती बोरियास्तावजवळ आली. त्याच्या लालगोऱ्या शरीराकडे, त्याच्या चेहऱ्याकडे पाहताना तिला त्याच्याबद्दल कणव वाटली. बिचारा! दुःखाच्या आवेगात त्यानं तिला उत्कट शरीरसुख दिलं होतं. क्षणभरासाठी तिला वाटलं, पुढच्या स्टेशनवर तसंच उतरून निघून जावं! पण तिनं तो विचार झटकला. क्षणभर मनात येणाऱ्या भावनेच्या भरात घेतलेल्या निर्णयाची किती मोठी शोकांतिका होऊ शकते, याचं उदाहरण तिच्यासमोर झोपलेलं होतं. ती पुढे झाली. बोरियाच्या गोऱ्यापान दंडावर तिनं अलगदपणे इंजेक्शन टोचलं. सिरींज रिकामी करून तितक्याच अलगदपणे सुई काढली. तो झोपेतच होता.

गाडीचा वेग मंदावला. तिला तिचं डेस्टिनेशन माहीत होतं. स्टेशनवर गाडी थांबताच ती पटकन उतरली. स्टेशनबाहेर तिच्यासाठी खास गाडी उभी होती. तिनं खास खासगी नंबरवर फोन करून निरोप दिला– "माझी कामगिरी पूर्ण झाली."

पलीकडून हेन्रिक म्हणाला, "गुड!... नवीन तेलविहिरींच्या कंपनीचे दहा टक्के शेअर्स तुझ्या नावावर आजच जमा केले जातील. गुड बाय!"

स्टेशनवरून गाडी निघाली. आता गाडीचं शेवटचं स्टेशन येणार होतं, प्रवास संपणार होता; पण बोरियास्ताव केव्हाच अंतिम प्रवासाला निघून गेला होता.

◆

(या कथेतील सर्व व्यक्ती, प्रसंग आणि घटना पूर्णपणे काल्पनिक असून वास्तवातील व्यक्ती, प्रसंग, घटनांशी साधर्म्य आढळल्यास तो निव्वळ योगायोग समजावा.

सदर कथा, लेखकाची पूर्णपणे स्वतंत्र कलाकृती असून, कोणत्याही परकीय कल्पनेवर आधारित नाही अथवा परकीय भाषेतील कथेचे भाषांतर/रूपांतर नाही, याची नोंद घ्यावी.)

षड्यंत्र

प्राचीला पुन्हा फोन आला, तेव्हा दीपाला खूप अपराधी वाटलं. का वागते आहे असं मी तिच्याशी... तुटकपणानं? पण तुटकपणानं तरी कसं म्हणायचं? जे तुटतं ते आधी जोडलेलं असतं! प्राचीबरोबर बालवयातला एक छोटा सहवासाचा धागा होता, तो कधी पीळदार नात्यामध्ये परावर्तित झालाच नाही. मातीत रुजलेलं बी फुटून कोवळ्या उगवत्या अंकुराला लालचुटुक गर्भरेशमी पानं येत असतानाच अंकुर निष्प्राण व्हावा, तसं ते नातं विरून गेलं. सहवास संपला, वाटा बदलल्या; दूर गेल्या. तिच्या वाटचालीतल्या काही काटेरी, तर काही मऊशार पदचिन्हांची बातमी कानांवर येत राहिली; पण प्रत्यक्ष गाठभेट कधी झालीच नाही आणि आता अचानक पुन्हा...

दीपानं टी-पॉयवर ठेवलेल्या स्वतःच्या मोबाइलकडे पुन्हा पाहिलं. तिला नंबर कुणी दिला? दीपाच्या मनात प्रश्नासह किंचित भयही आलं. कशासाठी फोन केला प्राचीनं? महत्त्वाचं काम आहे म्हणाली, पण... खरंच! एवढंच कारण असेल? की आई म्हणते तसं तिचं ते... छे! आई तर पार टोकाला जाऊन बोलते. प्राची खरंच अशी असेल का? कोवळ्या अजाण मुलींना जाळ्यात ओढणारी? स्वतः तर आयुष्यभरासाठी फसली म्हणे! सरलामावशी धाय मोकलून रडली अनेकदा... दीपानं पाहिलं होतं मावशीचं दुःख! कधीतरी आई आणि मावशीचं बोलणं तिनं चोरून नाही; पण सहज जाता-येता कानावर पडलं म्हणून ऐकलंही होतं... 'वीणा, कसं गं झालं असं... नक्षत्रासारखी माझी पोर... चिखलात कशी गं पोहोचली... ' दीपाला त्या वयात शब्दांचा, वाक्याचा नेमका अर्थ कळत नसे; पण समज येत गेली तसे शब्दांमागचे भीषण आणि ओंगळ अर्थ तिला समजत गेले. वस्तू तर विकाऊ असतातच किंबहुना विकाऊ असतात म्हणून तर त्यांचं उत्पादन केलं जातं; पण स्त्रीचा देह विकाऊ? स्त्रीचा देह म्हणजे फक्त एक वस्तू? पुनःपुन्हा वापरता येणारी? जो कुणी किंमत देतो, त्याला वापरायला देता येणारी?

फोन वाजला तशी ती दचकली. फोन प्राचीचाच होता.

"दीपू... तुला इच्छा नसेल तर स्पष्ट सांग... मी सक्ती करणार नाही." प्राची म्हणाली.

दीपा गोंधळली.

"हो म्हण, नाही तर नाही म्हण; पण उत्तर दे."

"येते मी. कुठे येऊ?" दीपानं विचारलं.

प्राची काही क्षण बोलू शकली नाही. नंतर तिनं भेटीचं ठिकाण सांगितलं.

ꙮ

सफायर इन या फाइव्ह स्टार हॉटेलची भव्य इमारत बघूनच दीपा भांबावली. अशा हॉटेलमध्ये जाण्याचा कधी प्रसंग आला नव्हता. दरवानानं दरवाजा उघडला. प्रकाशानं झगमगलेली भव्य लॉबी पाहून दीपाला अधिकच दडपल्यासारखं झालं. रिसेप्शनिस्टजवळ प्राचीनं मेसेज दिला होता. दीपा लिफ्टनं पाचव्या मजल्यावर आली. प्राचीनं तिला मिठी मारत तिचं स्वागत केलं. दीपा तिच्याकडे बघतच राहिली. दहा-अकरा वयाची असणारी प्राची तिनं पाहिली होती. उमलू लागलेल्या कळीसारखी दिसायची. त्या कळीचं टवटवीत कमळ झालेलं पाहून दीपाला किंचित हेवा वाटला. प्राचीनं कॉर्पोरेट ड्रेस घातला होता. जणू एखाद्या बहुराष्ट्रीय कंपनीची सीईओ असावी अशी ती रुबाबदार दिसत होती.

"थँक्स दीपा... तू आलीस," प्राची म्हणाली.

दीपाला काय बोलावं ते सुचत नव्हतं. फाइव्ह स्टार हॉटेल, तिथलं उच्चभ्रू वातावरण, एका दिवसासाठी पंधरा-वीस हजार रुपये भाडं असणारे स्यूट... असं बरंच काही तिनं ऐकलं होतं. क्वचित सिनेमामध्ये पाहिलंही होतं; पण प्रत्यक्षात तशा स्यूटमध्ये बसल्यावर ती अवाक् झाली.

"तू काय घेणार ते सांग." प्राचीनं विचारलं.

"नको... काही नको... तू इतक्यांदा फोन केलास म्हणून..."

प्राची हसली; पण तिच्या हसण्यात प्रसन्नता दिसली नाही. तिनं फोन करून क्लब सँडविच आणि ज्यूसची ऑर्डर दिली.

"काय काम होतं?" दीपानं विचारलं.

ꙮ

सफायर इन हॉटेलच्या इमारतीसमोर गॅलॅक्सी इमारत होती. समोरच्या हॉटेलपेक्षाही किंचित उजवं वाटावं असं बाह्यरूप होतं गॅलॅक्सीचं. दर्शनी भागावर लावलेली, निळसर झिलईची काचेची तावदानं तिरप्या उन्हानं चमकत होती. एच. बी. इन्व्हेस्टमेंटचं कार्यालय त्याच इमारतीत वरच्या मजल्यावर होतं. खिडकीजवळ युसूफ उभा होता. हातात शक्तिशाली दुर्बीण घेऊन तो हॉटेलची रूम नंबर ५०५ निरखत होता. प्राची सोफ्यात बसली होती आणि तिच्या जवळच दीपा बसली होती. त्यानं दुर्बीण बाजूला करत मोबाइलवरून कॉल केला.

"बाबा, नीट ऐक. पार्किंगमध्ये तू तयार राहा. पार्सल्स आली की, व्हॅनमध्ये टाकून ठरलेल्या ठिकाणी घेऊन जा." युसूफनं म्हटलं.

बाबा म्हणाला, "जी युसूफभाई."

*

वसंतराव घरी परतले, तेव्हा सुनीताबाईंचा चेहरा चिंतित होता. त्यांनी रोजच्याप्रमाणे त्यांना चहा दिला. पत्नीच्या चेहऱ्यावरची चिंता त्यांना जाणवली. फ्रेश होऊन येताना ते दीपाच्या बेडरूममध्ये डोकावले होते. दीपा अजून आलेली नाही याचीच काळजी सुनीताला वाटतेय हे त्यांना कळलं होतं. खरंतर त्यांना सुनीताचा हा ओव्हर प्रोटेक्टिव्ह ॲटिट्यूड आवडत नसे. दीपा तरुण आहे. नोकरी करणारी, आधुनिक काळात वावरणारी यंगनेक्स्ट आहे. तिची उगीचच क्षणोक्षणी चिंता करायची ही बाब त्यांना पसंत नव्हती.

"सुनीता..." त्यांनी हाक मारली. सुनीताबाई खिडकीतून कॉलनीतील रस्त्याकडे पाहत उभ्या होत्या. त्यांनी वळून नवऱ्याकडे पाहिलं.

"बैस शांतपणे. तू तिथे उभी राहून का दीपा लगेच येणार आहे?"

सुनीताबाई त्यांच्यासमोर येऊन बसल्या; पण त्यांची अस्वस्थता कमी झाली नाही. त्या म्हणाल्या, "अहो, रोज एवढा वेळ होत नाही तिला. तिची रोजची वेळ टळून एक तास होत आला."

"येईल गं. वाटेत कुणी मित्र-मैत्रीण भेटली असेल... किंवा ऑफिसमध्ये..."

"तसं असतं, तेव्हा ती फोन करते."

"बरं, मग तू फोन कर."

"केला होता; पण स्विच ऑफ आहे."

हे ऐकून वसंतराव किंचित गंभीर झाले. दीपा एक वेळ फोन उचलणार नाही; पण ती स्विच ऑफ का करेल! त्यांनी थोडा वेळ वाट पाहायचं ठरवलं.

*

शहरापासून दूर हायवेपासून एक मैलावर प्रशस्त गोडाउन होतं. जागोजागी इलेक्ट्रॉनिक वस्तूंची खोकी रचल्यामुळे गोडाउनमध्ये आपोआप पार्टिशन्स तयार झाली होती. गोडाउनमध्ये मध्यभागी मात्र एक खास आडोसा करून खोलीवजा जागा बनवली होती. जहांगीर वाट पाहत होता प्राची शुद्धीवर येण्याची. त्याला युसूफ आणि त्याच्या माणसांचा राग आला होता. क्लोरोफॉर्मचा एक थेंब पुरेसा ठरेल, असं बजावूनही युसूफच्या माणसानं – बाबानं – दोन थेंब वापरले होते. जहांगीरनं पाहिलं, प्राची किंचित हलली.

"प्राची... जागी हो प्राची," जहांगीरनं प्राचीला हलवलं. प्राची डोळे चोळत उठून बसली. काही मिनिटांत प्राची पूर्ण भानावर आली. तिनं शेजारीच, लांबलचक खोक्यावर निजलेल्या दीपाकडे पाहिलं. दीपा निरागस दिसत होती. क्षणभरासाठी प्राचीला खूप अपराधी वाटलं; पण तिचाही नाइलाज होता.

"तुझी सगळी तयारी झाली का जहांगीर?" तिनं विचारलं.

त्यानं बोटानं इशारा केला. प्राचीनं पाहिलं, दीपाच्या शेजारच्या खोक्यावर इन्सर्टर आणि आवश्यक उपकरणं होती.

"तिला त्रास होणार नाही असं बघ."

"नाही होणार."

"ठीक आहे... तिला इंजेक्शन दे आणि ऑपरेशन करून टाक." असं म्हणत प्राची थोडी आडोशाला गेली. तिनं स्वतःची पँट खाली करून अंडरगार्मेंटमध्ये हात घातला. अंडरवेअरचा खास गुप्त कप्पा शोधत तिनं छोटी चिप बाहेर काढली. पँट व्यवस्थित घालत ती बाहेर आली. जहांगीरनं दीपाला इंजेक्शन दिलं. प्राचीनं त्याच्याकडे ती चिप दिली आणि पुढील प्रक्रिया पाहत, ती तिथेच उभी राहिली.

मोबाइलची रिंग बराच वेळ वाजत राहिली. नंतर बंद झाली. महावीर गाढ झोपलेला नव्हता; पण तरीही त्यानं फोन घ्यायची तसदी घेतली नव्हती. ज्या जगात त्यानं अनेक वर्षं घालवली, त्या जगाशी त्याला काडीइतकाही संबंध ठेवायचा नव्हता. त्याच्या मिटलेल्या डोळ्यांपुढे पुन्हा एकदा शर्वरी उभी राहिली. खळखळून हसणारा तिचा गोंडस चेहरा पापण्यांच्या आत सदोदित टिकून होता. त्याला पुन्हा जाणवलं, अश्रू उघड्या डोळ्यांतच येतात असं नाही, मिटलेल्या डोळ्यांतही येतात. त्याच्या कानशिलावरून कानांपर्यंत अश्रू ओघळले. शर्वरीच्या स्मृती त्या अश्रूंमध्ये भिजल्या. त्याच वेळी पुन्हा फोन वाजू लागला. महावीरनं कॉलर आयडी पाहिला. इन्स्पेक्टर वासुदेव मेहेंदळे. रात्रीचे साडेबारा वाजले होते. त्यानं यापूर्वीही अनेकदा बजावलं होतं त्यांना... आता मला कशातच इंटरेस्ट राहिलेला नाही; सबब फोन करून मला ओढू नका त्या दलदलीत! घ्यावा का फोन? रिंग वाजणं बंद झालं. त्यानं पाहिलं... याआधी तीन-चार मिस्ड कॉल्स होते... त्यांचेच! काय घडलं असेल? काहीतरी घडलं असणार, त्याशिवाय मेहेंदळे फोन करणार नाहीत. करावा का त्यांना रिप्लाय कॉल? महावीरची मनःस्थिती द्विधा झाली. तेवढ्यात पुन्हा फोन वाजू लागला. मेहेंदळेंचाच कॉल होता.

"हॅलो..." न राहवून त्यानं फोन अटेंड केला.

"महावीर, आय नीड यू... हे बघ..."

"सॉरी सर, मी तुम्हाला पूर्वीही सांगितलंय..."

"आय नो वीर... पण या वेळची इमर्जन्सी वेगळी आहे. म्हणून..."

"प्लीज सर, मला पुन्हा त्या चिखलात लोळण्याची इच्छा नाही."

"वीर, फोन बंद करू नकोस... प्लीज... ऐकून तरी घे."

"ठीक आहे. मी ऐकण्यानं तुमचं समाधान होत असेल तर ऐकवा; पण माझा नकार कायम आहे. बोला..."

"वसंतराव पाध्येंना ओळखतोस ना..."

वसंतरावांचं नाव ऐकताच महावीर सावरून बसला.

"येस... त्यांचं काय झालं... इज ही इन डेंजर?" त्यानं विचारलं.

"ते स्वतः नाही, त्यांची मुलगी... दीपा मिसिंग आहे."

"ओ गॉड!..."

"वीर, आय नो... हेरगिरी आणि पोलीस खात्याला मदत करण्याच्या प्रवासात तू खूप काही गमावलं आहेस; पण... वसंतरावांची केस आहे, म्हणून मी तुला त्रास देतोय... आय होप... यु वुईल..."

महावीर विचारात पडला. क्षणभरासाठी त्याला वाटलं होकार द्यावा; पण... पुन्हा तेच ते सारं. मागावर जाणं, पाठलाग करणं, हाती सापडलेल्याला टॉर्चर करणं, वेळप्रसंगी गोळ्या घालून कुत्रे मारावं तशी माणसं मारणं... आणि मग... त्यांच्यापैकीच कुणीतरी सूडचक्र सुरू करणं... त्यामुळेच तर शर्वरी...

'पपा... ॲम आय लुकिंग गॉर्जिअस?' नवा कोरा फ्रॉक घातलेली शर्वरी हसत विचारायची. महावीर डोळे विस्फारत 'येस माय डिअर... यू आर मोस्ट गॉर्जिअस इन द वर्ल्ड... ' असं म्हणत तिला उचलून कडेवर घ्यायचा. ती चिडेपर्यंत तिचे पापे घ्यायचा आणि बाप-लेकीच्या प्रेमाला आलेलं उधाण पाहत तृप्त चेहऱ्यानं बाजूला उभी असायची शांती – त्याची पत्नी!

"महावीर, विल यू प्लीज..." मेहेंदळेंच्या आवाजानं महावीर भानावर आला.

"प्लीज सर... मला आग्रह करू नका... लीव्ह मी अलोन..." एवढं बोलतानाही त्याचा कंठ दाटून आला. त्याने कठोरपणे फोन बंद केला आणि बेडवर आडवा झाला.

रात्रीचे तीन वाजले होते. वसंतराव आणि सुनीताबाई दोघंही जागे होते. सुनीताचे डोळे रडून रडून आटले होते. रोज वर्तमानपत्रात येणाऱ्या बातम्या तिला राहून राहून आठवत होत्या. 'तरुणीला पळवून सामूहिक बलात्कार', 'लग्नाचे आमिष दाखवून बलात्कार', 'तरुणीवर ॲसिड फेकले' – असंख्य प्रकारच्या बातम्या तिच्या मनात पिंगा घालत होत्या. दीपा कुठे असेल? तिच्यावर कोणतं संकट कोसळलं असेल? ती अत्याचाराला बळी तर पडली नसेल ना? – अभद्र विचारांचं काहूर माजलं होतं मनात. इन्स्पेक्टर मेहेंदळेंनी तक्रार दाखल करून घेतली, पण...

वसंतराव वरवर संयम दाखवत शांत बसले होते; पण त्यांच्याही मनात प्रचंड

खळबळ माजली होती. गेल्या दोन-तीन महिन्यांत दीपाबाबत काही विशेष घडलं का याचा ते आढावा घेत होते. दीपा तशी साधी-सरळ मुलगी आहे, हे ते जाणून होते. ती सचिवालयामध्ये नोकरीला असल्यामुळे तिचं दैनंदिन आयुष्य तसं चाकोरीबद्ध होतं. समाजात वावरणाऱ्या टपोरी लोकांशी तिचा संबंध येत नव्हता. तिला जवळच्या म्हणाव्यात अशा मैत्रिणीदेखील नव्हत्या. मित्रांचाही तिनं कधी उल्लेख केला नव्हता. कुणाशी वैर म्हणावं, तर तेही नव्हतं. काय करावं, कसं शोधावं तिला? वसंतरावांच्या मनात येणारे सारे विचार याच प्रश्नापाशी थांबत होते.

"काहीतरी करा हो... पोरीचं काही बरं-वाईट झालं तर..." सुनीता विद्ध आवाजात म्हणाली. ते जागचे उठले आणि तिच्याजवळ गेले. तिला थोपटत म्हणाले, "तोच विचार करतोय सुनीता... मी केवळ पोलिसांवर अवलंबून राहीन असं वाटतं का तुला!..."

"मग करा ना काहीतरी... आजवर तुम्ही इतक्या तरुणांना..."

"एक मिनिट... एक मिनिट..." वसंतराव तिला अडवत म्हणाले. त्यांना स्वतःचंच आश्चर्य वाटलं. एवढा वेळ मला कसं सुचलं नाही! त्यांनी पटकन उठून स्वतःचं कपाट उघडलं. त्यातून एक जुनी डायरी काढली. डायरीची पानं चाळता चाळता त्यांना हवा तो पत्ता सापडला.

"सुनीता, तुझ्या बोलण्यातून मला एक मार्ग सुचलाय... तू बैस... मी निघतो... तुला फोन करीन." असं म्हणत वसंतरावांनी कपाटातल्या गुप्त खणातून स्वतःचं रिव्हॉल्व्हर घेतलं. त्यातलं मॅगझिन भरलेलं आहे ना तेही पाहिलं आणि शर्टाच्या आत पँटमध्ये खोचून ते बाहेर पडले.

एअरपोर्टजवळ नवीन इमारती उभ्या राहिल्या होत्या. काही पूर्ण झाल्या होत्या; पण त्यांत फार थोडे लोक राहायला आले होते. काही टोलेजंग इमारतींचं बांधकाम अजून चालू होतं. त्याच एरियातल्या करिष्मा हाइट्सच्या बी विंगच्या पार्किंगमध्ये एक कार येऊन थांबली. फोनवर आधीच बोलणं झाल्यानुसार नागेश आणि नीना वाट पाहत होते. जहांगीरनं कारचं दार उघडलं. नागेश त्याच्याजवळ आला. कारच्या मागच्या सीटवर दीपा झोपलेली होती. नीनानं व्हीलचेअर कारजवळ आणली. युसूफच्या मदतीनं तिनं दीपाला व्हीलचेअरवर बसवलं. जहांगीरनं कारमधून अ‍ॅटॅची काढून नागेशकडे दिली.

"नानी... पार्सल रवाना करण्यासाठी जे जे आवश्यक आहे, ते सर्व यामध्ये आहे... आणि तुझी रोजीरोटीसुद्धा!"

"उघडून बघू? डोंट माइंड." नागेश म्हणाला.

जहांगीरला त्याचा हलकटपणा माहीत होता. तो हसला. नागेशनं ॲटॅची उघडली. दीपाचा फोटो लावलेला नयना सोहोनी या नावाचा पासपोर्ट होता, सोबत इराकचा व्हिसा. नागेशला जे हवं होतं, ते त्याला दिसलं. कोकेनचं पाकीट हुंगून त्यानं माल असली आहे का ते पाहिलं.

"तुझ्या अपेक्षेपेक्षा जास्त रोजीरोटी दिली आहे." जहांगीर म्हणाला.

नागेशनं हसत विचारलं, "हा माल अस्सल वाटतोय, आपल्याकडे मिळत नाही सहसा... तुला कुठे मिळाला?"

क्षणभरासाठी जहांगीर अस्वस्थ झाला, कारण त्यानं एका मोठ्या कन्साइन्मेंटमधून कोकेनचं एक पाकीट काढून घेतलं होतं. प्राचीचं काम करण्यासाठी नागेशची आणि नीनाची ऊर्फ नानीची मदत घेणं भाग होतं आणि नागेशनं हे काम करण्यासाठी रोख रकमेऐवजी कोकेनची मागणी केली होती. जहांगीरसमोर तिकडमबाजी करण्याखेरीज दुसरा पर्याय नव्हता. म्हणून तर त्यानं हाजी बिलालच्या कन्साईन्मेंटमधून एक पाकीट लांबवलं होतं.

"सांग ना मित्रा... एवढा अस्सल माल तुला कुठे मिळाला?" नागेशनं पुन्हा विचारलं.

जहांगीर हसत म्हणाला, "तू हिंदी सिनेमा बघतोस; पण डायलॉग्ज विसरतोस..." नागेशचा गोंधळलेला चेहरा निरखत जहांगीर पुढे म्हणाला, "तुम आम खाओ, पेड क्यूँ गिनते हो?"

नागेश खळखळून हसला. एव्हाना नीनानं दीपाला लिफ्टमधून वरच्या फ्लॅटमध्ये नेलं होतं.

"चलो... पार्सल योग्य ठिकाणी रवाना केलंस की कळव." असं म्हणत जहांगीरनं आणि युसूफनं त्याचा निरोप घेतला.

झोपेतच महावीर कुशीवर वळला. त्या वेळी त्याला जाणवलं, ट्यूबलाइट चालू आहे. त्याला पक्कं आठवत नव्हतं; पण तरीही ट्यूबलाइट चालू ठेवून आपण झोपणार नाही याची त्याला खात्री होती. मग असं कसं! त्यानं डोळे उघडले. त्याला धक्का बसला. त्याच्या बेडजवळच खुर्ची होती, डायनिंग टेबलजवळ असणारी... आणि खुर्चीत बसले होते वसंतराव! क्षणभर त्याला वाटलं, आपल्याला भास होतोय; पण तो जागा झालेला पाहून वसंतराव सौम्यसे हसले. भास नाही! पण हे घरात कसे घुसले?

"मास्टर... तुम्ही! तुम्ही इथे काय करताय?" त्यानं विचारलं.

"तहान लागली की, जनावर पाणवठ्यावर येतं... यावंच लागतं." वसंतराव

म्हणाले.

बाहेर कुठेतरी पक्षी ओरडले. उत्तररात्र कलल्याची दोघांनाही जाणीव झाली. महावीर उठला. त्यानं मशीनमध्ये कॉफी बनवली.

"मास्टर... तुम्हाला सगळं माहीत आहे..."

"आय नो वीर... पण प्रश्न माझ्याच मुलीचा आहे. खरंतर मी स्वतःच फील्डवर जायचा विचार करत होतो; पण तुला माहिती आहे... माझ्या लंग्जमध्ये..."

"तुम्ही फील्डवर जाऊ नका मास्टर..."

"कुणाला तरी जावंच लागेल. तुझा नकार कायम असेल, तर शेवटी मलाच..."

"नको... तुम्ही नका जाऊ..."

"मग कोण जाणार?" वसंतरावांनी विचारलं.

महावीर खूप अस्वस्थ झाला. वसंतरावांनी त्याला त्याच्या उमेदवारीच्या काळात ज्या युक्त्या-प्रयुक्त्या शिकवल्या, जी मदत आणि मार्गदर्शन केलं, ते तो विसरला नव्हता. वसंतरावांना फुप्फुसाचा विकार झाला नसता, तर ते याचकासारखे दारात आलेच नसते, याची त्याला जाणीव होती. तो बेचैनीनं म्हणाला, "माझ्या फील्डवर्कमुळे शर्वरी ठार झाली, असं समजून शांती निघून गेली माझ्या आयुष्यातून... छोट्या अभयला भेटूही देत नाही... यू नो मास्टर..."

"येस, आय नो वीर; पण... ठीक आहे. मी निघतो." असं म्हणत वसंतराव उठले.

"थांबा मास्टर... मी दीपाचा शोध घेतो."

वसंतरावांचे डोळे पाणावले. त्यांनी महावीरचा हात हातात घेत दाबला आणि गहिवरल्या आवाजात ते म्हणाले, "थँक्स अ लॉट, वीर."

नागेश आळोखेपिळोखे देत बेडवरून उठला. बाथरूममधून फ्रेश होऊन तो दुसऱ्या बेडरूममध्ये गेला. दीपा गाढ झोपलेली होती. दुसऱ्या बेडवर नीना अस्ताव्यस्त झोपली होती. शेजारच्या टी-पॉयकडे लक्ष जाताच नागेश संतापला. जहांगीरनं दिलेलं कोकेनचं पाकीट नीनानं फोडलेलं दिसत होतं. थोडं कोकेन खाली सांडलं होतं. तो तिच्यावर भयंकर संतापला.

"नीनाऽ... नीनाऽ..." त्यानं तिला गदागदा हलवत हाका मारल्या. तिच्या दोन्ही दंडांना धरून तिला बसतं केलं. तिनं किलकिल्या डोळ्यांनी त्याच्याकडे पाहिलं. तिचे डोळे लालभडक झाले होते.

"पाकीट का फोडलंस?" त्यानं रागानं विचारलं..

तिनं त्याचे हात झिडकारले. बेपर्वाईनं म्हणाली, "माझी मर्जी..."

आता नागेशचा भेजा सटकला. त्यानं खण्कन तिच्या मुस्कटात मारली. ती हेलपाटली.

"रांड साली... तुझी मर्जी काय..." असं म्हणत नागेशनं तिच्या पेकाटात लाथ घातली.

"सॉरी... मारू नकोस." वेदनेनं कळवळत ती म्हणाली आणि उठून लगेच किचनकडे गेली.

नागेशनं दीपाकडे पाहिलं. आरडाओरडीचा तिच्यावर फारसा परिणाम झाला नव्हता. नीनानं सॉरी म्हटल्यामुळे त्याचा संताप ओसरला. तो टी-पॉयजवळ बसला. सांडलेलं कोकेन कागदाच्या तुकड्यानं कोकेनच्या पाकिटात भरण्याचा प्रयत्न करू लागला.

नीना किचनमधून आली आणि तिनं हातातील धारदार सुरा नागेशच्या पाठीत खुपसला. स्लीपिंग सेलमध्ये भरती होण्याआधी तिनं शस्त्रास्त्रं हाताळणीचं पूर्ण प्रशिक्षण घेतलं होतं. पाठीत कोणत्या बाजूला ताकदीनं सुरा खुपसला की, त्याचं पातं व्यक्तीच्या हृदयात घुसतं हे तिला ठाऊक होतं.

नागेशनं काही क्षण विव्हळत वळवळ केली आणि तो रक्ताच्या थारोळ्यात मरून पडला. अखेरचा श्वास मिटेपर्यंत ती त्याच्या असाहाय तडफडण्याकडे बघत शांतपणे उभी राहिली. त्याची हालचाल थंडावली तशी ती पुढे आली. तिनं त्याचा आणि स्वतःचा सेलफोन उचलला. कोकेनचं पाकीट निगुतीनं घेतलं. झटपट कपडे बदलून ती फ्लॅटमधून बाहेर पडली.

बाजी टाउनमध्ये पंचवीस मजली इमारतीतील सर्वांत वरचा टॉवर फ्लॅट सुसज्ज होता. अत्यंत शक्तिशाली इलेक्ट्रॉनिक यंत्रणा, अद्ययावत कॉम्प्युटर्स आणि खास फोन लाइन्सनी तो प्रशस्त फ्लॅट सजला होता. महावीरला तिथे आलेलं पाहून रघूचा चेहरा आनंदानं, आश्चर्यानं विस्फारला.

"सर... तुम्ही... खरंच आलात की मला भास होतोय?" त्यानं विचारलं.

पोलादी पत्र्याचा जड दरवाजा बंद करत महावीर आत आला आणि म्हणाला, "रघू, नियती असते ना... ती तुमची इच्छा न विचारता तिला हवं तिथे तुम्हाला आणतेच." रघू हसला. "छान मेंटेन केला आहेस फ्लॅट..." त्यानं सर्वत्र नजर टाकत म्हटलं.

"मॅडम आणि छोटूबाबा कसे आहेत?"

"त्यांच्या त्यांच्या जगात खूशच असतील." महावीर उसासा टाकत म्हणाला. क्षणभरानं महावीरनं संपूर्ण सिस्टिम चालू केली. किती वर्षं झाली सिस्टिमवर बसून,

त्याच्या मनात विचार आला. त्याच्या ई-मेल अकाउंटवर इनबॉक्स खच्चून भरला होता. अबू अल सलीमचा माग काढून त्याला फाशीच्या तख्तावर पोहोचवल्याबद्दल केवळ भारतातूनच नव्हे, तर परदेशातूनही महावीरचं अभिनंदन करणारे असंख्य ई-मेल्स त्यामध्ये होते. ते ई-मेल्स पाहता पाहता महावीरला आनंद वाटला; पण त्या आनंदाला दुःखाची किनार होती. अबू अल सलीमच्या अतिरेकी संघटनेची सूत्रं ज्या कुणी घेतली होती, त्यानंच महावीरचा बदला घेतला होता; पण दुर्दैवाने की सुदैवाने महावीर वाचला आणि त्याची निरागस शर्वरी ठार झाली.

महावीरनं जुन्या आठवणी झटकल्या. त्यानं विविध विभागांतले मोबाइल टॉवर्सचे संदेश पकडणारी सिस्टिम सुरू केली. दीपाला शोधून काढायचं असेल, तर हा एक महत्त्वाचा मार्ग आहे, हे तो जाणून होता.

☙

दीपाला जाग आली; पण तिला डोळे उघडता येत नव्हते. तिच्या पापण्या खूप जडावल्या होत्या. तिनं कसेबसे डोळे उघडले. तिचं डोकं गरगरत होतं. आपण कुठे आहोत, हे तिला कळेना. ती स्वतःला सावरत जेमतेम उठून बसली. आपण इथे अपरिचित ठिकाणी कसे आलो... ती मेंदूला ताण देत, आठवायचा प्रयत्न करू लागली. प्राचीचा फोन आला होता... मग आपण त्या हॉटेलवर गेलो... तिला हळूहळू आठवू लागलं. तेवढ्यात तिचं लक्ष टी-पॉयच्या बाजूला गेलं. नागेशचे डोळे विस्फारलेले होते. तो आपल्याकडेच बघतोय असं वाटून दीपा भयंकर दचकली; पण पुढच्याच क्षणी तिचं लक्ष रक्ताच्या थारोळ्याकडे गेलं. तिला किंकाळी फोडावीशी वाटली; पण तिच्या तोंडातून आवाज फुटेना. बसल्या जागी ती थरथर कापू लागली. इथून लवकरात लवकर बाहेर पडलं पाहिजे, हे मात्र तिला त्याही अवस्थेत प्रकर्षानं जाणवलं.

☙

हाजी बिलालचा गोरापान चेहरा रागानं लाल झाला होता. कन्साईनमेंटमध्ये एक पाकीट कमी होतं, याचे दोनच अर्थ निघतात. एक म्हणजे अलिजवाहरनं एक पाकीट कमी भरलं किंवा कन्साईनमेंट इथे आल्यानंतर कुणीतरी गद्दारी केली; पण कुणी? हाजी बिलालच्या मेंदूत खळबळ उडाली होती. प्रश्न पाकिटाचा तर होताच; पण त्याहीपेक्षा जास्त चिंता होती विश्वासघात करण्याच्या वृत्तीची.

"युसूफ..." कोकेनच्या छोट्या पुड्यांचं पॅकिंग करणाऱ्या युसूफला त्यानं हाक मारली.

"जी हाजीसाब..."

"पार्सल पोहोचतं केलं, तेव्हा तू जहांगीरसोबत होतास का?" त्यानं सरळ मुद्द्याला हात घालणारा प्रश्न विचारला. युसूफ मनोमन टरकला; पण चेहरा कोरा ठेवत म्हणाला, "जी हाजीसाब."

"त्या पार्टीचं नाव सांग..."

"जी... नानी..."

"नानी?"

"नागेश आणि नीना... त्यांना आपल्या फील्डमध्ये नानी म्हणून ओळखतात."

"चार्जेस म्हणून त्यांना किती रक्कम दिली?"

"मला माहीत नाही हाजीसाब... जहांगीरनं नानीला अ‍ॅटॅची दिली..." धडधडीत खोटं बोलताना युसूफची छाती धडधडत होती.

बिलालनं जे ओळखायचं ते ओळखलं आणि म्हणाला, "ठीक आहे. मला नानीचा अ‍ॅड्रेस लिहून दे आणि जहांगीरला मला आजच्या आज भेटायला सांग."

"जी हाजीसाब."

☙

अल कायदा इन इराक अँड सीरिया ऊर्फ एक्यू आयचा सर्वेसर्वा अबू बकर आपल्या बंकरमध्ये पुढची योजना आखत बसला होता. त्याच्या सैनिकांनी बरीचशी शहरं ताब्यात घेतल्याच्या बातम्या ऐकून तो मनोमन खूश होता; पण शेवटचा स्ट्रोक मारण्यासाठी भारतातून अपेक्षित पार्सल अजूनही पोहोचलं नाही म्हणून तो काहीसा चिंतेत होता.

हाजी बिलालबरोबर झालेला करार त्याला वारंवार आठवत होता. हाजी बिलालला भारतात जो मास्टर स्ट्रोक खेळायचा आहे, त्यासाठी तो उतावीळ झाला होता. म्हणून दोघांनीही परस्परांना गेम प्लॅनचं साधन पुरवण्याचा करार केला होता. अबू बकरला आठवला रशियन दहशतवादी अँतॉव्ह आणि त्याच्याकडून घेतलेली ती कुपी. अबूनं ती कुपी स्वतः कडेकोट बंदोबस्तात ठेवली होती. हाजी बिलालचं पार्सल आलं की, त्याच पार्सलमधून ती कुपी हाजी बिलालकडे रवाना करायची असं ठरलं होतं. म्हणून तो आतुरतेनं त्या पार्सलच्या प्रतीक्षेत होता.

☙

दीपानं स्वतःला सावरलं. एव्हाना तिला आपण कोणत्यातरी भयानक संकटात सापडलो आहोत, याची पूर्ण कल्पना आली होती. तिनं बेडरूमची मोठी खिडकी उघडली. स्वच्छ हवा आत आली. एवढा वेळ खोलीभर कोंडून राहिलेला रक्ताचा उग्र दर्प कमी झाला. तिनं बाहेर नजर टाकली. सकाळ सरली होती. दूरपर्यंत फारशा इमारती नव्हत्या. एक-दोन टोलेजंग इमारतींचं बांधकाम चालू होतं. आपण

शहरापासून दूर आहोत हे तिला जाणवलं. तिनं बाहेर पडायचं ठरवलं. तिच्या पाठीत उजव्या कुशीत तिला किंचित वेदना जाणवली; पण तिकडे दुर्लक्ष करत तिने तिथे पडलेला बुरखावजा काळा गाऊन उचलला. कुणी ओळखू नये म्हणून तिनं तो परिधान केला आणि ती त्या फ्लॅटमधून बाहेर पडली.

शहराच्या दुसऱ्या टोकाला असलेल्या रेस्टॉरंटमध्ये नीना बसली होती. तिला स्वतःचंच आश्चर्य वाटत होतं. कोकेन काही तिनं पहिल्यांदा घेतलं नव्हतं. कोकेनची नशा तिला फार प्रिय होती; पण... असं कसं झालं? कोकेनमुळे एवढी उत्तेजना? भावनांचा एवढा स्फोट? ती स्वतःलाच प्रश्न विचारत होती. नागेश काही तिचा प्रियकर नव्हता. बिझनेस पार्टनर होता; पण त्याचा खून! मी त्याला ठार करण्याइतकी एक्साईट कशी झाले? नक्कीच हे कोकेन साधं नाही. काहीतरी खास असं वेगळं आहे या कोकेनमध्ये! तिची खात्री पटली आणि तिनं मनोमन ठरवलं... जहांगीरला भेटलं पाहिजे. या कोकेनविषयी तोच अधिक माहिती देऊ शकेल. तिनं मोबाइल बाहेर काढला आणि ती रेस्टॉरंटच्या गार्डन एरियात आली. आसपास कुणी नाही हे पाहून तिनं जहांगीरला फोन लावला.

"हॅलो..."

"जहांगीर... नीना हिअर..."

"बोल. पार्सल व्यवस्थित आहे ना?" त्यानं विचारलं.

"ते नंतर बोलू. आधी तू हे सांग... हा माल नेहमीचा नाही. खास आहे... काहीतरी वेगळं आहे याच्यामध्ये."

"कशावरून? तू टेस्ट केलास का?"

"हो... म्हणून तर विचारते..."

"काय झालं?"

"जहांगीर... मी माल टेस्ट केला आणि... नागेशला मी..."

तिनं हलक्या आवाजात घडलेला प्रकार त्याला सांगितला, तसा जहांगीर हादरला.

"हे तू काय केलंस... आणि... पार्सलचं काय झालं?"

"तिथेच सोडून मी बाहेर पडले."

"हरामी..."

"एऽऽ गाली द्यायचं काम नाही..." ती डाफरली.

तसा तो नरम होत म्हणाला, "तुला कल्पना आहे का... हा प्रकार समजल्यावर हाजी..."

"हाजीशी मला काही घेणं-देणं नाही."

"आहे बेबी... यू डोंट नो... तो मला तर सोडणार नाहीच; पण तुलाही..."

"सोड रे... असले छप्पन हाजी पचवलेत मी आजवर... तो माझं काय वाकडं करणार? एनी वे... तू मला एवढंच सांग की, माल तू कुठून पैदा केलास?"

जहांगीर काही क्षण गप्प राहिला. मग म्हणाला, "हाजीकडचा माल आहे. त्याच्याच मोठ्या कन्साईनमेंटमधून मी ते पाकीट घेतलं होतं."

'थँक्स!' असं म्हणत तिनं फोन बंद केला.

फ्लॅटमधलं दृश्य बघून हाजी बिलाल हादरला. नागेशच्या प्रेतावर अनेक कावळे बसले होते. काही कावळे खाली सांडलेल्या, वाळून गेलेल्या रक्तावर चोची घासून वाळलेल्या रक्ताच्या गुठळ्या चाखत होते. कावळ्यांनी नागेशचा एक डोळा पूर्णपणे संपवला होता. चेहऱ्यावरचं मांस निघालं होतं. ते दृश्य बघून युसूफ थरथर कापत होता. हाजीनं कावळ्यांना हाकललं. उघड्या खिडकीतून कावळे नाराजीनं बाहेर पडले; पण आसपास कावकाव करत घिरट्या घालू लागले. हाजीनं काचेच्या टी-पॉयकडे निरखून पाहिलं. कोकेनचे विखुरलेले कण बघून त्यानं जे ओळखायचं ते ओळखलं. क्षणभर कोपऱ्यातल्या रिकाम्या बेडकडे पाहून तो निराश झाला. दीपा हातातून निसटली. आता अबूला काय उत्तर द्यायचं, या प्रश्नानं तो भिरभिरला. दीपाला शोधलं पाहिजे. त्यासाठी माणसं पाठवली पाहिजेत आणि मुख्य म्हणजे प्रावीला सगळा प्रकार कळवला पाहिजे. हाजीच्या डोक्यात विचारांची झुंबड उडाली. तेवढ्यात त्याचा मोबाइल वाजू लागला. त्याने के-वन ही अक्षरं पाहून फोन घेतला.

"बोल... काय गडबड आहे?"

"साब, सफायरमध्ये इन्स्पेक्टर मेहेंदळे आले होते..."

"मग... त्यात एवढं घाबरण्यासारखं काय आहे?"

"साब, त्यांच्यासोबत महावीर होता!"

"महावीर?" हाजीचा आवाज स्वतःच्याही नकळत आश्चर्यानं चिरकला.

"साब..."

"महावीर परत फील्डवर आला!... पण त्यानं तर..."

"साब... त्यांनी पार्किंगच्या सीसीटीव्हीचं, मॅडमच्या खोलीजवळच्या पॅसेजमधल्या... सगळ्या कॅमेऱ्यांची फुटेज पाहिली. त्यांनी बाबाची व्हॅन ओळखली. बाबाला त्यांनी ताब्यात घेतलंय. ते बहुधा तुमचं पार्सल जिथे पाठवलंय तिकडे जाण्याविषयी बोलत होते..."

"ठीक आहे... शुक्रिया." हाजीनं फोन बंद केला. महावीरचं नाव ऐकून

त्याचा मेंदू सटकला होता. हाजीच्या भावाला – अबू अल सलीमला महावीरनं फासावर चढवलं होतं. म्हणून तर हाजीनं महावीरला संपवण्यासाठी मुस्तफा इराणीला पाठवलं होतं; पण दुर्दैवानं महावीर बचावला. त्याची मुलगी ठार झाली. महावीरनं मुस्तफाला ठार केलं. सारं काही आठवून हाजी बिलाल भयंकर अस्वस्थ झाला. महावीर या प्रकरणात उतरला म्हणजे पुढचं सगळं काम अधिक काळजीनं करावं लागेल. सगळं व्यवस्थित झालं असतं; पण जहांगीरनं घोळ घातला. त्याला धडा शिकवलाच पाहिजे; पण आधी दीपा ताब्यात यायला हवी. विचारांच्या झंझावातातच हाजी बिलाल, युसूफ आणि अन्य साथीदारांसह फ्लॅटमधून बाहेर पडला. पार्किंग एरियातून त्याची आलिशान कार बाहेर पडली. पुढच्याच वळणावर दुसरी कार पास झाली. त्या कारमध्ये महावीर होता हे जसं हाजीनं क्षणभराच्या दृष्टिक्षेपात ओळखलं, तसं महावीरनंसुद्धा आलिशान कारमध्ये हाजी बिलाल आहे, हे ओझरत्या दृष्टिक्षेपात ओळखलं.

शेजारीच बसलेल्या मेहेंदळेंना महावीरनं विचारलं, ''हाजी बिलालची काय खबर?''

''खास काही नाही; पण तो याच शहरात आहे.'' मेहेंदळे उत्तरले. तेवढ्यात त्यांची कार एअरपोर्टजवळच्या करिष्मा हाईट्सच्या बी विंगजवळ पोहोचली.

गृहमंत्री भाऊ वेलणकर सारा वृत्तान्त ऐकून स्तिमित झाले. त्यांच्या केबिनमध्ये त्यांच्यासमोर महावीर आणि इन्स्पेक्टर मेहेंदळे बसले होते. भाऊंच्या टेबलावर फ्लॅटमध्ये सापडलेली अ‍ॅटॅची होती. भाऊंनी पुन्हा नकली पासपोर्ट उचलून त्यावरचा दीपाचा फोटो पाहिला. पासपोर्टवरचं नाव पाहिलं. नयना सोहोनी. इराकचा व्हिसा!

''हा काय प्रकार असावा महावीर?'' भाऊंनी विचारलं.

''सर, काहीतरी मोठं षड्यंत्र सुरू आहे हे निश्चित!''

''पण त्यात दीपाचा काय संबंध? ती इथे सचिवालयात नोकरी करते...'' क्षणभर थांबून भाऊंनी चमकून विचारलं, ''असं तर नसेल ना की, दीपानं राज्याविषयी काही गुप्त माहिती चोरून...''

''एक्सक्यूज मी सर...'' महावीर त्यांचं बोलणं तोडत म्हणाला, ''दीपाला मी माझी बहीण मानतो सर... प्लीज...''

''आय अ‍ॅम सॉरी बट...'' भाऊ दिलगिरीच्या सुरात म्हणाले.

त्यावर महावीर म्हणाला, ''सर... तुम्हाला संशय येणं साहजिक आहे; पण सर, दीपा तशी नाही. ती वसंतराव पाध्येंची मुलगी आहे आणि वसंतराव...''

''येस येस... आय नो हिम... त्यांच्या इमानदारीबाबत त्यांचा शत्रूही शंका घेणार नाही.''

"...त्यांचंच रक्त दीपाच्या अंगात वाहतंय."

"पण मग महावीर... दीपाला किडनॅप करून, तिला वेगळ्या नावानं इराकला पाठवायची तयारी का केली असावी?"

"सर, आम्ही इन्व्हेस्टिगेशन सुरू केलंय. त्या फ्लॅटमध्ये आम्हाला कोकेन सापडलं. ते आम्ही लॅबकडे पाठवलंय. माझ्या लिस्टमध्ये मी चेक केलं, त्यात नागेश आणि नीना ही दोन नावं सापडली. एके काळी ते भुरटे चोर होते. मधल्या काळात ते देशविघातक कारवाया करणाऱ्यांच्या संपर्कात आले असावेत..."

"कशावरून?"

"सर, दुसऱ्या बेडरूममध्ये बेडच्या गादीखाली एक फोल्डर सापडलं, ज्यामध्ये नागेशच्या बँक खात्यात दहा लाख रुपये बॅलन्स दिसतोय. एका छोट्या डायरीत काही मोबाइल नंबर्स आहेत."

"हं... प्रकरण गंभीर आहे तर..." भाऊ म्हणाले.

"नुसतं गंभीर नाही सर... अतिगंभीर आहे." महावीर म्हणाला. भाऊंच्या तणावग्रस्त चेहऱ्याकडे पाहत तो पुढे म्हणाला, "सर... या प्रकरणात कुठेतरी हाजी बिलाल कनेक्टेड आहे!"

"व्हॉट... हाजी बिलाल?"

"येस सर... पण सर, मी शब्द देतो तुम्हाला... मी त्याचा प्लॅन यशस्वी होऊ देणार नाही!"

७२

युसूफचा गुप्त संदेश जहांगीरला मिळाला, तेव्हा तो भयंकर घाबरला. हाजी बिलाल आता आपल्याला पकडून हालहाल करून, ठार मारणार या कल्पनेनं तो थरथरला. यापूर्वी त्यानं हाजीचं क्रौर्य स्वतःच्या डोळ्यांनी पाहिलं होतं. शमीम ही स्वतःची प्रेयसी असूनही हाजीनं तिच्या अक्षम्य अपराधासाठी तिला अनन्वित छळ करून ठार मारलं होतं. जहांगीरला सुचेना... काय करावं? कोकेनचं पाकीट चोरलं यासाठी कदाचित हाजी माफ करेलही; पण नीनाकडे सोपवलेलं पार्सल गहाळ झालं, यासाठी तो जीव घेईल आपला. आता दोनच मार्ग... त्याच्या मनात आलं... एक तर दीपाला शोधून हाजीच्या ताब्यात देणं किंवा आपणच कुठेतरी दडून बसणं. दीपा सहजासहजी सापडणार नाही, याची त्याला कल्पना होती; पण त्यानं प्रयत्न करायचं ठरवलं. त्यासाठी प्राचीकडून माहीत झालेल्या दीपाच्या घरावर पाळत ठेवणं हा एकच उपाय होता. जहांगीरनं मनोमन तोच उपाय योजायचं ठरवलं. अर्थात, त्यासाठी त्याला स्वतःचं रंगरूप बदलणं भाग होतं. मेंदी लावून लावून लाल झालेल्या केसांना काळा कलप लावायचा, दाढी काढून टाकायची, डोळ्यांत

सुरमा घालणं सोडायचं आणि नेहमीची शेरवानी वगैरे टाकून साधी पँट, शर्ट असा पोशाख परिधान करायचा. स्वतःच्याच कल्पनेनं तो काहीसा निश्चिंत झाला आणि तयारीला लागला.

☙

इराकी दूतावासात प्राची बसली होती. राजदूत मक्सूदसाहेब त्या वेळी दूतावासात नव्हते हे ऐकून तिला बरं वाटलं. ती इब्राहिमच्या खोलीत बसली. इब्राहिमनं जे काही सांगितलं, ते ऐकून ती सुन्न झाली होती. इराकमधली संपूर्ण गुप्त माहिती गोळा करण्यासाठी अल बद्रीनं स्वतःचे प्राण पणाला लावले होते. ती माहिती चिपमध्ये भरून जेव्हा तो सर्फराजच्या अड्ड्यावर आला, तेव्हा तिला स्वतःच्या सुटकेचा मार्ग मोकळा झाला असंच वाटलं होतं. तिला सारा भूतकाळ आठवत होता.

अल बद्री भारतात आला, तेव्हा एका समारंभात त्याची प्राचीबरोबर ओळख झाली. प्राचीचं आरसपानी सौंदर्य बघून अल बद्री तिच्यासाठी वेडा झाला. त्यानं लपवाछपवी न करता तिच्यापुढे निकाहचा प्रस्ताव मांडला. अल बद्रीच्या संपत्तीला मर्यादा नव्हती. अनेक तेल विहिरी, पाश्चिमात्य देशांतली रिअल इस्टेटमधली करोडोंची गुंतवणूक अशा अनेक मार्गांनी त्याचं उत्पन्न अब्जावधी डॉलर्समध्ये पोहोचत होतं. त्यानं प्राचीला सर्व काही सांगून तिच्यासमोर इराकला येण्याचा प्रस्ताव मांडला. प्राचीलाही स्वतःच्या आयुष्याची फरफट थांबवायची होती. आज या उद्योगपतीबरोबर, तर उद्या नामांकित राजकारण्यासोबत शय्यासोबत करायची... फाइव्ह स्टारच्या स्यूटमध्ये पुष्ट अळीसारखं वळवळत राहायचं... ती मनस्वी कंटाळली होती. ती जाणत होती, वय वाढत जाईल तसतसं सौंदर्य ओसरेल. आता या सौंदर्यासाठी सगळे वेडे होताहेत, ते नाहीसं झाल्यावर ही माणसं मला दारातही उभं करणार नाहीत. आता काय राहिलंय आपल्या आयुष्यात? विचार करता करता ती खिन्न व्हायची आणि कधीतरी तिला लहानपण आठवायचं... आई, मावशी... छोटी दीपा... सारं काही आठवायचं आणि आठवायचा गौतम उबाळे... ज्याच्या प्रेमात पडून तिनं घरदार सोडलं. पुढे त्यानंच तिच्या सौंदर्याचा बाजार केला.

तिनं अल बद्रीला होकार दिला आणि ती इराकला गेली. इराकच्या संपन्न भागातलं अल बद्रीचं ऐश्वर्य पाहून ती सुखावली; पण सुख तिच्या नशिबात नव्हतं. सर्फराजनं तिचं अपहरण केलं. सर्फराज हा अल कायदाच्या एका गटाचा म्होरक्या होता. त्याला दहशतवादामध्ये स्वतःचं नाव मोठं करायचं होतं, म्हणून त्यानं अल बद्रीशी संपर्क साधला. अल बद्रीनं करोडो डॉलर्स देऊ केले; पण सर्फराजला हवी होती देशातली महत्त्वाची गुप्त माहिती. त्यानं अल बद्रीला धमकी दिली की, ती माहिती मिळवून दे, नाहीतर प्राचीला इतकं कुरूप करीन की, ती

लावण्यवती होती हे खुदासुद्धा नाकबूल करील. अल बद्रीचं प्राचीवर प्रेम होतं. उद्योगपती असल्यामुळे सरकारी आणि लष्करी अधिकारी, सत्ताधारी नेते अशा वरिष्ठ वर्तुळात त्याची ऊठबस असायची. त्यानं स्वतःची इभ्रत पणाला लावून स्वदेशाशी कराव्या लागणाऱ्या बेईमानीची पर्वा न करता संरक्षण यंत्रणा, गुप्त लष्करी तळ, विमानतळाचे आराखडे, सरकारी सुरक्षा यंत्रणेचे संकेतांक अशी सर्व माहिती गोळा केली आणि ती बोटाच्या पेराएवढ्या चिपमध्ये भरून तो प्राचीला मुक्त करण्यासाठी पुढे आला. डोंगराळ भागातल्या एका गुप्त जागी सर्फराजच्या तावडीतून प्राचीला सोडवण्यासाठी अल बद्री आला खरा; पण त्याच वेळी...

"मॅडम, फोन लागला. बोलता..." इब्राहिम म्हणाला, तशी प्राची वर्तमानकाळात परतली. तिनं फोन घेतला.

"हॅलो..."

"प्राची, तू कुठे आहेस?" हाजी बिलालनं विचारलं.

"ते महत्त्वाचं नाही हाजी... आधी तुम्ही सांगा... दीपा कुठे आहे?"

"ती पळून गेली."

"हाजी... ही सगळी तुमची बेपर्वाई आहे. एकच सांगून ठेवते... माझ्या बहिणीचं काही बरं-वाईट झालं तर..."

"तू मला धमकी देतेस?"

"तसं समजा हवं तर... आता बाजी पलटली असंही समजा. दीपाला मारण्याची धमकी देऊन तुम्ही मला..."

"पुरे, पुरे... आता काय करायचं ते बोलू आपण."

"मी काय सांगू हाजी? माझा पार्ट मी व्यवस्थित पार पाडला. दीपाला इराकमध्ये पाठवायची आणि परत आणायची जबाबदारी तुमची होती. त्या दरम्यान तिला सुखरूप ठेवायचं प्रॉमिस तुम्ही मला दिलं होतं..."

"मी कुठे इन्कार करतोय... पण जहांगीरनं या मिशनसाठी नानीसारखी फालतू माणसं निवडून चूक केली. नीनानं तर..."

"करिष्मा हाईट्समध्ये घडलेला सगळा प्रकार समजलाय मला. बरंच झालं नागेश संपला. नीना फासावर जाईल; पण आपण मात्र..."

"मग सुचव ना काहीतरी... नाहीतर तूसुद्धा दीपाला शोधण्यासाठी बाहेर पड."

"मी काय करायचं ते मी बघेन. तुम्ही नका सुचवू. तुम्ही काय करणार ते सांगा."

"मी माझी माणसं पाठवलीत... दीपाला शोधायला."

"ठीक आहे..."

"प्राची... याच नंबरवर संपर्क करीन मी पुन्हा."

"नको हाजी... गरज भासेल, तेव्हा मीच फोन करीन तुम्हाला. तुम्ही कॉन्टॅक्ट करण्याचा प्रयत्न करू नका." असं म्हणत तिनं फोन ऑफ केला.

महावीरनं कानावरचे हेडफोन्स काढले. शक्तिशाली रिसीव्हर्सद्वारे त्याला मोबाइल टॉवर्सवरून कॅच झालेले दोघांच्या संभाषणातील काही संवाद ऐकू आले होते. दीपाचा संदर्भ ऐकताच त्यानं सिस्टीमची क्षमता वाढवून जास्तीतजास्त सिग्नल्स कॅच करण्याचा प्रयत्न केला; पण तरीही काही संवाद निसटून गेले होते. एक गोष्ट मात्र त्याच्या लक्षात आली की, दीपाच्या अपहरणामध्ये हाजी बिलालचाच हात आहे. मात्र, ही प्राची कोण आणि तिनं तिचा पार्ट पार पाडला म्हणजे नेमकं काय केलं, याचा त्याला उलगडा होईना. इराकमध्ये दीपाला पाठवायचं आणि परत आणायचं या पाठीमागे हाजीचा कोणता हेतू असावा, यावर महावीर विचार करत होता. इराकमध्ये सध्या सुन्नी दहशतवाद्यांनी हैदोस घातला आहे, हे तो रोज वर्तमानपत्रांत आणि नेटवर वाचत होता; पण त्याचा दीपाशी काय संबंध? इराकमधल्या इस्लामिक स्टेट ऑफ इराक अँड सीरिया ऊर्फ इसिस या दहशतवादी संघटनेच्या नेत्याने, अबू बकर अल् बगदादीने भारताविरुद्ध युद्धाची घोषणा केल्याची बातमी त्यानं नुकतीच ऐकली होती. इस्लामेतरांच्या विरुद्ध त्यानं जिहादची घोषणा केली... याचा अर्थ त्याला भारतातल्या अतिरेक्यांशी संधान साधायचं असावं... किंवा तसं संधान त्यानं आधीच साधलं असावं. कदाचित हाजी बिलालशी!

महावीर विचारात गर्क होता, तेवढ्यात त्याचा मोबाइल फोन वाजला. त्यानं पाहिलं, लॅबोरेटरीच्या डॉक्टर केळकरांचा कॉल होता. त्यानं फोन अटेंड केला.

कधी नव्हे ते वसंतराव सुनीताबाईंवर खूप चिडले होते. सुनीताबाई दीपाच्या काळजीनं आधीच उद्विग्न होत्या. त्यातच नवऱ्याच्या चिडण्यामुळे त्या अधिकच रडवेल्या झाल्या होत्या.

"...त्याच वेळी मला का सांगितलं नाहीस?" वसंतरावांनी पुन्हा तोच प्रश्न विचारला.

"पुनःपुन्हा कितीदा तेच ते उत्तर देऊ तुम्हाला... अहो, दीपानं शपथ घालून अडवलं मला."

"अगं, पण एवढी गंभीर गोष्ट कशी लपवलीस माझ्यापासून?"

"तिला तुमची काळजी होती. ती म्हणाली... बाबा डोक्यात राख घालून घेतील आणि काहीतरी विपरीत घडेल... आणि काही घडलं नाही नंतर... म्हणून..."

तेवढ्यात महावीर आला.

"मास्टर... एवढ्या तातडीनं मला बोलावलंत... काय झालं? काही क्ल्यू मिळाला का?" महावीरनं आत येता-येताच विचारलं.

"ये बैस... सांगतो... हा सगळा हिचा मूर्खपणा..." वसंतराव बायकोकडे बोट दाखवीत म्हणाले.

"काय झालं तरी काय?"

"आत्ता काही नाही महावीर... पाच-सहा महिन्यांपूर्वी दीपाच्या बाबतीत एक घटना घडली होती. कुणीतरी तिच्या सतत मागावर असायचं... आणि एक दिवस म्हणे तिला कुणीतरी व्हॅनमध्ये ओढून निर्जन जागी नेलं. तिला काहीही अपाय न करता संध्याकाळी सोडूनही दिलं."

"माय गॉड..." महावीर अभावितपणे उद्‍गारला.

वसंतराव पुढे म्हणाले, "त्या काळात अपहरण करणाऱ्यानं म्हणे कुणाला तरी फोनवर सतत धमकीवजा भाषेत दीपा ताब्यात असल्याचं सांगितलं."

"पण हे तुम्हाला..."

"या दोघींनी ही घटना मला सांगितलीच नाही, का तर म्हणे मी..."

"आंटी... तुम्ही फार मोठी गोष्ट लपवलीत..."

"हो, पण यांच्या तब्येतीच्या काळजीपोटीच ना... हा प्रकार ऐकून हे गप्प बसले असते का... शोध मोहिमेवर गेले असते आणि... तुला यांचा स्वभाव माहिती आहे ना महावीर..." सुनीताबाई म्हणाल्या. तिघेहीजण काही क्षण गप्प बसले.

महावीरनं एकदम विचारलं, "आंटी... नीट आठवून सांगा... तिची कुणी मैत्रीण आहे का... प्राची नावाची?"

प्राचीचं नाव ऐकताच दोघांचाही, विशेषतः सुनीताबाईंचा चेहरा एकदम आक्रसला. महावीरनं त्यांना आधी ऐकलेल्या मोबाइल संभाषणाचा संदर्भ सांगितला. त्यानंतर अत्यंत व्यथित आवाजात सुनीताबाईंनी प्राची त्यांच्या बहिणीची मुलगी असून तिच्याविषयीचा इतिहास ऐकविला. सर्व हकिकत ऐकून महावीर अवाक् झाला. प्राची हायप्रोफाइल सेक्स वर्कर आहे. याचा अर्थ ती नक्कीच अनेक उद्योगपती, सेलिब्रिटीज, दिल्लीतील प्रतिष्ठित आणि साहजिकच हायप्रोफाइल गुन्हेगार यांच्या वर्तुळात वावरत असणार. तिनचं दीपाला सफायरमध्ये बोलावलं असणार. तिथून दोघींचं अपहरण झालं; पण मग... नागेशच्या तावडीतून दोघी एकत्रच निसटल्या की वेगवेगळ्या? चाकूवर नीनाच्या बोटांचे ठसे मिळाले, याचा अर्थ नागेशचा खून करून नीना पळाली आणि त्यानंतर या दोघी तिथून पळाल्या असाव्यात. महावीरच्या डोक्यात विचारचक्र वेगानं फिरू लागलं. त्यानं ठरवलं, दिल्लीतल्या जुन्या मित्रांशी संपर्क साधायचा आणि प्राचीची कुंडली काढायची. वेळ पडली तर स्वतः दिल्लीला

जायचं. त्याच्या डोक्यात संपूर्ण प्रकरणाचे काही धागे जोडले जाऊ लागले.

संदेश आल्यावर हाजी बिलालनं स्वतःचा लॅपटॉप ऑन केला. काही क्षणांनंतर अबू बकरशी त्याचं चॅटिंग सुरू झालं. स्क्रीनवर शब्द उमटू लागले.

"पार्सल अजून का आलं नाही?" अबू.

"पार्सल येईल; पण एक रिक्वेस्ट आहे." हाजी.

"कोणती?" अबू.

"माल पाठवा." हाजी.

"पार्सल मिळायच्या आधीच?" अबू.

"हो. विश्वास ठेवा. पार्सल तयार आहे." हाजी.

"मालदेखील तयार आहे. करार एक्स्चेंजचा झालाय." अबू.

"बरोबर! पण थोडा चेंज करू हवं तर..." हाजी.

"हवं तर काय?" अबू.

"पार्सल सोबत मोठी अमाउंट देईन." हाजी.

बराच वेळ स्क्रीनवर अबूचं उत्तर आलं नाही. हाजीला माहीत होतं, अबू बकरला स्वदेशातल्या संघर्षासाठी जेवढा मिळेल, तेवढा पैसा हवाच आहे. म्हणूनच हाजीनं लालूच दाखविली.

"खलिफा बनण्याच्या तुमच्या इच्छेला मदत होईल." हाजीनं पुन्हा चॅट केलं.

"भरोसा काय?" अबू.

"खुदाची कसम! आपण दोघंही सुन्नी." हाजीनं चॅटमध्ये त्याच्या काळजाला हात घालणारी लाइन टाकली.

"ठीक आहे." अबू.

हाजीच्या मनात आनंदाच्या उकळ्या फुटल्या.

"शुक्रिया... बेहिसाब शुक्रिया." हाजी.

"कुरिअर रशियन असेल." अबू.

"कोड?" हाजी.

"कुपी!" अबू.

"माल कधी आणि कुठे येईल?" हाजी.

"बॉम्बे इंटरनॅशनल एअरपोर्ट, एट डेज फ्रॉम टुडे." अबू.

"थँक्यू व्हेरी मच!" हाजी.

भाऊ वेलणकरांसमवेत महावीर, डीआयजी कर्णिक आणि इन्स्पेक्टर मेहेंदळे मुख्यमंत्र्यांच्या ॲन्टिचेंबरमध्ये आले. मुख्यमंत्री रावसाहेबांना गुप्तचर विभागानं धोक्याचा गुप्त संदेश पाठविला होता. नेहमीप्रमाणे मुंबई हेच टार्गेट असू शकतं, असाही इशारा मिळाला होता. म्हणूनच रावसाहेबांनी गृहमंत्र्यांसह महावीरला खास मीटिंगसाठी बोलावलं होतं. प्रास्ताविक झाल्यावर महावीर म्हणाला, ''सर... एक खास माहिती आधी देतो. नागेशच्या फ्लॅटवर जे कोकेन सापडलं, त्याचा लॅब रिपोर्ट आला. डॉ. केळकरांनी रिपोर्टमध्ये स्पष्ट म्हटलंय की, हे कोकेन नेहमीपेक्षा वेगळं आहे. या कोकेनमध्ये उत्तेजक घटकांचे पार्टिकल्स सापडलेत.''

''उत्तेजक घटक?''

''सर, आंतरराष्ट्रीय स्पर्धेत बऱ्याचदा खेळाडू विक्रमी कामगिरी व्हावी म्हणून उत्तेजक घटकांचं सेवन करतात. त्याच घटकांचे पार्टिकल्स कोकेनमध्ये सापडले.''

सर्वजण अधिक गंभीर झाले. महावीर पुढे म्हणाला, ''सर, डॉ. केळकरांशी जी चर्चा झाली, त्यावरून मला असं वाटतं की, या खास कोकेनचं सेवन केल्यामुळे व्यक्ती प्रमाणाबाहेर उत्तेजित होत असावी. कदाचित त्याच अवस्थेत नीनानं नागेशला ठार केलं असावं!''

''याचा अर्थ...'' कर्णिक म्हणाले, ''कोकेनची मोठी कन्साईनमेंट आली असणार. हे कोकेन डिस्ट्रिब्यूट करून गोंधळ माजवायचा इरादा असावा.''

''शक्य आहे.'' महावीर म्हणाला.

''तुम्ही तातडीनं एक काम करा मेहेंदळे,'' कर्णिक म्हणाले, ''आपलं खबऱ्यांचं जाळं अधिकाधिक कार्यक्षमतेनं वापरा. लवकरात लवकर कोकेनचा साठा शोधून काढा...''

''येस सर...'' मेहेंदळे म्हणाले.

महावीर म्हणाला, ''सीएम सर... प्राचीचा माग काढण्यासाठी मला दिल्लीला जावं लागेल. त्यासाठी तुम्ही...''

''आलं लक्षात.'' रावसाहेब म्हणाले, ''तुला लगेच 'ऑफिसर ऑन स्पेशल ड्यूटी'चं आयकार्ड देतो.''

''थँक्यू! सर...''

ଓ

दीपा भिरभिरल्यागत हिंडत होती. एअरपोर्टचा भाग शहरापासून दूर असल्यामुळे तिला काहीच उमजत नव्हतं. जहांगीरनं तिच्यावर छोटी शस्त्रक्रिया करताना तिला गुंगीच्या औषधाचे जे डोस दिले होते; त्यामुळे तिचा मेंदू बधिर झाला होता. बारा-चौदा तास बेशुद्धावस्थेत राहिल्यामुळे तिची स्मरणशक्तीसुद्धा दुर्बल झाली होती.

त्याही परिस्थितीत ती मेंदूला ताण देत देत शहरात पोहोचली होती. पोटात अन्नाचा कण नसल्यानं, अशक्तपणानं ती गळाठून गेली होती. ती एका चौकात पोहोचली, तेव्हा डाव्या कोपऱ्यातलं बुचाच्या फुलांचं झाड पाहून तिला हुरूप वाटला. फुलांचा वास तिला नित्य परिचित होता. याचा अर्थ... घर जवळ आलंय... ती स्वतःशीच पुटपुटली. तिनं तोंडावरचा बुरख्याचा जाळीदार पडदा उचलून, डोक्यावरून मागे टाकला.

त्याच वेळी जहांगीरनं तिला हेरलं. ती चौकाजवळ आली, तेव्हाच जहांगीरचं तिच्याकडे लक्ष गेलं होतं. काळा गोशा घातलेली एकटी स्त्री... त्यानं नजर रोखली आणि काही क्षणांत तिनं बुरखा दूर केला. दीपाला पाहून जहांगीरला जन्नत सापडल्याचा आनंद झाला. त्यानं स्वतःचा पूर्वीचा अवतार पूर्णपणे पुसून टाकला होता. शिवाय दीपानं त्याला पाहिलंही नव्हतं. धूर्त विचार करत तो तिच्याजवळ आला.

"ताई... काय झालं?"

दीपानं त्याच्याकडे पाहिलं. लाल गोरा... गुळगुळीत चेहरा, तरतरीत नाक... चेहऱ्यावर मृदु भाव...

"काही मदत हवी का ताई?" त्यानं ताई या शब्दावर जोर देत विचारलं.

"अं... हो... म्हणजे... .मला नं..." दीपा अडखळली.

"घाबरू नका ताई... तुम्ही माझ्या धाकट्या बहिणीसारख्या आहात... सांगा."

दीपा त्याला जमेल तसं स्वतःच्या घराचं, सोसायटीचं, परिसरातील खुणाचं वर्णन सांगू लागली.

ତ୍ଥ

गोराई बीचवरच्या किनाऱ्यावरच्या एका दुमजली घरात हाजी बिलाल कोकेनच्या छोट्या पाकिटांचं खोक्यांमध्ये चालू असलेलं पॅकिंग बघत बसला होता. त्यानं नेहमीच्या कस्टमर्सना आधीच निरोप पाठविला होता. त्यांच्याकडून ॲडव्हान्स रकमा वसूल झाल्या होत्या. दुपारी ही खोकी रवाना करायची आणि पुढच्या कामाला लागायचं. स्वतः दीपाचा शोध घ्यायला बाहेर पडायचं... याच विचारात तो गर्क होता. तेवढ्यात कमलेश आत आला.

"हाजीसाब... जहांगीर आलेत." हाजी बिलालला क्षणभर उमजलंच नाही. "कोण... जहांगीर! पाठव." असं म्हणत हाजीनं कमरेच्या पट्ट्यात खोचलेलं रिव्हॉल्व्हर समोर काढून ठेवलं. "हरामखोराची हिंमत किती... गद्दारी करून... वर मला शोधत भेटायला आला." हाजी स्वतःशीच पुटपुटला.

"अस्सलाम आलेकुम हाजी साब!" असं म्हणत जहांगीर सलाम ठोकत आत आला. हाजी त्याच्याकडे पाहतच राहिला. क्षणभर तो जहांगीर आहे यावर त्याचा विश्वास बसला नाही.

"हाजीसाब... मी गलती केली... त्याबद्दल माफी मागतो..." जहांगीर पुढे येत म्हणाला.

"...तुझ्या गलतीमुळे पार्सल निसटलं जहांगीर..."

"पार्सल सोबत घेऊन आलोय हाजीसाब."

दोघं खालच्या खोलीत आले, तेव्हा हाजी बघत राहिला. काळ्या बुरख्यात असलेली... गुंगीत पडलेली दीपा समोर पाहून त्यानं जहांगीरला अत्यानंदानं मिठी मारली. "जियो मेरे लाल!" म्हणत थोपटलं.

"हाजीसाब... हिचं नयना सोहोनी हे नाव बदलू या... नवीन पासपोर्ट बनवू... फरीदा शेख या नावानं."

त्याची हुशारी ऐकून हाजी बिलाल अत्यंत आनंदानं हसला.

राकेश गोयलनं महावीरचं मनापासून स्वागत केलं. राकेशच्या दिल्लीमधल्या फ्लॅटमध्ये फार वर्षांनंतर महावीर आला होता. प्राथमिक विचारपूस करता करता चहा-पाणी झालं. महावीरनं म्हटलं, "काढलीस माहिती प्राचीची?"

"भरपूर... रॉच्या संशयितांच्या यादीत प्राचीचं नाव खूप वर आहे. सौंदर्याच्या जोरावर तिनं अनेक उच्चपदस्थांकडून अनेक गुपितं मिळविलीत. मी स्वतः माझ्या डेस्कवर तिची फाइल तयार केली आहे."

"इराकमध्ये तिचा काय कान्टॅक्ट आहे?"

महावीरच्या प्रश्नावर राकेशनं त्याला प्राची आणि अल् बद्री यांच्यातील संपूर्ण प्रकरण सांगितलं आणि पुढे म्हणाला, "महावीर, आय.बी.नं अलीकडेच देशभर सतर्कतेचा इशारा दिला आहे. त्यांना मिळालेल्या खबरीनुसार अतिरेकी आता बॉम्बस्फोटाऐवजी बायो वेपनचा वापर करणार आहेत."

"माय गॉड... बायो वेपन..."

"येस... तुला ब्लादिमिर ॲलेश्कोवस्कीचं नाव आठवतंय?"

"नाही राकेश... शर्वरीच्या मृत्यूनं मी नर्व्हस ब्रेकडाउनमध्ये गेलो होतो. दोन-चार वर्षं फिल्डमध्ये नव्हतो."

"मी सांगतो... ऐक... उत्तर पश्चिमी सायबेरियाच्या टोकाकडे बर्फाच्या थराखालच्या जीवाणूंचा आणि विषाणूंचा अभ्यास रशियन पथक करत होतं. ब्लादिमिर ॲलेश्कोवस्की त्यांचा प्रमुख होता. तिथे त्याला एक गोठलेला विषाणू मिळाला. तो विषाणू अंदाजे तीस-पस्तीस हजार वर्षांपूर्वीचा होता. ब्लादिमिरनं तो विषाणू जिवंत केला. त्याला कल्पना नव्हती की, तो विषाणू महाभयंकर आणि संसर्गजन्य आहे. त्या विषाणूंच्या संसर्गानं श्वसनयंत्रणा बंद पडून ब्लादिमिरच्या

पथकातील सर्व सहकारी मरण पावले. ब्लादिमिरनं कसाबसा स्वतःचा जीव वाचवला. मात्र, त्यानं त्यातला एक विषाणू मेडिकेटेड कुपीमध्ये घेतला. त्याच वेळी हिमवादळ होऊन संपूर्ण कँप उद्ध्वस्त झाला. संपर्क तुटला. रशियन सरकारनं संपूर्ण पथक मृत झाल्याची अधिकृत घोषणा केली. मात्र, ब्लादिमिर जिवंत होता. त्यानं त्या विषाणूवर संशोधन करण्यासाठी स्वतःला अज्ञातवासात कोंडून घेतलं.''

राकेश काही क्षण थांबला. महावीर किंचित गोंधळला होता. प्राची आणि दीपा प्रकरणाशी या सगळ्या प्रकाराचा काय संबंध हे त्याच्या लक्षात आलं नव्हतं.

राकेश पुढे म्हणाला, ''गुप्त संदेश असा आहे की, तो विषाणू कुणातरी दहशतवाद्यानं ब्लादिमिरकडून हस्तगत केला आहे. आंतरराष्ट्रीय पातळीवर त्या विषाणूला दहशतवादी संघटनांकडून मोठी मागणी आहे.'' काही क्षण थांबून राकेश म्हणाला, ''महावीर... माझ्या अनुभवावरून मी सांगतो... जर इराकचा अबू बकर आणि हाजी बिलाल यांचा संपर्क असेल, तर... कदाचित हाजी तोच विषाणू मिळवण्याच्या प्रयत्नात असेल.''

''मे बी...'' महावीर म्हणाला, ''मे बी, तुझा अंदाज बरोबर असेल; पण दीपाला इराकमध्ये पाठवण्यामागे त्यांचा हेतू काय असू शकतो?''

''ते प्राचीला आणि दीपाला ताब्यात घेतल्यानंतरच तुला कळेल.''

''मला प्राचीला कस्टडीत घ्यावंच लागेल... तू याबाबत मला काय मदत करू शकतोस?''

''तू माझ्याबरोबर रॉच्या ऑफिसमध्ये चल. प्राचीची एकूण हिस्ट्री पाहता ती इराकच्या दूतावासात असण्याची जास्त शक्यता वाटते. तिथे माझा एक खास मित्र आहे, तो आपल्याला थोडी मदत करू शकतो.''

''थँक्स राकेश.'' असं म्हणत महावीर उठला. दोघंही बाहेर पडले.

ω

देजा वूँ नावाच्या हाय-फाय क्लबमध्ये प्रचंड गोळीबार, मारामारी झाल्याचं वृत्त समजताच उपअधीक्षक रणजीत फौजफाटा घेऊन तिथे गेले. क्लबचा विध्वंस झाला होता. अनेक तरुण-तरुणी जखमी होऊन अस्ताव्यस्त पडले होते. बार काउंटरवरच्या मद्याच्या बाटल्या, असंख्य ग्लासेस आणि सजावटीच्या आरशांचा चक्काचूर होऊन काचांचा खच पडला होता. क्लबचा मॅनेजर जगन्नाथ जखमी असूनही शुद्धीवर होता. पोलिसांनी आधी अँब्युलन्स बोलावल्या. त्याच दरम्यान, रणजीत यांनी कमिशनर दिघेंना फोन करून वृत्तान्त दिला. मॅनेजर स्वतःहून पुढे आला. त्यानं रणजीतला सांगितलं की, दीड तासापूर्वीपर्यंत इथे सगळं छान चाललं होतं. एक

तरुणी एका मित्राबरोबर इथे आली; त्यानंतर थोड्याच वेळात दंगा सुरू झाला. रणजीतनं मॅनेजरला सोबत घेऊन त्या तरुणीचा शोध घ्यायला सुरुवात केली. एका कोपऱ्यात ती बेहोशीत पडली होती. रणजीतनं तिचा चेहरा बघितला आणि स्तब्ध झाला. ती नीना होती.

ꕥ

खबरीनं दिलेली टीप खरी होती. इन्स्पेक्टर मेहेंदळेंनी गोराई बीचवरून निघालेला मोठा टेंपो बोरीवली मार्गावर अडविला. टेंपोचालकाला टेंपोमध्ये काय आहे ते माहीत नव्हतं. मेहेंदळेंनी तपासणी केली, तेव्हा वरच्या काही खोक्यांमध्ये साबण आढळले; पण खालच्या खोक्यांमध्ये मुख्य माल सापडला. शंभरपेक्षा जास्त खोक्यांमध्ये कोकेनच्या छोट्या पुड्या भरलेल्या होत्या.

ꕥ

बोरिस बुल्गाकोव्हच्या समोर अबू बकरचा अत्यंत विश्वासू हस्तक सज्जाद हकीम बसला होता. पूर्वी झालेल्या चर्चेनुसार बोरिसनं सांगितलेला मोबदला अबू बकरनं कबूल केला होता. सज्जादनं अबू बकरच्या अकाउंटमधून दहा लाख डॉलर्स बोरिसच्या खात्यात ट्रान्सफर केले. बोरिसनं स्वतःच्या खात्यात ते जमा झालेले पाहिले आणि म्हणाला, ''कुपी आणली?''

''आणली आहे; पण तुम्ही ती नेणार कशी?'' सज्जादनं विचारलं.

''तो माझा प्रश्न आहे.''

''हो; पण ती सुरक्षित हाती पोहोचवणं हाही आमचा...''

''मुंबईत हाजी बिलालकडे कुपी पोहोचली असं समजा.''

''ठीक आहे.'' असं म्हणत सज्जादनं लॅपटॉपच्या कातडी बॅगमध्ये हात घालून एका छोट्या कप्प्यातून कुपी बाहेर काढली. अनब्रेकेबल काचेची ती दोन इंच लांबीची निमुळती कुपी होती. तिला झाकण नव्हतंच. दोन्ही बाजूला गोलाकार पद्धतीनं ती बंद होती. त्यात किंचित हिरवट पांढरा द्रवपदार्थ होता. बोरिस बुल्गाकोव्हनं कुपीचं निरीक्षण केलं. कुपीचा व्यास जेमतेम एक सेंटिमीटर होता. सज्जाद जाण्यासाठी उठला.

''अबूला सांगा... बोरिस योग्य मोबदला मिळाल्यावर जे काम हातात घेतो, ते पूर्ण केल्याशिवाय राहत नाही. गुडबाय!''

ꕥ

डी.आय.जी. कर्णिक स्वतः पोलीस मुख्यालयात आले होते. महावीरच्या

कर्तृत्वाचा अनुभव त्यांनी पूर्वीदेखील घेतला होता. त्याच्याबद्दल त्यांच्या मनात आदर होता. ते त्याचाच विचार करत होते. तेवढ्यात महावीर येताना दिसला. त्याच्या अवतीभोवती आठ-दहा कमांडोज होते. त्याच्या पाठोपाठ एक अत्यंत स्मार्ट आणि कणखर तरुणी येत होती. तिच्यासोबत संपूर्ण काळा बुरखा घातलेली व्यक्ती होती.

"गुड आफ्टरनून सर." महावीरनं त्यांना अभिवादन केलं.

"गुड आफ्टरनून वीर अँड काँग्रॅच्युलेशन्स!... अखेर तू महत्त्वाचा धागा ताब्यात घेतलास तर."

"येस सर... ओळख करून देतो. या मिस फरीदा शेख... दिल्लीच्या 'रॉ'मध्ये फील्ड ऑफिसर..."

"ग्लॅड टू सी यू..." असं म्हणत कर्णिकांनी फरीदाशी हस्तांदोलन केलं.

"सर... राकेश गोयल आणि फरीदा यांनी मदत केली म्हणून हे शक्य झालं." असं म्हणत त्यानं बुरखा हटविला. प्राचीकडे पाहून कर्णिक स्तब्ध झाले.

"नाऊ व्हॉट?" त्यांनी महावीरला विचारलं.

"इंटरॉगेशन..." तो म्हणाला.

"सर... इफ यू डोंट माइंड... मी हिला बोलतं करू का?" फरीदानं विचारलं. महावीर हसत म्हणाला, "आधी मी प्रयत्न करतो... नाही जमलं तर..."

"ओ.के."

महावीरनं इशारा करताच दोन लेडिज कॉन्स्टेबल्ससह कमांडो प्राचीला सुरक्षा कोठडीकडे घेऊन गेले.

"वेल डन महावीर... इथे जे घडलं ते..."

"सर... रणजीत सरांनी आणि मेहेंदळेंनी मला इथल्या घडामोडी सांगितल्या. आता शोध घ्यायचाय हाजी बिलालचा!"

कर्णिक काही बोलणार तेवढ्यात महावीरचा फोन वाजला. फोनवरची बातमी ऐकून तो विचारात पडला. "ओ.के... थँक्स!" असं म्हणत त्यानं फोन बंद केला आणि म्हणाला, "सर इंटरनॅशनल एअरपोर्टला सूचना दिल्या होत्या, त्यानुसार त्यांनी माहिती दिली... इराकला जाणाऱ्या फ्लाइटमध्ये फरीदा शेख या नावानं तिकिट कन्फर्म झालंय. तिकिट घेणाऱ्यानं संबंधित प्रवासी पेशंट असल्याचं नमूद केलंय. सर... आपण दीपाचा फोटो एअरपोर्ट ॲथॉरिटीकडे पाठविला होता. ती फरीदा शेख नसून दीपा आहे."

"महावीर... हा योगायोग म्हणायचा ना... रॉची फील्ड ऑफिसर फरीदा शेख... आणि दीपाला बेकायदेशीपणे पासपोर्टवर बनवलंय फरीदा शेख!" कर्णिक म्हणाले.

"सर, हाजी बिलालचे दिवस भरत आलेत, म्हणून त्याला तेच नाव वापरावंसं वाटलं. आपण त्याचाच फायदा घेऊ..."

असं म्हणत दोघं ऑफिसात आले. महावीर म्हणाला, ''सर, विमानतळावर हाजीच्या माणसांना मी चकवा देतो, त्या अवधीत आपली माणसं दीपाच्या जागी खऱ्या फरीदा शेखला बसवतील.''

''...पण फरीदा शेख तयार होतील?''

''सर... ती रॉची फील्ड ऑफिसर आहे. तिनं यापूर्वीही अनेक धोकादायक मोहिमा पार पाडल्या आहेत. तिला अशी चॅलेंजेस आवडतात.''

''ठीक आहे; पण इराकमध्ये गेल्यावर तिनं...''

''त्याबाबत भाऊ वेलणकर केंद्रीय मंत्र्यांशी बोलतील आणि फरीदा शेख भारतीय दूतावासात राहून पुढच्या फ्लाइटनं परत येईल.''

''ठीक आहे... मी गृहमंत्र्यांशी सविस्तर बोलतो... तू फरीदा शेखशी बोल... बेस्ट ऑफ लक...''

''थँक्यू सर.''

व्हीलचेअरवर बसलेल्या बेशुद्ध दीपाकडे हाजी बिलाल पाहत होता. ''हाजीसाब... निघू का?'' युसूफनं विचारलं. हाजीनं हुंकार देत जहांगीरकडे पाहिलं. ''फिक्र मत कीजिए हाजीसाब... या वेळी मी चूक करणार नाही.'' जहांगीर म्हणाला. त्यावर हाजी म्हणाला, ''जहांगीर... आपल्याला आधीच एक फटका बसलाय... मालाचे पैसे घेतले; पण माल दिला नाही कस्टमर्सना... आता हे पार्सल जिवापाड ने...''

''जी हाजीसाब... चलो, खुदा हाफिज!'' जहांगीरनं बुरख्यातील दीपाला कारच्या मागच्या सीटवर ठेवलं. व्हीलचेअरची घडी घालून मागे ठेवली आणि तो युसूफच्या शेजारी बसला. युसूफनं कार सुरू केली. वर्सोवा रोडवरून कार सुसाट निघाली.

☙

इंटरनॅशनल एअरपोर्टवर बोरिस बुल्गाकोव्ह विमानातून उतरला, तेव्हा अतिशय निर्धास्त होता. त्याच्या हँडबॅगमध्ये त्याचा पासपोर्ट, मुंबईतल्या प्रेक्षणीय स्थळांची नेटवरून डाउनलोड करून घेतलेली कॉपी, व्हिसा आणि मोबाइल याखेरीज काहीही महत्त्वाचं नव्हतं आणि स्क्रुटिनीसाठी पाठविलेल्या छोट्या बॅगमध्ये केवळ कपडे होते.

रॉड्रिग्ज प्रवाशांकडे निरखून पाहत होता. त्याच्या हातात फ्लाइटवरून उतरलेल्या पॅसेंजर्सची यादी होती आणि महावीरनं त्याला बजावलेल्या काही गोष्टी मनात घोळत होत्या. राकेश गोयलनं महावीरला जेव्हा रशियाबाबत माहिती दिली, त्यानंतर लगेचच त्यानं दिल्लीवरून रॉड्रिग्जला फोन केला होता. ''तू रशियन प्रवाशांवर बारीक नजर ठेव आणि थोडा जरी संशय वाटला, तरी त्यांना एक्स-रे स्क्रीन पॅसेजमधून पाठव.'' महावीरनं त्याला सांगितलं होतं. रॉड्रिग्जनं यादीत पुन्हा

नाव वाचलं... बोरिस बुल्गाकोव्ह... फ्रॉम रशिया. तो पुढे आला.

"एक्सक्यूज मी सर..." त्यानं बोरिसला म्हटलं.

"येस ऑफिसर..."

"प्लीज... कम बाय धिस साइड..." असं म्हणत त्यानं बोरिसला एक्स-रे स्क्रीन पॅसेजमधून पुढे जाण्यास सांगितलं आणि तो स्क्रीनच्या दुसऱ्या बाजूला येऊन उभा राहिला. बोरिस स्क्रीनसमोरून जात होता. कोणत्याही धातूच्या वस्तूची प्रतिमा बोरिसच्या अंगावर दिसत नव्हती. त्याचा सापळा पुढे सरकताना दिसत होता. मात्र, त्याच्या कमरेच्या हाडाखाली पोटाच्या खालच्या बाजूला रॉड्रिग्जला काहीतरी असल्याचं जाणवलं. त्यानं ताबडतोब सुरक्षारक्षकांना ऑर्डर देत बोरिसला बाजूला घेतलं.

"व्हॉट हॅपन्ड... एनिथिंग रॉंग?" बोरिसनं अत्यंत शांतपणे विचारलं. रॉड्रिग्जनं मेन सिक्युरिटी ऑफिसर दिनेश रावला बोलावून घेतलं. दोघांनी चर्चा केली आणि त्यांनी बोरिसला अल्ट्रा एक्स-रे मशिनद्वारे तपासण्याचा निर्णय घेतला.

ଔ

हाजी बिलालनं लॅपटॉपवरून अबूशी संपर्क साधला.

"पार्सल विमानात चढवलंय." हाजी.

"गुड! तुमचं कुरिअर पोहोचत आहे." अबू.

"खुदा हाफिज!" हाजी.

"शुक्र अल्लाह!" अबू.

ଔ

युसूफ व्हीलचेअर ढकलत होता. जहांगीर त्याच्या बरोबरीनं चालला होता. रॉची फरीदा शेख महावीरनं सुचविलेल्या जागी काळा बुरखा घालून तयारीनं उभी होती. डिपार्टमेंटमधले अत्यंत निवडक अधिकारी स्त्री सहकाऱ्यांसह महावीरच्या इशाऱ्याची वाट पाहत आसपास वावरत होते. युसूफ आणि जहांगीर पासपोर्ट आणि व्हिसा घेऊन रांगेत उभे होते. त्याच वेळी दोन धिप्पाड आणि उंच मुस्लीम त्यांच्याजवळ आले. एकजण म्हणाला, "युसूफ... जहांगीर... माझ्याबरोबर चला ताबडतोब... हाजीचा अर्जंट मेसेज आहे." युसूफ आणि जहांगीर गोंधळले. एकमेकांकडे पाहू लागले. दुसरा म्हणाला, "आप हो आईए भाईजान के साथ... मैं रुकता हूँ मोहतरमां के साथ... वैसे भी कतार लंबी है।"

दोघांनाही ते पटलं. दोघंही त्याच्याबरोबर निघाले. मुस्लिमाचं सोंग घेतलेल्या सी.आय.डी.च्या जसवंत राणानं दोघांना आडबाजूला नेलं, जिथून लाइन दिसत नव्हती. त्या दोघांना तो म्हणाला, "खबर मिली है की, महावीर यहाँ आनेवाला

है... किसी भी हालत में पार्सल की बू नहीं आनी चाहिए... और जैसेही पार्सल प्लेन में फिट हो... युसूफ सीधा हाजी के पास जाकर रिपोर्ट करे।''

एवढ्या अवधीमध्ये फरीदा शेख दीपाच्या खुर्चीत गुंगीत असल्याचं सोंग घेऊन बसली होती. गुंगीत असलेल्या दीपाला महिला पोलिसांनी बाजूच्या खोलीत नेलं होतं. युसूफ आणि जहांगीर तिथे आले. मात्र, आता त्यांची नजर अधिक सावध झाली होती. महावीरचं नाव ऐकून दोघंही मनोमन घाबरले होते.

महावीरनं तातडीनं दीपाला आर्म्ड फोर्सेसच्या मेडिकल सेंटरवर आणलं. तिची गुंगी उतरवण्यासाठी डॉक्टर वर्मांनी तिला इंजेक्शन दिलं होतं. एव्हाना तिथे वसंतराव आणि सुनीताबाई आल्या होत्या. आय.सी.यू.च्या काचेतून दीपाकडे पाहताना सुनीताबाईंचे डोळे वाहू लागले होते. डॉ. वर्मा दोन नर्सच्या मदतीनं दीपाचा बॉडी चेक-अप करत होते. तेवढ्यात त्यांचं लक्ष तिच्या पाठीकडे उजव्या बाजूला असलेल्या खुणेकडे गेलं. त्यांनी निरखून पाहिलं, तेव्हा त्यांना जाणवलं की, तिथे दीड × दोन सेंटिमीटरचा चौकोन ऑपरेशननंतर शिवतात, तसा शिवलेला आहे.

इराकला जाणाऱ्या विमानात फरीदा शेखचं नाटक व्यवस्थित चालू होतं. तिच्या शेजारीच जहांगीर बसला होता. काही क्षणांतच विमान उड्डाण करणार होतं. त्यान कमरेला पट्टा बांधला आणि निश्चिंतपणे मान मागे टेकवली.

निरोप मिळाल्याप्रमाणे युसूफ कारनं हाजी बिलालकडे वर्सोव्याला निघाला होता. त्याला अजिबात कल्पना नव्हती की, ॲन्टिटेररिझम स्क्वॉड त्याचा पाठलाग करत आहे.

प्राची शांतपणे कोठडीत बसली होती. महावीर तिच्यासमोर होता. तो म्हणाला, ''प्राची, तू म्हणतेस की, दीपाला धोका होऊ नये म्हणून तू हाजी बिलालच्या कटात सामील झालीस; पण त्यामुळे दीपा अधिक मोठ्या संकटात सापडली...''

''मला त्याची कल्पना नव्हती...''

महावीरचा मोबाइल वाजला. फोनवरचं बोलणं ऐकून त्यानं 'व्हेरी गुड!' एवढीच प्रतिक्रिया दिली आणि फोन बंद केला.

''प्राची... एटीएसनं हाजी बिलालला ताब्यात घेतलंय. आता तू संपूर्ण सत्य

सांग... कदाचित तुला माफीचा साक्षीदार बनण्याची संधी मिळेल.''

प्राची विचारमग्न झाली. तेवढ्यात पुन्हा महावीरचा मोबाइल फोन वाजू लागला. फोनवर डॉक्टर वर्मा होते.

''महावीर... आय नो, यू आर बिझी बट...''

''नो डॉक्टर... बोला तुम्ही...''

''महावीर... दीपाच्या शरीरात एक चिप दडवण्यात आली होती.''

''ओ माय गॉड!...''

''कर्णिक साहेब, कमिशनर साहेब येताहेत इथे... तुम्ही...''

''सॉरी डॉक्टर... इथलं काम संपवून मी जॉईन होईन... थँक्स फॉर इन्फॉर्मिंग मी.'' असं म्हणत त्यानं फोन बंद केला आणि प्राचीकडे पाहत त्यानं विचारलं, ''प्राची, दीपाच्या बॉडीमध्ये चिप कुणी इप्लांट केली होती?''

प्राचीचा चेहरा पडला. क्षणभरानं ती म्हणाली, ''महावीर, आता काही लपवण्यात अर्थ उरला नाही. मी सगळं खरं सांगते.'' असं म्हणत तिनं अल् बद्रीबरोबर ती इराकला कशी गेली, काही दिवस कसे सुखात गेले आणि एक दिवस सर्फराजनं तिचं अपहरण करून अल् बद्रीला कसं धमकावलं ते सांगितलं. पुढे ती म्हणाली, ''माझ्यावर अल् बद्रीचं खरं प्रेम होतं. माझ्या सुटकेसाठी त्यानं इराकची बहुतांश गुप्त माहिती गोळा करून एका चिपमध्ये घेतली आणि तो सर्फराजच्या डोंगराळ भागातल्या अड्ड्यावर गेला. मात्र, त्याच वेळी अल् कायदाच्या प्रबळ गटानं तिथे हल्ला केला. झाहीद हुसैनला सर्फराजची महत्त्वाकांक्षा खुपली होती. त्या धुमश्चक्रीत बहुतेक सर्वजण मारले गेले. अल् बद्रीनं मरण्यापूर्वी ती चिप माझ्याकडे दिली. मी तिथून निसटले आणि अल् बद्रीच्या मित्राची मदत घेऊन भारतात परत आले. मात्र, त्या चिपचं रहस्य सर्फराजनं अबू बकरला पूर्वीच सांगितलं होतं. अबू बकरला ती चिप हवी होती. त्याला ती चिप भारतात माझ्याकडे असल्याची खबर लागली. त्यानं हाजी बिलालशी संपर्क साधला. हाजी बिलालनं मला गाठलं. त्या आधी त्यानं माझी सर्व माहिती काढली होती. त्यानं मला दीपाला ठार करण्याची धमकी दिली. एक दिवस त्याच्या माणसांनी खरोखरच दीपाला किडनॅप केलं. जर मी त्या वेळी होकार दिला नसता, तर त्याच दिवशी त्यांनी दीपाला ठार केलं असतं.''

प्राची काही क्षण थांबली. टेबलावर ठेवलेलं पाणी प्यायली. नंतर म्हणाली, ''...म्हणून मी हाजीच्या कटात सामील होण्यास होकार दिला. दीपाला फोन करून सफायर हॉटेलमध्ये बोलावून घेतलं. तिला संशय येऊ नये म्हणून तिच्याबरोबर माझंही अपहरण होत असल्याचं नाटक केलं.''

महावीरचा मोबाइल फोन पुन्हा वाजू लागला. त्यानं पाहिलं. एअरपोर्टच्या

रॉड्रिग्जचा कॉल होता.

"महावीर... तुमचा संशय खरा ठरला."

"म्हणजे?"

"रशियन प्रवाशाकडे एक कुपी सापडली आहे... त्यानं ती स्वतःच्या गुदद्वारात लपवली होती. आम्ही कर्णिक साहेबांना कळवलं आहे."

"थँक्स रॉड्रिग्ज... तू फार मोठी कामगिरी केलीस..."

"थँक्यू महावीर... बट क्रेडिट गोज टू यू ऑल्सो."

महावीरनं फोन बंद केला आणि प्राचीला विचारलं, "...तुला कुपीबद्दल काय माहीत आहे?"

"कुपी?... कसली कुपी?" प्राचीनं विचारलं.

"प्राची... तुला कल्पना नाही... तू आपल्याच देशावर भयंकर संकट आणण्याच्या कटात सामील झाली होतीस... आता सगळं चित्र स्पष्ट झालं. अबू बकरला चिप देऊन हाजी बिलाल महाभयंकर विषाणूची कुपी हस्तगत करणार होता. प्राची, तुला माहीत नाही म्हणून सांगतो... रॉच्या गोयलबरोबर दिल्लीमध्ये मी सायंटिस्ट अरोरांना भेटलो... त्यांनी सांगितलं की, हे विषाणू अमिबासारखं स्वतःचंच विभाजन करत वाढत जातात. एकाचे दोन... दोनाचे चार... आठ... सोळा... हाजी बिलालचा दुष्ट डाव होता हा. विषाणूंचा म्हणजे बायो वेपनचा हल्ला करून, त्यानं लाखो मुंबईकरांचा जीव घेतला असता. थँक गॉड! योग्य वेळी सर्वांच्या साहाय्यानं हाजीचा डाव उधळला गेला."

हाजी बिलालवर देशद्रोहाचा खटला भरण्यात आला. अपेक्षेप्रमाणे प्राचीला माफीचा साक्षीदार करण्यात आलं होतं. फरीदा शेख तर इराकमधील भारतीय वकिलातीमध्ये छान पाहुणचार घेऊन परतली होती. बायो वेपनच्या तस्करीबद्दल बोरिस बुल्गाकोव्हवर खटला भरण्यात आला होता. नीनानं पूर्ण कबुलीजबाब दिल्यामुळे तिच्यावरचा खटला कोर्टापुढे सुनावणीसाठी गेला होता. जहांगीर आणि युसूफ तुरुंगात खितपत पडले होते.

सुनीताबाईंनी शब्दांपेक्षा आपल्या अश्रूंनीच महावीरसमोर कृतज्ञता व्यक्त केली. छापील व इलेक्ट्रॉनिक मीडियानं डिपार्टमेंटचं तोंडभरून कौतुक केलं आणि महावीरला नॅशनल हिरोचा किताब दिला; पण या सगळ्या सोहळ्यात महावीर वाट पाहत होता... त्याची पत्नी शांती आणि मुलगा अभय यांची! ती दोघं आयुष्यात परत येणं हाच त्याच्यासाठी खरा किताब होता.

◆

भेद चक्रव्यूहाचा

अथांग समुद्रामध्ये एका विवक्षित ठिकाणी 'नफीसा' पाण्याच्या लाटांवर हिंदकळत उभी होती. अब्दुलनं नफीसाची मच्छिमार बोट म्हणून नोंदणी केलेली होती. अब्दुल डेकवर निवांतपणे उभा होता. तीन-चार भाडोत्री माणसं मच्छिमारीचं नाटक व्यवस्थित पार पाडत होती. गस्ती पथकानं पाहिलं तरी वांधा नव्हता. बोटीच्या वरच्या भागात सर्व गोष्टी नेहमीसारख्याच होत्या; पण नफीसाच्या अंतरंगात बरंच काही दडलेलं होतं. तळाकडच्या मोठ्या केबिनमध्ये अत्याधुनिक यंत्रणेसमोर उस्मान बसला होता. त्याची नजर समुद्राचा तळ दाखविणाऱ्या कॉम्प्युटरच्या स्क्रीनवर खिळली होती. शक्तिशाली बॅटरी असूनही खोल समुद्रातली हिरवट काळ्या अंधारातली हालचाल त्याला स्पष्टपणे दिसत नव्हती; पण त्याला खात्री होती... परवेझ हाती घेतलेलं काम पूर्ण करणारच. परवेझ अत्यंत धाडसी आणि जिवाची बाजी लावणारा होता म्हणून तर या कामासाठी त्याची नेमणूक झाली. स्क्रीनवर उजेडाचा ठिपका दिसला. उस्माननं निरखून पाहिलं. ठिपका नेहमीच्या बॅटरीचा नव्हता. त्यानं अधिक बारकाईनं पाहिलं आणि त्याच्या पंचप्राणात आनंदाची लहर सळसळली. गेले एक वर्षभर जवाहिरी आणि त्याच्या संघटनेनं जे मिळवण्यासाठी जिवाचं रान केलं होतं, ते अखेरीस गवसलं होतं. स्क्रीनवर दिसणारा हिरव्या प्रकाशाचा ठिपका मिशनच्या कामयाबीचं चिन्ह होतं. उस्माननं ताबडतोब योग्य तो संदेश व्हायब्रेशनद्वारे परवेझला पोहोचवला. परवेझला होत असलेला ऑक्सिजन पुरवठा व्यवस्थित होतोय ना ते पाहिलं. परवेझनं अनेकदा रंगीत तालीम केली होती म्हणून त्याला प्रत्यक्षात मोहीम पार पाडताना अडथळा आला नव्हता. स्क्रीनवर लाल प्रकाशाचा ठिपका दिसला. उस्माननं अपवर्डचं बटण दाबलं. समुद्राच्या तळात असणारी वस्तू थोड्याच वेळात वर येणार होती. परवेझ लवकरात लवकर डेकवर यावा म्हणजे त्याच्या सोबतीनं जवाहिरीला ही पाक खबर देता येईल, या विचारानं उस्मान उत्तेजित झाला होता.

☙

शहराच्या मध्यवर्ती कारागृहात नेहमीचंच वातावरण होतं. जेवणासाठी कैदी मैदानात जमले होते. नेहमीच्या गटांमध्ये कैदी आपापसांत गप्पा मारत जेवत होते. अल् अमीन मात्र एका झाडाखाली एकटाच बसला होता. पोटाची आग शमवण्यासाठी त्याला ते कदान्न खावं लागत होतं; पण प्रत्येक घास गिळताना त्याचा जीव तळतळत असे. नवाब नूर मोहंमदचा खजिना हे मृगजळ ठरलं या गोष्टीची खंत तर होतीच, पण तुरुंगवासाचं दुःख अधिक होतं.

"मालिक..." आवाज आला तसं अमीननं वर पाहिलं. तबरेज त्याच्याजवळ आला आणि पुढ्यात बसला. अमीन उदासपणे हसत म्हणाला, "कितीदा सांगितलं तुला... मालिक म्हणू नकोस मला... तुझ्यासारखाच मीदेखील कैदी आहे."

"त्याच गोष्टीचं वाईट वाटतंय मालिक." तबरेज म्हणाला, "...आणि हे सगळं घडलं त्या धनंजयमुळे."

अमीन पुन्हा उदास हसला. त्यानं तबरेजला यापूर्वीही समजावण्याचा प्रयत्न केला होता की, धनंजयचा यात दोष नाही. त्यानं त्याचं पोलिसी कर्तव्य पार पाडलं. बदनसीबी आपली आहे; पण तबरेजचा धनंजयवरचा राग काही कमी झाला नाही.

"मालिक... तुम्ही काहीही म्हणा; पण मी धनंजयचा सूड घेणार आहे."

"...म्हणजे... काय करणार आहेस?"

"ते एक सिक्रेट आहे." असं म्हणत तबरेज त्याच्या अधिक जवळ सरकला. "मालिक... इथे आपले काही बंदे आहेत, ज्यांना त्या हरामखोरांमुळे कैद झाली आहे."

"मग?"

"तुम्हाला एक विचारू मालिक?"

"विचार."

"सकिब अन्सारी, अखिलेश गुप्ता आणि तेहसीन अख्तर या तिघांनी एक प्लॅन केलाय. त्यांनी मलाही बरोबर घेतलंय... मालिक, तुम्ही आमच्या प्लॅनमध्ये शरीक होणार का?"

"प्लॅन... कसला प्लॅन?" अमिननं विचारलं. तबरेज अमिनच्या अगदी जवळ सरकला आणि अत्यंत हळू आवाजात संपूर्ण प्लॅन सांगू लागला. अमिनच्या चेहऱ्यावर आश्चर्य पसरू लागलं. त्याच वेळी प्रचंड आरडाओरडा सुरू झाला आणि कैदी इतस्ततः सैरावैरा पळू लागले. कारागृह पोलीस, सुरक्षा कर्मचारी आवाजाच्या दिशेने धावत सुटले. अमिन उठू लागला तसा तबरेजनं त्याचा हात धरला, "बसा मालिक, मी सांगतो काय झालं ते."

अमिननं चकित होत विचारलं, "म्हणजे?"

"मालिक... इथे एक खतरनाक कैदी होता... सिद्दीकी. एका बॉम्बस्फोट प्रकरणात गुंतलेला. त्याची सुपारी घेतली होती सकिब अन्सारीनं. परस्पर उडवायचं ठरलं होतं... मी होतो ना ते ठरवताना... त्याला खलास केला."

अमिनच्या आश्चर्याला पारावर उरला नव्हता. ते पाहून तबरेज म्हणाला, "मालिक... आप अपने काम में मश्रुफ न रहते तो आपको भी मालूम होता... जेल की दुनिया कितने अजूबोंसे भरी हुई है।..." अमिन सुन्न झाला. तबरेज पुढे म्हणाला, "जाने दो... मी जो प्लॅन सांगतोय तो नीट ऐका..."

ꕥ

कडेकपाऱ्यांच्या त्या डोंगराळ भागातल्या एका गुप्त ठिकाणी जवाहिरीसह अत्यंत कडवे अतिरेकी जमले होते. सर्वजण शांतपणे समोर पाहत होते. नबी नदेलाच्या देहाचे अवशेष एका रेशमी वस्त्रावर मांडून ठेवले होते. मांसाचा कणही नसलेली काही हाडं, कवटी, मांडीचं एक हाड आणि एक खास बरगडी ज्यावर बुलेट लागल्याची खूण होती. जवाहिरीनं अवशेषांवरून नजर हटविली आणि जमलेल्या सर्वांकडे पाहिलं. जवाहिरीच्या उजव्या बाजूला परवेझ आणि उस्मान बसले होते. सैलसर अंगरख्यातूनही परवेझचं दणकट शरीर प्रकर्षानं दिसत होतं. जवाहिरीनं बोलायला सुरुवात केली.

"खुदा गवाह है।... नबी नदेलाचा मृतदेह शोधण्यासाठी आणि हासिल करण्यासाठी आपण किती जद्दोजहद केली. बहुत दौलत लुटानी पडी... पण जाँबाज परवेझमुळे आपल्या संघटनेचा नेता नबी नदेलाच्या देहाचे अवशेष मिळाले. आपण त्याची कबर बांधणार आहोत; पण त्याआधी बघा... त्या क्रूरकर्मा बेरहम सियासतीनं नबीला कसं ठार केलं. नबीच्या हत्येचा बदला घ्यायचाय आपल्याला. त्याशिवाय नबीला जन्नत मिळणार नाही. आओ साथियों... जिहादचा नारा द्यायचाय... क्रूरकर्मा राष्ट्राध्यक्षाला ठार करण्याची कसम घेऊ."

जवाहिरीनं 'कसम है।'चा नारा दिला. जमलेल्या सर्वांनी 'कसम है'चा आवाज दिला. त्यांच्या कठोर प्रतिज्ञेचा पाषाणी आवाज तिथल्या दऱ्याखोऱ्यांत घुमला. नबी नदेलाच्या तसबिरीकडे पाहून प्रत्येक जहाल अतिरेक्याचे डोळे पाणावले होते; पण त्याच अश्रूंच्या दोन थेंबांनी प्रत्येकाच्या मनात सूडाची प्रलयंकारी आग पेटविली होती.

ꕥ

अतिरिक्त पोलीस आयुक्त एहसान शेख आणि धनंजय शीशमहल इमारतीच्या आडोशाला दबा धरून थांबले होते. दोघांच्याही हातात कार्बाईन स्टेनगन होत्या. शेखसाहेबांच्या हातातल्या वॉकी-टॉकीवर खरखर आवाज आला. "सर... टार्गेट तिसऱ्या मजल्यावर आहे." बशीरनं माहिती दिली.

"तुम्ही कुठवर पोहोचला आहात?" त्यांनी बशीरला विचारलं.

"तिसऱ्या मजल्यावर पोहोचलोय."

"अ‍ॅटॅक!" शेख यांनी ऑर्डर दिली आणि धनंजयकडे वळून म्हणाले, "गेट रेडी धनू... विरुविला या साइडनं निसटायचा प्रयत्न करेल..."

ते पुढे काही बोलणार एवढ्यात वरच्या बाजूनं फायरिंगचे आवाज सुरू झाले.

धनंजय इमारतीच्या चिंचोळ्या गल्लीत घुसला. त्याचा अंदाज खरा ठरला. फायरिंगचे आवाज होत असतानाच तिसऱ्या मजल्यावरील मागच्या खिडकीजवळ हालचाल दिसली. धनंजय सावध झाला. खिडकीतून विरुविला बाहेर आला. त्यानं मागचा पाइप धरला.

विरुविलाला पाहता क्षणी धनंजयला त्याची असंख्य दुष्कृत्यं आठवली. पोलीस उपनिरीक्षक दाभाडेंनी एका प्रसंगी विरुविलाची घनिष्ठ साथीदार, उषाला पकडलं होतं. खरंतर त्याच वेळी उषाकडून त्याच्या टोळीची पाळंमुळं खणून काढता आली असती; पण त्या वेळी चमकोगिरी करणाऱ्या तथाकथित समाजसेवक नरेशनं या प्रकरणाला प्रादेशिक अस्मितावादाचा रंग दिला. त्यातच वजनदार राजकारणी नेत्यांनी उडी घेतली. प्रकरण वाढत गेलं आणि या गोंधळाचा फायदा घेत उषा पोलिसांच्या तावडीतून निसटली. विरुविलानं मात्र दाभाडेंना ध्यानात ठेवलं आणि संधी मिळाली, तेव्हा त्यांच्या तरुण मुलाचं अपहरण केलं. कुरिअरच्या पार्सलमधून दाभाडेंच्या घरी त्यानं मुलाचं छाटलेलं मुंडकं पाठवलं. दाभाडेंच्या मुलाला ठार करण्यापूर्वी त्याच्यावर अनन्वित अत्याचार केले गेले होते, कारण खोक्यातल्या मुंडक्याच्या तोंडातली जीभ कापलेली होती आणि डोळ्याच्या जागी रिकाम्या खोबणी होत्या. ते सर्व पाहून दाभाडेंची पत्नी जागेवरच कोसळली. तरण्याताठ्या मुलाचा क्रूर मृत्यू पाहून पत्नीही गेल्याने दाभाडे खिन्नमनस्क झाले. जिवंत प्रेतासारखे जेमतेम महिनाभर जगले आणि नंतर सारं दुःख अबोलपणे झेलत मरून गेले.

तेव्हापासून पोलीस खात्यात आणि विशेषतः धनंजयच्या मनात विरुविलाबद्दल कमालीचा संताप होता. धनंजय पाहत होता, विरुविला अत्यंत चपळाईनं पाइपवरून खाली आला. चिंचोळ्या गल्लीच्या दुसऱ्या टोकाला भिंत होती. धनंजयला पाहायचं होतं की, विरुविला त्या भिंतीवरून उडी मारून पळणार की या बाजूला येणार. क्षणार्धात विरुविला भिंतीच्या बाजूला निघाला. "स्टॉपऽऽ" धनंजयनं स्टेनगन रोखत आवाज टाकला. विरुविला गर्रकन वळला. धनंजयला पाहून क्षणभर तो भांबावला; पण पुढच्याच क्षणी त्यानं त्याच्या रिव्हॉल्व्हरमधून धनंजयवर फायरिंग केलं. धनंजयच्या छातीवर एक बुलेट आदळली. बुलेटप्रूफ जाकिट असल्यामुळे प्रश्न नव्हता. धनंजयला हेच हवं होतं. त्यानं निमिषार्धात विरुविलाच्या कमरेखाली स्टेनगननं फायरिंग केलं. विरुविला बोंबलत जागच्या जागी कोसळला. या दुष्टात्म्याला ठार न करता ताब्यात तर घ्यायचा; पण त्याला कायमचा अपंग करायचा धनंजयचा हेतू प्रत्यक्षात पूर्ण झाला होता. धनंजय सावधपणे त्याच्याजवळ गेला. विरुविलाच्या मांडीमध्ये एक बुलेट घुसली होती आणि दोन्ही पायाच्या नडग्या फुटल्या होत्या. रक्त भळाभळा वाहत होतं. विरुविला विव्हळत होता आणि मधूनच त्याच्या

मातृभाषेतून धनंजयला काहीतरी बोलत होता. त्याच्या आविर्भावावरून धनंजयला जाणवत होतं, विरुविला धनंजयला अर्वाच्च शिव्या देत होता.

खानसाहेब तिथे पोहोचले. "धनंजय... उडवला का नाहीस भडव्याला?" त्यांनी विचारलं. "मृत्यू म्हणजे सुटका ना सर... दाभाडे साहेबांच्या आत्म्याला समाधान मिळायला हवं ना... आत्ता फक्त अपंग केलाय... अजून पुष्कळ काही करायचंय याचं..."

एव्हाना ॲन्टिटेररिझम स्क्वॉडनं शीशमहल इमारतीतल्या विरुविलाच्या सर्व साथीदारांना ताब्यात घेतलं होतं. ॲब्युलन्ससह पोलिसांची कुमक तिथे दाखल झाली.

"धनंजय... तू सर्व रिपोर्ट तयार कर... मी कमिशनर साठेसाहेबांना कळवतो." शेख म्हणाले. "येस सर..." म्हणत धनंजय जीपकडे निघाला.

ಌ

तुरुंगाच्या आवारातल्या वर्कशॉपमध्ये नेहमीसारखं काम चालू होतं. काम करता करता सकिब अन्सारीनं तबरेजकडे पाहिलं. तबरेजनं नजरेनं काय असं विचारलं. सकिबनं इकडे तिकडे सावधपणे पाहिलं आणि म्हणाला, "आज रात्री प्लॅन अमलात आणणार आहोत. तुझं काय ठरलं?"

"मी तयार आहे," तबरेज पटकन म्हणाला.

"...आणि तुझा मित्र... मलिक... त्याचं काय?" सकिबनं विचारलं.

त्यावर तबरेज किंचित हसत म्हणाला, "मलिक नाही... मी त्यांना मालिक म्हणतो ते तहजीब म्हणून; त्यांचं नाव अल् अमिन आहे. तेसुद्धा आपल्याबरोबर बाहेर पडायला तयार आहेत."

सकिब काही क्षण गप्प बसला. नंतर म्हणाला, "तुम्ही दोघं पुन्हा नीट विचार करा आणि निर्णय घ्या, कारण जे लोक आपल्याला इथून बाहेर काढणार आहेत, त्यांच्याच आदेशानुसार आपल्याला काम करावं लागेल... ते सांगतील ते काम आणि सांगतील तिथे..."

"चलेगा सकिबभाई... आता आम्ही पुन्हा जन्मगावी जाऊन तरी काय करणार आहोत... उंगली पकडकर तकदीर ले जाएगी वहाँ, जहाँ ले जाना चाहती है।..." तबरेज काहीशा व्यथित आवाजात म्हणाला, सकिबनं मनोमन जाणलं... हा छोकरा उपयोगी पडेल... तसाही त्याचा कटी पतंग झालाय... वापरून घेऊ कुठेतरी. असेच तरुण हवेत पुढच्या कामासाठी. विचाराच्या तंद्रीतच तो हातातलं काम करत राहिला.

ಌ

विभाकरननं टीव्ही बंद केला. उषा बसल्या जागी हुंदके देत रडत होती.

टी.व्ही. चॅनेलवर तिनं नुकतीच ब्रेकिंग न्यूज पाहिली होती. विरुविला गंभीर जखमी झाला आणि साथीदारांसह दहशतवादविरोधी पथकाच्या ताब्यात सापडला, या बातमीनं ती भयंकर दुःखी झाली होती. मात्र, टीव्हीच्या पडद्यावर शेखसाहेबांसोबत धनंजयला पाहून तिच्या दुःखाला संतापाची धार चढली होती. विभाकरननं तिच्या खांद्यावर थोपटलं आणि म्हणाला, ‘‘उषा... धीर धर. आपलं टार्गेट आठव. ते गाठण्यासाठी आपल्याला जवाहिरीसारख्या तगड्या गटाची मदत मिळणार आहे. त्याचे कट्टर साथीदार या देशात पोहोचले आहेत. त्यांच्या दृष्टीनं त्यांचं धर्मयुद्ध आहे; पण आपण आपल्या जातीबांधवांसाठी संघर्ष करतोय. तुझ्या बहिणीनं माजी पंतप्रधानांची हत्या करून निष्ठा दाखविली आणि हौतात्म्य पत्करलं. या संघर्षात कधीकधी सेनापतीलाही हौतात्म्य पत्करावं लागतं. तू विरुविलाबाबत जास्त विचार करू नकोस. तो तोंड उघडणार नाही. अर्थात, तो सध्या हॉस्पिटलमध्येच आहे. त्याचं इंटरॉगेशन इतक्यात शक्य नाही. आधी आपण जवाहिरीचे साथीदार प्रिझन टार्गेट पूर्ण करतात का ते पाहू. त्यानंतर आपण विरूला सोडवण्याचा प्रयत्न करू. तू शांत राहा.’’

विभाकरनच्या समजावण्यामुळे उषा काहीशी सावरली. क्षणभरानं म्हणाली, ‘‘कॅप्टन... आपलं मेन टार्गेट तर साध्य करूच; पण मला वचन दे.’’

‘‘कसलं वचन?’’

‘‘हरामखोर धनंजयला धडा शिकवायचाय मला... त्यात तू मला मदत करायचं वचन!’’

‘‘एवढंच ना... दिलं वचन.’’

‘‘थँक्स कॅप्टन... धनंजयला मी सोडणार नाही. त्यानं मलाही खूप छळलंय मागे... आणि आता विरुला...’’

‘‘कमॉन उषा... यू आर अ ब्रेव्ह वुमन!’’ विभाकरनच्या बोलण्यानं ती पुन्हा एकदा तरतरीत झाली.

०३

गृहमंत्री रावसाहेबांच्या प्रशस्त दालनातलं वातावरण गंभीर होतं. कमिशनर साठे, अतिरिक्त पोलीस आयुक्त शेख आणि धनंजय रावसाहेबांसमोर बसले होते. टेबलावर फॅक्सचा कागद होता.

रावसाहेब म्हणाले, ‘‘फॅक्स आला म्हणून मी काळजी करत नाही. महासत्तेचे अध्यक्ष आपल्या राज्यात, आपल्या शहरात येणार आहेत, ही आपल्यासाठी अभिमानाचीच बाब आहे. गांधी भवनाला भेट देण्यासाठी ते पत्नीसह येत आहेत त्याची मला चिंता नाही. आपलं पोलीस दल किती सक्षम आहे हे आत्ताच तुम्ही

सिद्ध करून आला आहात; पण... फॅक्सनंतर केंद्रीय गुप्तचर यंत्रणेकडून जी सतर्कतेची सूचना आली, ती... आय ॲम वरीड अबाउट दॅट... कट्टर अतिरेकी भारतात घुसणार आहेत.''

''सर...'' साठे रावसाहेबांकडे पाहत म्हणाले, ''आपण चिंता बाळगू नये. आम्ही सुसज्ज आहोत. अध्यक्ष गांधी भवनात येण्याच्या आधीपासून चोख बंदोबस्त लावू. त्या एरियात कोम्बिंग ऑपरेशन करू...''

''...आणि सर...'' धनंजय म्हणाला, ''माझे काही खास क्राइम इन्फॉर्मर्स आहेत, त्यांचं नेटवर्क मी पाहतो.''

''व्हॉट अबाउट विरुविला?'' रावसाहेबांनी विचारलं.

त्यावर साठे म्हणाले, ''पिक्चर इज नॉट क्लिअर यट... तुमचा मेसेज मिळाला म्हणून आम्ही लगेच निघालो. एव्हाना विरुविलाच्या शीशमहलाची झडती पूर्ण झाली असेल. त्याचे सहा साथीदार ताब्यात घेतलेत. बघू, त्यांच्याकडून काय काय समजतंय. दरम्यान, सरकारी इस्पितळात विरुविलाला दाखल केलंय. झडतीत जे काही सापडेल त्यावरून थोडं फार कळेल.''

''ठीक आहे; पण आय थिंक...'' रावसाहेब म्हणाले, ''तुम्ही आता गांधी भवनावर अधिक लक्ष द्या. लक्षात ठेवा, महासत्तेचे राष्ट्राध्यक्ष मुंबईला भेट देणार आणि त्याच सुमारास जहाल अतिरेकी मुंबईत घुसणार असल्याची खबर येणं हा योगायोग नाही. समथिंग इज कुकिंग बिहाइंड द कर्टन...''

''प्लीज... डू नॉट वरी सर... वी वुईल रिव्हिल द कर्टन.'' धनंजय म्हणाला. त्याचं आत्मविश्वासपूर्ण बोलणं ऐकून रावसाहेब काहीसे सैलावले आणि म्हणाले, ''येस... आय ॲम प्राउड ऑफ माय डिपार्टमेंट... गो अहेड...''

''डोंगराळ भागातल्या आपल्या गुप्त अड्ड्यावर जवाहिरी आणि त्याचे मोजके साथीदार उत्सुकतेने एका खास व्यक्तीची वाट पाहत होते. त्या व्यक्तीबाबत यापूर्वी जवाहिरीनं खूप काही ऐकलेलं होतं. नबी नदेला जिवंत होता, तेव्हाही त्या व्यक्तीनं नबीच्या दहशतवादी संघटनेला परदेशातून बरंच साह्य केलं होतं.''

''नाव तरी सांगा कमांडर!'' एका साथीदारानं जवाहिरीला म्हटलं. जवाहिरी क्षणभरानं म्हणाला, ''सैफ अल् साहिल नाव आहे येणाऱ्या मेहमानाचं. तो पूर्वी लष्करात अधिकारी होता. अनेक देशांतील इस्लामिक जिहादच्या संघटनेचं त्यानं नेतृत्व केलंय. सुमारे तीस वर्षांपूर्वी अफगाणिस्तानात सोव्हिएत सैन्याला त्यानं हैराण केलं होतं...''

जवाहिरी बरंच काही सांगत होता. ते ऐकून सर्वांच्या मनात सैफबद्दल काहीसा

भीतीयुक्त दरारा निर्माण झाला. एकानं विचारलं, "आपल्या प्रोजेक्टमध्ये सैफसाब..."

"...त्यासाठीच तर येताहेत." जवाहिरी म्हणाला.

तेवढ्यात सांकेतिक आवाज ऐकू आला. जवाहिरी उठला आणि डोंगरातल्या गुहेच्या चिंचोळ्या वाटा ओलांडत बाहेर आला. त्याचे चार साथीदार बाहेर उभे होते.

डोंगरकड्यातल्या अरुंद वाटेवरून जीप येत होती. सर्वजण सैफसाबच्या स्वागतासाठी उभे होते. जीप जवळ येऊन थांबली. जीपमधून सैफ उतरला. सहा फुटांपेक्षा जास्त उंच, दणकट शरीर, तांबूस गोरा रंग, पन्नाशी ओलांडल्यामुळे केस विरळ; पण चेहऱ्यावर मग्रूर बेफिकिरी...

"खुदा मालिक!" असं म्हणत जवाहिरीनं सैफला आलिंगन दिलं.

"अल्लाह मालिक!" असं प्रत्युत्तर देत सैफनं आपल्या दणकट बाहूंमध्ये जवाहिरीला घेतलं. सर्वांनी माना लवून सैफला अभिवादन केलं. जवाहिरी मोठ्या अदबीनं सैफला घेऊन आत गेला.

गुहेतल्या प्रशस्त जागेमध्ये अत्याधुनिक सुविधा होत्या. मात्र, सैफचं लक्ष सर्वप्रथम कबरीकडे गेलं. गुहेच्या एका कोपऱ्यात कबर बांधली होती. त्यावर सोनेरी धाग्यांनी विणलेली चादर पांघरलेली होती. कडेला नबी नदेलाची एक छोटी तसवीर ठेवली होती. सैफ पुढे आला. त्यानं कबरीसमोर गुडघे टेकवले आणि नमाजासाठी बसावं तसा तो बसला. क्षणभर तो कबरीकडे एकचित्त बघत राहिला. नंतर म्हणाला,

"नबासाहब... जिन दरिंदोंने आपकी हत्या की... उनका हिसाब हम करेंगे। भलेही वह ताकदवर प्रेसिडेंट है, लेकिन हम भी जिहादवर है... उनकी हत्या करके रहेंगे।... बाकी अल्लाह मालिक है।"

"अल्लाह मालिक है।" सर्वांचा आवाज सर्वत्र घुमला. खानपान झाल्यानंतर जवाहिरीनं प्रेसिडेंटची हत्या कशी करायची तो प्लॅन सांगितला. प्रेसिडेंट भारताला भेट देणार आहे आणि मुंबईत गांधी भवनात जाणार आहे; तिथेच प्लॅन साकारायचा आहे, हे सर्व ऐकून सैफ काही वेळ गप्प बसला. नंतर तो म्हणाला,

"या प्लॅनमध्ये अनेक त्रुटी आहेत... त्या दूर केल्या नाहीत, तर प्लॅन फसेल... चलो... हम दुबारा प्लॅन बनाते है..."

सैफने त्याच्यासोबत जी कागदपत्रं आणि साहित्य आणलं होतं ते सर्वांसमोर ठेवलं. त्यामध्ये एका छोट्या पेटीत अनेक सुटे भाग होते. सैफनं सर्वांसमोर सर्व सुटे भाग जोडून एक लांबलचक नळीची रायफल बनविली. म्हणाला,

"अत्यंत दूरवरचा निशाणा साधता येतो या हत्यारानं. ट्रिगर दाबण्यासाठी शूटरची गरज नाही. ऑटोमॅटिक पद्धतीनं आधीच सेट केलेल्या टाइमला बुलेट झाडली जाते. जवाहिरी... तू इंडियात या कामासाठी कुणाला पाठवलं

आहेस?''

''अताऊल्ला खान नावाच्या तरुणाला. अर्थात, त्याचा पासपोर्ट आणि व्हिसा अकबर शेख या नावानं काढलाय. तो तिथे एम.बी.ए. करण्यासाठी गेला आहे.''

''बेहतरीन!'' सैफ समाधानानं म्हणाला, ''आता ही आकृती नीट बघा.'' सर्वांनी कागदावरच्या उभ्या-आडव्या रेषांनी बनलेली जाळीदार चौकट पाहिली. प्रत्येक रेषेवर शून्य ते पाच असं लिहिलं होतं. सैफ म्हणाला, ''स्नायपर शॉट निश्चित करण्यासाठी ही चौकट अ‍ॅडजस्ट करावी लागते. चौकटीच्या मधोमध जे शून्य दिसतं आहे, तिथे टार्गेट ठरवलं की, सिग्नल्सच्या साहाय्यानं छोट्या प्लॅटफॉर्मवर हत्यार फिक्स करावं लागतं. शूटरच्या मोबाइलमध्ये ही सिस्टिम आणि टायमिंग डाउनलोड करायचं. शूटर दूर राहून स्नायपर शॉटनं टार्गेटचा खातमा करू शकतो. वर्णन ऐकून सर्वजण प्रभावित झाले. सैफनं विचारलं, ''जवाहिरी, अकबरकडे लॅपटॉप आहे ना?''

''हाँ जी, आहे.''

''तर मग त्याला आपण आत्तापासून ऑनलाइन सर्व माहिती देऊ. अर्थात, आपल्या कोड लँग्वेजमधून.''

''वाह! सैफसाब. आपने तो काफर फिरंगियों के तकनीक से हरामी प्रेसिडेंट का कत्ल तय किया! बहुत खूब! अल्ला मेहरबान है।''

''यकिनन अल्ला मेहरबान है!'' सैफ म्हणाला.

'अल्ला मेहरबान है।'चा आवाज दूरपर्यंत लहरत राहिला.

कमिशनर साठेंच्या समोर धनंजय बसला होता. धनंजयने खास आमंत्रण देऊन बोलावलेले तंत्रज्ञानतज्ज्ञ नितीन मेहता पुनःपुन्हा लॅपटॉपवरच्या स्क्रीनकडे पाहत होते. लॅपटॉपला जोडलेला पेनड्राइव्ह खास पुरावा होता. विरुविलाच्या पँटच्या चोरखिशात ते दडविलेलं होतं.

''सर...'' नितीन मेहता म्हणाले, ''संपूर्ण मजकूर सांकेतिक भाषेत आहे. अधूनमधून काही चिन्हं, काही अंक दिसताहेत; पण हा मजकूर नेमका काय आणि कशासंबंधी आहे हे मात्र सहजासहजी कळणार नाही.''

मेहतांचं बोलणं ऐकून साठे विचारमग्न झाले. नंतर म्हणाले, ''मेहता, हा मजकूर आम्हाला समजणं अतिशय गरजेचं आहे. ज्या अर्थी हा मेसेज कोड लँग्वेजमध्ये आहे, त्या अर्थी...''

साठे एकदम गंभीर होत गप्प बसले. धनंजयसुद्धा गंभीरपणे विचार करत

होता. तो म्हणाला, "देशविघातक कारवायांमध्ये गुंतलेल्या विरुविलाकडे हा मेसेज मिळाला आहे... मेहता, तुम्ही काही करू शकता का डिकोडिंगसाठी?"

"बघतो..." मेहता म्हणाले. "मी प्रयत्न करतो... जास्तीतजास्त प्रयत्न पण..." दोघांनी मेहतांकडे पाहिलं. मेहता म्हणाले, "हा पेनड्राइव्ह मला घेऊन जावं लागेल."

"मेहता, तुम्ही... आय मीन... इथे बसून..."

धनंजयला थांबवत मेहता म्हणाले, "आय नो धनंजय... हा शासनाकडचा महत्त्वाचा पुरावा आहे. जप्त केलेला पुरावा तिऱ्हाईत व्यक्तीकडे देता येत नाही हे मी जाणतो; पण प्रश्न असा आहे की, हा मेसेज डिकोडिंग करण्यासाठी किती वेळ लागेल, ते मला माहीत नाही. माझी बाकीची कामं सोडून मी इथे किती वेळ बसू?"

धनंजयनं संमतीदर्शक हुंकार दिला.

"...आणि दुसरा मुद्दा असा की," मेहता म्हणाले, "हा पेनड्राइव्ह कॉपीही करून घेता येत नाही."

"का?"

"ज्यानं कुणी हा मेसेज बनविला आहे, त्यानं याची कॉपी पेस्ट होणार नाही, असं काहीतरी करून ठेवलंय." मेहता म्हणाले.

त्यावर साठेंनी विचारलं, "तुम्हाला कसं समजलं?... आय मीन, तुम्ही कॉपी पेस्ट करण्याचा प्रयत्न केलात का?"

"नाही." मेहता उत्तरले.

"तर मग प्रयत्न करा ना?" साठे म्हणाले.

मेहता काही बोलणार तेवढ्यात धनंजय म्हणाला, "नको सर... तसं करण्यामध्ये एक धोका आहे. कॉपी पेस्टची कमांड दिली की, हा कोडेड मेसेज ऑटोमॅटिकली डिलीट होऊ शकतो. पूर्वी एक-दोन प्रकरणांत असं घडलंय."

मेहतांनी कौतुकानं धनंजयकडे पाहिलं आणि म्हणाले, "थँक्स धनंजय, मी जे सांगणार होतो, तेच तुम्ही बोललात."

क्षणभरानं साठेंनी विचारलं, "मग काय करायचं?"

धनंजय म्हणाला, "सर, मेहतांनी डिपार्टमेंटला पूर्वीही अनेक प्रकरणांत मदत केली आहे. ही इज नॉट अननोन पर्सन टू अस. आपण थोडी रिस्क पत्करून पेनड्राइव्ह त्यांच्याकडे देऊ. लेट हिम ट्राय टू डिकोड द मेसेज... ऑफकोर्स सर, तुमची संमती असेल तरच."

साठेसाहेब काही क्षण विचारमग्न झाले. नंतर म्हणाले, "ठीक आहे. घेऊन जा पेनड्राइव्ह; पण मिस्टर मेहता, पेनड्राइव्ह जपून ठेवा... चुकून गहाळ झाला तर... यू नो द कॉन्सिक्वेन्सेस."

"डोंट वरी सर... आय वुईल टेक अटमोस्ट केअर." असं म्हणत मेहतांनी पेनड्राइव्ह घेतला; दोघांशी शेकहँड केला आणि त्यांचा निरोप घेतला.

सर्व चॅनल्सवर तीच ती बातमी चवीचवीनं सांगितली जात होती. मध्यवर्ती कारागृहातून कैदी पळाले. सकिब अन्सारी, अखिलेश गुप्ता, तेहसीन अख्तर, अल् अमिन आणि तबरेज ही नावं आणि त्यांची छायाचित्रं दाखविली जात होती. कारागृह निरीक्षक माध्यम प्रतिनिधींच्या प्रश्नांची उत्तरं देता देता हबकले होते.

हॉस्पिटलमध्ये पोहोचत असतानाच धनंजयला ती बातमी समजली. विरुविलाची हजेरी घेण्यासाठी तो सरकारी इस्पितळात पोहोचला होता. पलायन केलेल्या कैद्यांपैकी दोन नावं त्याला परिचित होती. अल् अमिन आणि तबरेज. नवाबाचा गुप्त खजिना लुटण्याच्या नादात त्यांनी कायदा हातात घेतला होता. त्याच्या मनात एकच प्रश्न येत होता. बाकीच्या तीन कैद्यांचा आणि या दोघांचा काय संबंध? विचार करतच तो इस्पितळाच्या सहाव्या मजल्यावर पोहोचला. ड्यूटीवर असलेल्या कॉन्स्टेबलनं त्याला पाहून सॅल्यूट केला. धनंजय रूममध्ये शिरला. बेडवर विरुविला झोपलेला होता. त्याच्या पायावर शस्त्रक्रिया होऊन काही दिवस लोटले होते. त्याच्या शस्त्रक्रियेच्या वेळी धनंजयनं डॉक्टरांना एक खास काम करायला सांगितलं होतं. डॉक्टरांनी ते शस्त्रक्रियेच्या वेळीच केल्यामुळे धनंजय निश्चिंत होता. धनंजय बेडजवळ गेला. विरुविलानं डोळे उघडून त्याच्याकडे पाहिलं. क्षणभरानं डोळे मिटून मान वळविली.

"विरु... तुला तोंड उघडावं लागेल. मी तुला गप्प राहू देणार नाही."

विरुविलानं काही प्रतिक्रिया दिली नाही.

"विरु, आज ना उद्या तुला बोलावंच लागेल, कारण उषा आमच्या ताब्यात आहे."

उषाचं नाव ऐकताच विरुविलाचा चेहरा सजग झाला. त्यानं धनंजयकडे पाहिलं.

"...आणि विरु... तुला माहिती आहे... तुझी उषा फार काळ टॉर्चर सहन करू शकत नाही!"

"तू खोटं बोलतो आहेस..." विरु चिरकत म्हणाला. धनंजय हसला. त्यानं आपला स्मार्ट फोन हातात घेतला. त्यातला जुना फोटो ओपन केला आणि विरुपुढे धरला. विरु बघतच राहिला. उषा इंटरॉगेशन रूममध्ये पाहून त्याचं काळीज हललं. धनंजय मनोमन खूश झाला. त्याची चाल यशस्वी ठरली. खरंतर उषा त्याच्या ताब्यात नव्हती. दाभाडेंनी उषाला पकडलं होतं, तेव्हाचा फोटो त्यानं अपलोड करून ही चाल रचली होती.

"बघ विरु... तिच्या चेहऱ्यावरचं भय बघ..."

"तिला टॉर्चर करू नको धनंजय." विरु म्हणाला.

"नाही करणार; पण त्यासाठी तुला तोंड उघडावं लागेल... सत्य सांगावं लागेल."

"जीव गेला तरी सांगणार नाही."

"ठीक आहे विरु... काही बिघडणार नाही. तुझ्याकडे सापडलेल्या पेनड्राइव्हवरून मला सत्य समजलेच; पण तू मात्र उषाला गमावशील."

असं निर्वाणीचं बोलून धनंजय जाण्यासाठी वळला. तो दारापर्यंत गेला तेवढ्यात विरुनं हाक मारली, "थांब धनंजय..."

धनंजय वळला. त्याच्याजवळ आला. "मी माहिती द्यायला तयार आहे; पण एका अटीवर... उषाला..."

"...तिला टॉर्चर करणार नाही... बोल विरु... काय प्लॅन आहे?"

विरु काही क्षण गप्प बसला. नंतर म्हणाला, "धनंजय, पाकिस्तानचं अत्याधुनिक शस्त्रास्त्रांनी भरलेलं एक जहाज लुटायचा प्लॅन आम्ही केलाय."

"...आणि?"

"इस्लामिक स्टेटची माणसं आम्हाला मदत करणार आहेत."

"पुढे?"

"तो शस्त्रसाठा वापरून दिल्लीमध्ये संसदेवर पुन्हा हल्ला..."

धनंजयनं एकदम त्याची गचांडी धरली. अनावर संतापामुळे त्याचा स्वतःवरचा ताबा सुटला होता.

"आय वुईल किल यू बास्टर्ड..." तो संतापानं ओरडला.

"माहिती दिल्याचा हा मोबदला?" विरुनं शांतपणे प्रश्न विचारला, त्यासरशी धनंजयचा पारा एकदम उतरला. क्षणभरानं विरु म्हणाला, "उषाला टॉर्चर न करण्याचं वचन दिलं आहेस."

धनंजय म्हणाला, "मी वचन पाळणार आहे; पण विरु... 'इसिस'सारख्या घातक संघटनेबरोबर तू आपल्या देशाविरुद्ध..."

"आपला देश?" विरुनं त्याचं बोलणं तोडत तुच्छतेनं विचारलं, "धनंजय... हा देश तुला तुझा वाटतो, कारण सरकारनं तुझे हक्क डावललेले नाहीत."

"...तुझे हक्क डावलले?" धनंजयनं विचारलं.

"नाही डावलले? धनंजय... आमची जमात आमच्या हक्कासाठी श्रीलंकेत लढा देत होती... आमच्या अस्मितेचा लढा! त्या वेळी या देशाच्या प्रमुखानं आम्हाला हरवण्यासाठी सैन्य पाठवलं... धनंजय... शांती नाव दिलं तरी सैन्याच्या बंदुका शांतीची भाषा बोलत नाहीत. आमचा लढा... आमची अस्मिता चिरडली

आणि तरीही...''

''पण विरु... तुम्ही बदला घेतला ना...''

त्याच वेळी धनंजयचा मोबाइल फोन वाजला. त्यानं पाहिलं. फोन अँन्टिटेररिझम स्क्वॉडमधील एका सहकाऱ्याचा होता.

''बोल...''

''धनंजय... एक महत्त्वाचा पक्षी पिंजऱ्यात सापडलाय... येतोस लगेच?''

ळ२

धनंजय एटीएसच्या कार्यालयातील इंटरॉगेशन रूममध्ये गेला, तेव्हा रणजीत समोरील तरुणाकडे उत्तराच्या अपेक्षेनं पाहत होता.

''धनंजय, हा मुंबईहून इराकमध्ये गेला होता. इसिस संघटनेत भरती होण्यासाठी, अस्लम माजिद.''

धनंजयनं त्या तरुणाकडे निरखून पाहिलं. त्याचा चेहरा निर्विकार होता; पण कपाळावर आणि मानेवर बँडेज होतं.

''तिथे त्याला या जखमा झाल्यात...'' रणजीतनं माहिती पुरविली.

''बोल माजिद,'' धनंजय म्हणाला, ''तू इसिसच्या वतीने लढण्यासाठी इराकमध्ये गेला होतास का?''

बराच वेळ उत्तर न आल्यानं धनंजय मनोमन चिडला; पण संयमानं म्हणाला, ''तुला बोलावं लागेल माजिद. गप्प बसलास तर मला इतर मार्ग आहेत... तुला बोलतं करण्याचे! बोल कशासाठी गेला होतास?''

''एका उदात्त ध्येयासाठी!'' माजिद तीनच शब्द बोलला.

''कसलं उदात्त ध्येय? निरागस परदेशी नागरिकांचा आणि पत्रकारांचा शिरच्छेद करण्याचं! बोल ना... भडक आणि विखारी प्रचार करून, एका मोठ्या धार्मिक समुदायाला रक्तपाताला प्रवृत्त करायचं उदात्त कार्य? की सारं जग पुढे जात असताना संपूर्ण जमातीला मध्ययुगीन रानटी संस्कृतीत नेण्याचं? कसलं उदात्त कार्य?''

माजिदच्या चेहऱ्यावर किंचित चलबिचल झाली. धनंजय पुढे म्हणाला, ''यासाठी जन्म दिला तुला तुझ्या अम्मी-अब्बानं? तुझ्या या मूर्खपणावर खूश होत नाचत असतील ना अब्बा?... विचार कर माजिद... थोडा विचार कर... आधीच तुमचा समुदाय अल्पशिक्षित आहे. धार्मिक कट्टरतेनं भारावलेला आहे. जे मुसलमान प्रागतिक विचार मांडतात, त्यांना तुमचा समुदाय काफिर ठरवतो आणि...''

धनंजयला एकाएकी हताश वाटू लागलं. ही कमालीची असहिष्णुता कुठून पैदा होते? स्वतःच्या धर्माचा कट्टर गर्व बाळगताना इतर धर्मांना आणि धर्मियांना शत्रू मानण्याची वृत्ती का? कोणताही धर्मग्रंथ अशी शिकवण देत नाही, तरीही...

त्याला बातम्या समजत होत्या... इसिसच्या भयाण प्रचाराला बळी पडून औरंगाबाद, चेन्नई, गुवाहाटी... भारतातील अनेक भागांतून मुस्लीम तरुण इसिसकडे आकर्षित होत आहेत. पाश्चिमात्य देशातले तरुणही कुर्बानीसाठी सीरिया, इराकमध्ये जात आहेत.

त्यानं मनातले मळभजन्य विचार झटकून माजिदकडे पाहिलं. माजिद मान खाली घालून बसला होता. त्याला जाणवलं... माजिद बोलेल... नक्की बोलेल. वेळ लागेल; पण तो बोलेल. वाईट विचारांचं प्रदूषण वेगानं होतं; पण चांगले विचार रुजायला खूप वेळ लागतो. त्यानं रणजीतला सबुरीनं घ्यायचा सल्ला दिला आणि बाहेर पडला.

ꕥ

जंगलवजा ओसाड भागात सकिब अन्सारी, अखिलेश गुप्ता, तेहसीन अख्तर, अल् अमिन आणि तबरेज निवांतपणे बिर्याणी खात बसले होते. दोन मैलांवर एक छोटं गाव होतं तिथून राष्ट्रीय महामार्गावर पोहोचणं शक्य होतं. सर्वांचं खाऊन झाल्यानंतर सकिब म्हणाला, ''तबरेज, तुझी आणि अमिनची मी एका खास कामावर नेमणूक करतोय.''

''खास काम?'' अमिननं बिचकत विचारलं.

''हो... तुम्ही एटीएसमध्ये जायचं आणि...''

सकिब बोलत राहिला. सारं काही सांगून झाल्यानंतर अमिननं म्हटलं, ''सकिब... मला तुमच्या देशविघातक कामामध्ये...''

''अमिनऽ'' सकिबचा आवाज चढला, ''...देशविघातक म्हणताय? उलट...''

''नाही.'' अमिन म्हणाला, ''...तू जे सांगितलंस ते मला इतकं साधं, सरळ वाटत नाही. तबरेज... मी तुझ्यासोबत येणार नाही.''

सकिब एकदम शांत झाला. ''ठीक आहे,'' तो म्हणाला, ''अमिन, पहाट झाली की, तुम्ही हवं तिथे जा... तुम्ही आता आमच्यासोबत येऊ नका... तबरेज, तू तयार आहेस?'' तबरेजनं होकारार्थी मान हलविली.

ꕥ

धनंजय गृहमंत्री रावसाहेबांच्या दालनात त्यांच्यासमोर बसला होता. विरुविलानं सांगितलेली खास खबर ऐकून ते विचारात पडले होते. एक नवीन संकट! खरंतर नवीन नाहीच, कारण काही काळापूर्वी भारताच्या नौदलप्रमुखांनी मत नोंदवलं होतं की, पाकिस्तानच्या जहाजामुळे खोल समुद्रात जिहादचा धोका उद्‌भवू शकतो. दहशतवाद्यांनी पाकिस्तानी जहाजाचं अपहरण करण्याचा अयशस्वी प्रयत्न पूर्वी

केला होता. असं जहाज जर अत्याधुनिक शस्त्रसामग्रीनं भरलेलं असेल, तर अतिरेकी त्या जहाजाद्वारे कुणालाही लक्ष्य करू शकतात.

"सर..." धनंजय म्हणाला तसे ते भानावर आले. "सर, हा शत्रूराष्ट्राचा डाव तर नसेल ना?"

"म्हणजे?"

"सर... शत्रूराष्ट्राला आपली कुरापत काढायची जुनी खोड आहे. शस्त्रास्त्रांनी भरलेलं जहाज अतिरेक्यांनी पळवलं असा कांगावा करायचा; पण त्यात स्वतःच सहभागी व्हायचं, असा डाव तर नसेल ना?"

"नाही धनंजय, एवढं धाडस त्यांच्यात नाही. आपल्याकडे पाहुणे म्हणून येत असलेल्या राष्ट्राध्यक्षांनी कडक दम दिलाय त्या शत्रूराष्ट्राला. निदान राष्ट्राध्यक्षांच्या भेटीच्या काळात ते असलं दुःसाहस करणार नाहीत."

काही क्षण दोघंही आपापल्या विचारात मग्न झाले आणि एकदम काहीतरी सुचावं तसा धनंजय म्हणाला, "सर... आय ॲम सॉरी..."

"सॉरी?... कशाबद्दल?"

"सर... मी थोडा वेंधळेपणा केला... विरुविलानं खबर दिली ती खरीच आहे असं मानून मी लगेच इथे आलो. मी आधी खात्री करून घ्यायला हवी होती. कशावरून विरुची टीप खरी मानायची? कदाचित माझं आणि डिपार्टमेंटचं लक्ष दुसरीकडे वेधलं जावं असाही त्यांचा डाव असू शकतो."

धनंजयकडे कौतुकानं पाहत रावसाहेब म्हणाले, "येस... असंही असू शकेल."

"सर, आता आपण त्यांच्याशी तीच गेम खेळू..."

"कसली गेम?"

धनंजय त्यांना त्याच्या मनात आलेला प्रतिडाव खेळून विरुविला आणि अतिरेक्यांना कसं बेसावध ठेवायचं, हे सांगू लागला.

रत्नाबाईंनी मायेनं अकबरकडे पाहिलं. अकबर शांतपणे त्यांनी दिलेलं थालिपीठ खात होता. त्याच्या जागी रत्नाबाईंना अमेयचा भास झाला. त्यांचा पोटचा मुलगा. अमेरिकेत स्थायिक झालेला. त्यांचे डोळे पाणावले.

"काय झालं आंटी?" अकबरनं विचारलं. त्यानं खाणं संपवलं होतं.

"काही नाही रे... अमेयची आठवण झाली. त्यालाही थालिपीठ खूप आवडतं."

"आंटी... मला तुमचा अमेय समजा..."

"सांगतोस कशाला... आहेस तू त्याच्या जागी... वर्ष होत आलं तुला इथे पेइंग गेस्ट म्हणून; पण आता पीजी नाही राहिलास... बाय द वे... तुझा एम.बी.ए.चा

अभ्यास कसा चाललाय?''

''छानच! तुमच्या ओपन टेरेसवरची खोली म्हणजे अभ्यासासाठी परफेक्ट जागा...''

''हो रे; पण ते सिनेमावाले येतात ना मोठ्ठी होर्डिंग्ज लावायला... परवाच आले होते ना!''

''हो...''

''काय रे आजकालचे सिनेमे... मशिनगन घेतलेल्या हिरोचं केवढं मोठं होर्डिंग लावलंय.''

''चालायचच आंटी... व्हिलनच्या बुलेटला बुलेटनंच उत्तर द्यावं लागतं.''

रत्नाबाई पुढे काही बोलल्या नाहीत. अकबर त्यांचा निरोप घेऊन जिन्यानं टेरेसवरच्या त्याच्या खोलीत निघून गेला. रत्नाबाईंना त्याचं कौतुक वाटलं. बिचारा... दर्जेदार शिक्षण घेण्यासाठी स्वतःचं घर, स्वतःचा देश सोडून मुंबईत आला. बाहेर जातो, तेवढा वेळ सोडला तर सतत खोलीत बसून अभ्यास करतो. विचार करता करता त्यांनी खिडकीतून बाहेर पाहिलं. समोर रस्त्याच्या पलीकडे गांधी भवन होतं. राष्ट्राध्यक्ष भेट देणार म्हणून तिथे स्वच्छतेची आणि रंगरंगोटीची कामं चालू होती.

चाहूल लागली, तसं त्यांनी वळून पाहिलं. शामराव आले होते.

''थालिपीठ देऊ तुम्हाला?''

''नको... चहा दे थोडा...'' शामराव म्हणाले.

बरं म्हणत त्यांनी आधण ठेवलं. ''झाला का प्रॉपर्टी टॅक्स भरून?'' रत्नाबाईंनी विचारलं. त्यांनी होकारार्थी हुंकार दिला. मात्र, त्यांचा चेहरा गंभीर होता.

''काय झालं हो?''

''रत्ना, तुझ्या आग्रहासाठी मी...'' क्षणभर थांबून ते म्हणाले, ''...मला अजूनही वाटतं, रत्ना... आपण आपल्या सगळ्या भाडेकरूंची दिली तशी अकबरचीही माहिती पोलिसांकडे द्यायला हवी.''

''कशाला? त्याचा काही त्रास आहे का? बिचाऱ्यानं जागा घेतानाच कळवळून सांगितलं ना... त्याचा व्हिसा परीक्षेच्या आधी संपतोय म्हणून! विनंती केली ना त्यानं! पोलिसांना कळवलं तर त्याची परीक्षा बुडेल...''

''अगं, पण...''

''तुम्हाला तर सगळे मुसलमान अतिरेकीच वाटतात; पण तसं नाही. खालचा हार्डवेअरचा डाह्याभाई माझ्याकडून राखी बांधून घेतो!''

''तो बोहरी आहे रत्ना...''

''ते काहीही असू दे... त्या पोराचं नुकसान करू नका. अमेयइतकाच तो मला जवळचा वाटतो.''

शामराव काही न बोलता चहा पिऊ लागले.

ल्व

त्याच वेळी टेरेसवरच्या खोलीत अकबर टेबलावरचा कागद बारकाईनं पाहत होता. त्यावरच्या आकृतीचा तो अभ्यास करत होता.

आकृती पाहता पाहता त्यानं पुन्हा लॅपटॉपवर नजर टाकली. सैफ अली साहिल आणि जवाहिरीनं पाठविलेली स्नायपर शॉटची आकृती बरोबर होती. त्यानं सांकेतिक भाषेत जवाहिरीशी चॅटिंग सुरू केलं.

"अल्ला मेहरबान है!"

"नवीन मेहरबानी कोणती?" जवाहिरीनं विचारलं.

"टेरेसवर लागलेल्या नवीन होर्डिंगवर मशिनगन घेतलेल्या हिरोचं पोस्टर आहे. त्याच्या बंदुकीच्या नळीच्या टोकाशी मी स्नायपर शॉट ॲडजस्ट करीन."

"प्लॅटफॉर्मचं काय?"

"मी तयारी केलीय. गांधी भवनाच्या खिडकीपासूनचं स्नायपर शॉटपर्यंतचं अंतर एकशे दोन मीटर आहे."

"वाऱ्याचा वेग किती?"

"परिणामकारक वेग नाही. म्हणूनच फायरिंग प्लॅटफॉर्मचा कंट्रोल मी दुसऱ्या जागेवरून मोबाइल रिमोटनं करीन."

"क्लीन शॉट?"

"येस... माझ्याकडून तयारी झालीय सगळी."

"पोलीस चेकिंगचं काय?"

"इमोशनल ब्लॅकमेलिंग करून मी अदृश्य राहिलोय. टेरेसवरच्या खोलीला कुलूप असतं, असं सांगितलं जाईल."

"अल्ला मेहरबान है।... खुदा हाफिज."

अकबरनं खुदा हाफिज टाइप करत चॅटिंग बंद केलं. ज्या वेळी राष्ट्राध्यक्ष भारताला आणि गांधी भवनाला भेट देणार ही बातमी जाहीर झाली, त्या क्षणापासून जवाहिरीनं हत्येचा प्लॅन सुरू केला. अकबर शैक्षणिक व्हिसा घेऊन मुंबईत आला. गांधी भवनासमोरच असलेली 'एलिगंझा' इमारत त्यानं निवडली. शामराव आणि रत्नाबाई पटवर्धन यांच्याकडे पेइंग गेस्ट म्हणून बस्तान बसवलं. नबी नदेलाच्या क्रूर हत्येचा बदला घ्यायची पवित्र शपथ त्यानं नबीच्या अस्थींसमोर बसून घेतली होती. त्यासाठी स्नायपर शॉटविषयक तांत्रिक बाबींचा काटेकोर अभ्यास केला होता. सैफ अली साहिलसारखा म्होरक्या जवाहिरीसह त्याच्या पाठीशी होता. सैफनं मुंबईचं पोलीस खातं, दहशतवादविरोधी पथक, गुप्तचर खातं आणि मुख्यतः धनंजय या सर्वांना विविध चकवे देत चक्रावून टाकायची योजना आखली होती.

ಌ

अतिरिक्त पोलीस आयुक्त एहसान शेख यांच्या केबिनमध्ये धनंजय बसला होता. कॉम्प्युटरवर ई-मेलनं नुकतीच आलेली बातमी शेख पाहत होते. त्यांनी मेलसोबत आलेला फोल्डर ओपन केला. स्क्रीनवर जंगलवजा भागात पडलेल्या प्रेताचा फोटो पाहताच धनंजय चकित होत म्हणाला, ''हा तर अल् अमिन... त्याचा खून झाला?''

''हं... तुरुंगातून पळालेल्या पाचपैकी एक... तू ओळखतोस याला?''

''हो... लखनौच्या नवाबाचा गुप्त खजिना उडवायचा मास्टर प्लॅन केला होता अमिननं...''

''...आणि तो तू उधळून लावलास!''

दोघंही हसले. अमिनच्या मृतदेहाचा फोटो पाहत धनंजय म्हणाला, ''गुप्तचर विभागाकडून खबर आली की, इसिसच्या भारतातल्या काही हस्तकांनी या पाचजणांना तुरुंगातून पळायला मदत केली. याचा अर्थ शेख सर, त्यांना काहीतरी टार्गेट दिलेलं असणार.''

''यू आर ॲब्सोल्युटली राइट... पण तू तर नवीन योजनेनुसार...''

''येस सर... विरुविलानं जी खबर दिली, ती आपल्याला खरी वाटली असं भासवण्यासाठी मी नौदलाच्या मदतीनं समुद्रावर गेलोय अशी खबर त्या लोकांपर्यंत पोहोचेल. अर्थात, मी प्रत्यक्षात मुंबईतच असणार आहे. मी नौदलाच्या जहाजावर चढताना त्यांचे खबरी पाहतीलच. विशिष्ट नॉटिकल मैल अंतरावरून मी छोट्या बोटीनं पुन्हा किनाऱ्यावर येईन आणि गांधी भवनाच्या सिक्युरिटी स्क्वॉडमध्ये दाखल होईन.''

तेवढ्यात शेखांचा मोबाइल फोन वाजला. त्यांनी पाहिलं. फोन ए.टी.एस.च्या ऑफिसमधून होता.

''येस...''

''शेखसाहेब... इथे तबरेज नावाचा माणूस एक खास खबर घेऊन आला आहे. त्याचा आग्रह आहे... ती खबर तो फक्त धनंजयलाच देईल म्हणून.''

''ठीक आहे. बघतो मी धनंजय ॲव्हेलेबल आहे का ते. तबरेजला बसवून ठेवा.''

ಌ

नितीन मेहतांना सुचत नव्हतं काय करावं ते. कमिशनर साठे आणि धनंजयनं दिलेला पेनड्राइव्ह त्यांच्या समोरच्या लॅपटॉपला जोडलेला होता. पेनड्राइव्हमध्ये असलेला कोडेड मेसेज उलगडण्याच्या अगदी जवळ ते पोहोचले होते; पण आता मेसेज डिकोडिंग करण्यात अर्थ नव्हता. स्वतःच्या एकुलत्या एक मुलाचा जीव

वाचवणं महत्त्वाचं होतं. त्यांची पत्नी कालपासून रडत बसली होती. ''हितेशला काही झालं तर मी जीव देईन.'' असं सांगून तिनं स्वतःला एका खोलीत कोंडून घेतलं होतं. पत्नीचं वाक्य त्यांच्या कानात घुमत होतं आणि जोडीनं अपहरणकर्त्यांचा मेसेज भिरभिरत होता. ''मिस्टर मेहता, आमचं तुमचं काही वैर नाही. धनंजयनं दिलेला पेनड्राइव्ह डिकोड न करता आम्ही सांगू त्या ठिकाणी, सांगू त्या वेळी पोहोचवा आणि तुमच्या हितेशला घेऊन जा. पोलिसात गेलात, तर हितेशचं प्रेतही दिसणार नाही... लक्षात ठेवा.''

मेहता भयंकर अस्वस्थ होते. पेनड्राइव्ह ताब्यात देताना कमिशनर साठेंनी बजावलं होतं... ''पेनड्राइव्ह जपून ठेवा... चुकून गहाळ झाला तर... यू नो द कॉन्सिक्वेन्सेस...'' आणि आता! हितेशचा प्राण की पेनड्राइव्ह? काय जपायचं? एका बाजूला वंशाचा दिवा... दुसरीकडे धनंजयला दिलेलं वचन! काय करावं?

धनंजय ए.टी.एस.मध्ये पोहोचला, तेव्हा तबरेज इंटरॉगेशन रूममध्ये होता.

''नमस्ते साहेब!'' तबरेजनं सलाम करत म्हटलं. धनंजयनं त्याच्याकडे रोखून पाहिलं. ए.टी.एस.मध्ये पोहोचेपर्यंत धनंजय तबरेजचाच विचार करत होता. तुरुंगातून पळून बाहेर पडला आणि दोन-चार दिवसांत पुन्हा पोलिसांच्याच गुहेत स्वतःहून शिरला. का? कशासाठी?

''काय बोलायचंय माझ्याशी तबरेज? बोल...'' मनातले विचार बाजूला करत धनंजय म्हणाला.

''साहेब... अल् अमिनला ठार केलं त्यांनी!''

''माहीत आहे मला... पण तू काही घाबरून इथे आलेला नाहीस...''

''साहेब...''

''बोल... महत्त्वाचं तेवढं बोल... सकिब अन्सारी, तेहसिन अख्तर आणि अखिलेश गुप्ता सध्या कुठे आहेत?''

''गुजरातला गेलेत.''

''कशासाठी?''

''स्फोटकं येणार आहेत.''

''हेक्झोजेन...''

''अं?...''

''आर.डी.एक्स. का?''

''हां साब... बराबर... असंच... काहीतरी.''

''अल् अमिनला कुणी मारलं?''

"सकिबनं."

"का?"

"अमिननं त्यांच्या कटात सामील व्हायला नकार दिला."

"मग तू इथे कसा?"

"साब... मी त्यांना होकार तर दिला; पण संधी मिळताच गुंगारा दिला आणि पळालो."

धनंजय काही क्षण त्याच्याकडे बघत राहिला.

"साहेब... मला पुन्हा तुरुंगात पाठवा साहेब... ती माणसं मला ठार मारतील... प्लीज साहेब." असं म्हणत तबरेजनं मान खाली घातली.

धनंजय त्या खोलीतून बाहेर पडला. तबरेजचं बोलणं खरं की खोटं याचा तो विचार करत होता. अर्थात, त्याला कोणताही धोका पत्करायचा नव्हता म्हणून त्यानं ए.टी.एस.च्या शामसुंदरला, गुजरातच्या पोलिसांकडे नवीन खबर पाठवण्यास सांगितलं. गुजरातच्या सीमा सुरक्षा दलाला सावध राहण्याचा इशारा पाठव, असाही निरोप दिला.

☙

जंगलापासून काही अंतरावर असलेल्या, तुरळक वस्तीतल्या एका दुमजली घरातून जेव्हा सकिब अन्सारी, तेहसीन अख्तर आणि अखिलेश गुप्ता बाहेर पडले, तेव्हा कुणाला पाहूनही खरं वाटलं नसतं की, हे तिघं तुरुंगातून पळालेले कैदी आहेत. विभाकरनच्या आणि उषाच्या गटातल्या स्लिपिंग सेलमध्ये कार्यरत असणाऱ्या सेल्वराजननी तिघांचाही चेहरामोहरा आणि संपूर्ण लूक पार बदलून टाकला होता. विभाकरननं आणि उषानं सोपविलेली जबाबदारी पार पाडण्यासाठी तिघंही सज्ज झाले होते. त्यांना हवं असलेलं सर्व साहित्य आणि वाहन तयार होतं. सकिबनं ड्रायव्हिंग सीटचा ताबा घेतला. दोघंही कारमध्ये बसले. नियोजित काम पार पाडण्यासाठी तिघंही उत्साहानं निघाले. विभाकरननी संपूर्ण योजना तपशिलानं बनविली होती. फक्त ती योजना पार पाडण्यासाठी त्याला बाहेरची माणसं हवी होती. इसिसच्या अल् रिशावीशी त्यानं संपर्क साधला, तेव्हा भारतातल्या इसिसच्या पाठीराख्यानं पाचहीजणांना तुरुंगातून अलगदपणे बाहेर काढून दिलं होतं. विभाकरनच्याच सांगण्यावरून धोकादायक ठरू शकणाऱ्या, कचखाऊ अल् अमिनला सकिबनं ठार केलं होतं आणि धनंजयला चकवा देण्यासाठी तबरेजला ए.टी.एस.मध्ये पाठवलं होतं. सगळं काही हवं तसं घडत होतं.

☙

नितीन मेहता गर्दीनं गजबजलेल्या चौकात त्यांना सांगितलेल्या ठिकाणी उभे होते. एक हात पँटच्या खिशात होता. खिशातला पेनड्राइव्ह त्यांनी घट्ट धरून ठेवला होता. दुसऱ्या हातात त्यांनी स्वतःचा मोबाइल धरला होता. चौकाच्या डाव्या कोपऱ्यावर एक पुतळा होता, ज्येष्ठ स्वातंत्र्यसैनिकाचा. वाहनांची रहदारी अखंडपणे वाहत होती. उजवीकडच्या एका कॉर्नरला एक भिकारी बसला होता. जाणाऱ्या-येणाऱ्यांकडे दयार्द्रपणे भीक मागत होता. त्याच्यापासून काही अंतरावर एक तरुणी उभी होती. तिच्या एकूणच अवतारावरून ती वेश्या आहे, हे सहजपणे जाणवत होतं.

मेहतांच्या हातातला मोबाइल वाजला. ''हॅलो... पेनड्राइव्ह आणला?''

''हो.''

''मिस्टर मेहता... समोरच्या उजव्या कॉर्नरकडे बघा... काय दिसतंय?''

मेहतांनी उजवा कॉर्नर न्याहाळला. ''एक हॉटेल... पान-सिगारेटचं दुकान... तिथे एक भिकारी आहे.''

''हो... हो.''

''रस्ता ओलांडा मेहता आणि चालता चालता भिकाऱ्याच्या कटोऱ्यात पेनड्राइव्ह टाका. मागे वळून न पाहता घरी निघून जा.''

''हो पण... हितेश कुठाय?'' त्यांनी घाबरून विचारलं.

''तुम्ही घरी पोहोचेपर्यंत हितेश तुमच्या घरी आलेला असेल.''

''अहो पण...''

''मिस्टर मेहता, हितेश जिवंत हवाय ना... वाद घालू नका. जे सांगितलं ते करा.'' एवढं बोलून अपहरणकर्त्यानं फोन कट केला.

मेहतांनी फोनवरील सूचना पाळली आणि ते घरी जायला निघाले. त्यांना धनंजयच्या कार्यक्षमतेवर पूर्ण विश्वास होता.

☙

गांधी भवन आणि परिसराची सुरक्षा तपासण्यासाठी अध्यक्षांचं खास सुरक्षा दल त्या परिसरात आलं होतं. पोलीस दलाचे रिटायर्ड संचालक अँटोनी, काउंटर टेररिस्ट युनिटचे प्रमुख स्मिथ, बॉम्बतज्ज्ञ रिचर्ड, हत्यारतज्ज्ञ बॉब असे अनेक क्षेत्रांतले अनुभवी तज्ज्ञ त्या पथकात सामील होते. त्यांच्यासोबत काही गुप्तहेर आणि शस्त्रधारी कमांडोदेखील होते. पाहणी करताना कमिशनर साठे स्वतः त्यांना मदतीसाठी उपस्थित होते. आसपासच्या बऱ्याच इमारतींची पाहणी झाली होती. ते पथक 'एलिगंझा' इमारतीच्या पाहणीसाठी निघालं. गांधी भवनाच्या अगदी समोरच असलेली एलिगंझा इमारत जुनी असली तरी मेन्टेनन्समुळे चांगल्या स्थितीत होती.

इमारतीची पाहणी करताना साठेंनी शामराव आणि रत्नाबाई पटवर्धनांना काही प्रश्न विचारले.

संपूर्ण पथक टेरेसवर आलं, तेव्हा अँटोनींनी चकित नजरेनं सिनेमाचं होर्डिंग पाहिलं. साठेंना ते म्हणाले, ''यू हॅव टू रिमूव्ह धिस शिट फ्रॉम हिअर.'' साठेंनी होकार दिला. टेरेसवरच्या रूमला कुलूप होतं. साठेंनी विचारलं, ''मिस्टर पटवर्धन... इथे कोण राहतं?'' शामरावांच्या छातीचे ठोके अधिकच वाढले. पाहणीसाठी पथक येणार हे कळल्यापासूनच ते तणावाखाली होते. रत्नाबाईंवर ते खूप चिडले होते. वादही घातला होता. कोण कुठचा अकबर... त्याच्यासाठी एवढा धोका पत्करला, या मुद्यावरून वादंग माजविला होता; पण आता चूक दुरुस्त करता येणार नव्हती. यू टर्न नसलेलं खोटं पुढे रेटावं लागलं होतं. ते मनावर ताबा ठेवत म्हणाले, ''ही खोली रिकामीच असते. एक भाडेकरू होता; पण तो खोली सोडून गेला. भाडं थकलं म्हणून आम्ही त्याला त्याचं सामान नेऊ दिलं नाही. भाडं दे आणि तुझं सामान घेऊन जा असं सांगितलं, म्हणून तो त्याचं कुलूप लावून गेला.'' एका दमात शामरावांनी सांगून टाकलं. मनोमन त्यांचं त्यांनाच आश्चर्य वाटलं की, आपल्याला ऐन वेळी या थापा सुचल्या कशा? एव्हाना बाकीच्या तज्ज्ञांनी टेरेसवर हिंडून पाहणी केली होती. हत्यारतज्ज्ञ बॉबनं नजरेनंच टेरेसवरून गांधी भवनापर्यंतची रेंज पाहून घेतली होती. अँटोनीनं पुन्हा एकदा साठेंना होर्डिंग काढण्याविषयी बजावलं आणि पथक आल्या पावली निघून गेलं.

⁂

सिटी हॉस्पिटलच्या समोर असलेल्या आठमजली इमारतीतून धूर येऊ लागला. धुराचं प्रमाण वाढलं. लोकांचं लक्ष गेलं. आगीच्या ज्वाळा दिसू लागल्या तशी आगीची वार्ता पसरली. सर्वत्र गोंधळ माजला.

हॉस्पिटलच्या गेटजवळ एक अँब्युलन्स येऊन थांबली. सेल्वराजनचे साथीदार आधीच हॉस्पिटलमध्ये पोहोचले होते. त्यांनी सहाव्या मजल्यावर आपापली पोजिशन घेतली होती. विरुविलाच्या रूमबाहेर पहारा देत असलेला पोलीस कॉन्स्टेबल खिडकीत उभा राहून समोरील आग आणि धावपळ पाहत होता. डॉक्टरांचा ॲप्रन घालून आणि गळ्यात स्टेथोस्कोप अडकवून सकिब, तेहसीन आणि अखिलेश सहाव्या मजल्यावर पोहोचले. सेल्वराजनच्या एका साथीदारानं पोलिसांकडे कूच केलं. सकिब विरुविलाच्या खोलीत शिरला. तिघांनी विरुविलाला प्लॅन सांगून स्ट्रेचरवर ठेवलं. त्याच वेळी राजननं पोलीस कॉन्स्टेबलच्या नाकावर ॲनेस्थेशियाचा रुमाल दाबला. दोन क्षणांत तो बेशुद्ध झाला. त्यानं विरुविलाच्या बेडवर पोलिसाला झोपवून पांघरुण घातलं. तिघेही स्ट्रेचर ढकलत, इमर्जन्सीचा बहाणा करत

अँब्युलन्सजवळ आले. सर्वांचंच लक्ष समोरच्या आगीकडे होतं. सायरन वाजवीत अँब्युलन्स तिथून सुसाट वेगानं निघून गेली.

विभाकरननं भिकाऱ्याच्या वेशात बसविलेल्या कुमारनच्या वाडग्यातील पेनड्राइव्ह खिशात घातला आणि तो तिथून निघाला. विभाकरनला दोन्ही बातम्या मिळाल्या. तो खुशीनं उषाला म्हणाला, ''पेनड्राइव्ह मिळाला उषा... आणि आपला विरुसुद्धा पिंजऱ्यातून सुटला. काही वेळात इथे पोहोचतील ते सर्वजण.'' उषाच्या चेहऱ्यावर आनंद पसरला. विभाकरननं मोबाइलवरून साथीदाराला सांगितलं... हितेशला त्याच्या घराजवळ ड्रॉप कर आणि निघून ये.

वेश्येचा अवतार धारण केलेली गुप्तहेर खात्यातली धनंजयची सहकारी शलाका जोशी भिकाऱ्याचा पाठलाग करत होती. मेहतांनी धनंजयला हितेशचं अपहरण झाल्याचं सांगितलं, तेव्हाच धनंजयनं एहसान शेख यांच्यासमवेत संपूर्ण सापळा रचला होता. अशा कामगिरीसाठी त्याला एकच धाडसी नाव आठवलं होतं ते म्हणजे शलाका जोशी. शलाकानं बेमालूम वेषांतर केलेलं होतं. ती योग्य अंतर राखून भिकाऱ्याचा पाठलाग करत होती. अर्थात, धनंजयनं तिच्या सुरक्षेची काळजी म्हणून तिच्या कपड्यात वायर लावली होती. तिच्या कानात मायक्रो इअरफोन आणि ब्लाउजमध्ये मायक्रोमाइक होता. तिनं पाहिलं, भिकारी आता शहरापासून दूर काहीशा निर्जन भागात पोहोचला होता. काही इमारतींचं अर्धवट बांधकाम होऊन थांबलेलं होतं.

तिला सिग्नल ऐकू आला. ''हॅलो...''

''शलाका... धनू हिअर.''

''बोल धनंजय.''

''शलाका टार्गेटला फॉलो करण्याची गरज नाही... तू शेख सरांच्या ऑफिसला ये.''

''ॲज यू से.'' असं म्हणत शलाका मागे फिरली.

एहसान शेख यांच्या ऑफिसमध्ये धनंजय आणि शेख त्यांच्या समोरील स्क्रीनकडे पाहत होते. विरुविलाला त्याचे साथीदार फार काळ पोलिसांच्या ताब्यात राहू देणार नाहीत याची धनंजयला खात्री होती. कमिशनर साठेंच्या मदतीनं त्यानं

डॉक्टरांमार्फत जी.पी.एस. सिग्नल देणारी चिप शस्त्रक्रियेच्या वेळी विरुच्या अंगात इन्स्टॉल केली होती. स्क्रीनवरचा लाल ठिपका पुढे सरकत होता. शेखांनी रॅपिड ॲक्शन फोर्सच्या एका स्क्वॉडला ॲम्ब्युलन्सच्या मागावर पाठवून सतत संपर्क राखला होता. विरुविलासह विभाकरन, उषा आणि त्यांच्या साथीदारांना लवकरच ताब्यात घेता येईल, या विचारानं दोघंही काहीसे उत्तेजित झाले होते.

त्याच वेळी धनंजयचा मोबाइल वाजू लागला. त्यानं पाहिलं. फोन एका खास खबरीचा होता. "बोल..." तो म्हणाला.

"बोरिवली पश्चिम... शालिमार बिल्डिंग रूम नं. ३०३." खबरीनं नेहमीच्या स्टाइलनं खबर दिली. धनंजयला अनुभवावरून माहीत होतं की, 'सी.आय.-५'ची खबर एकदम पक्की आणि अत्यंत महत्त्वाची असते. तो म्हणाला, "शेख सर, विभाकरन आणि ग्रुपला तुम्ही ताब्यात घेईपर्यंत मी स्ट्रोक मारून घेतो."

शेख सरांनी त्याला तपशील विचारला. नंतर म्हणाले, "धनंजय, त्या रूममध्ये कितीजण असतील, कोण असतील याचा भरवसा नाही. तू एकटा जाऊ नकोस. सोबत बॅकअप टीम घे."

"नको सर... बॅक अप टीम असली की, तिथे त्यांना सुगावा लागू शकतो. ते हातातून निसटू शकतील. त्यापेक्षा मी एकटाच जातो. लेट मी हँडल इट."

त्याचा आत्मविश्वास जाणून ते म्हणाले, "ओ.के... टेक केअर."

"येस सर," असं म्हणत धनंजय तिथून निघाला.

ଓ

गांधी भवनाच्या आसपास राहणाऱ्या नागरिकांना त्यांच्या कार पार्किंगसाठी पोलिसांनी बंदी घातली. ज्या दिवशी अध्यक्ष भेट देणार त्याच्या आदल्या दोन दिवसांपासून त्या भागात वाहने लावण्यास मनाई करण्यात आली. परिसरातले रहिवासी चिडले. काहींनी हरकत नोंदवली. त्यावर स्वतः कमिशनर साठेंनी मीटिंग घेऊन, सुरक्षिततेचं महत्त्व विशद केलं. नागरिकांना त्यांची वाहनं ऑगस्ट क्रांती मैदानात लावण्यासाठी परवाने देण्यात आले. त्याच मीटिंगमध्ये पोलिसांनी स्पष्ट निवेदन दिलं की, अध्यक्षांच्या भेटीदरम्यान आसपासच्या सर्व इमारतींवर मोठे पांढरे पडदे घालण्यात येतील. प्रत्येक इमारतीच्या छतावर पोलीस सज्ज असतील.

मीटिंगवरून शामराव घरी परतले, तेव्हा ते भयंकर अस्वस्थ होते. त्यांच्या टेरेसवर एक पोलीस येणार... तो अकबरला पाहणार आणि मग... अशा विचारानं शामराव घाबरले होते. त्यांनी रत्नाबाईंना सर्व काही सांगितलं. ते ऐकून त्यांनाही त्यातील गांभीर्य जाणवलं.

"आता हो काय करायचं?" रत्नाबाईंनी विचारलं.

“तेच कळत नाही...”

“पोलिसांना सांगायचं का?”

“तसं केलं तर आपण आधी खोटं बोललो हे सिद्ध होईल.”

रत्नाबाई अधिकच चिंतित झाल्या.

“...त्यातून आपला टेनन्ट मुसलमान... काय होणार देव जाणे!... तुझ्या आग्रहाला बळी पडलो आणि...”

“चुकलं माझं; पण आता...” अचानक काहीतरी आठवत रत्नाबाई म्हणाल्या, “अहो... आपण कुसुमला भेटू या.”

“कुसुम... तुझी बहीण?... तिला भेटून काय उपयोग?”

“अहो, असं काय करता... तिच्या दिराची... राजाभाऊ जोशींची मुलगी शलाका पोलीसच आहे ना...”

शामराव विचारात पडले. रत्नाबाईंनी त्यांना समजावलं. अखेरीस ते म्हणाले, “बरं... आपण आजच जाऊ त्यांच्याकडे आणि खरं काय ते त्यांच्या कानावर घालू. मी स्वतः माफी मागेन पोलिसांची.”

जंगलातील पडक्या घराला रॅपिड ॲक्शन फोर्सच्या सैनिकांनी वेढा घातला. विभाकरन, उषा आणि साथीदारांनी थोडाफार प्रतिकार करण्याचा प्रयत्न केला; पण शेवटी आर.ए. एफ.च्या जवानांनी त्यांच्या मुसक्या आवळल्या. विभाकरन, उषा, विरुविला आणि त्याच्या आठ साथीदारांना घेऊन, फोर्सचे अधिकारी पोलीस मुख्यालयाकडे निघाले.

शालिमार बिल्डिंगजवळ धनंजय पोहोचला, तेव्हा संध्याकाळ सरत आली होती. तिथे पोहोचत असतानाच धनंजयनं सर्व्हिस रिव्हॉल्व्हर पूर्ण लोड करून ठेवलं होतं. तो सावधपणे जिन्यानं तिसऱ्या मजल्यावर पोहोचला. प्रत्येक मजल्यावर समोरासमोर तोंड असणारे चार दरवाजे होते. धनंजय रूम नं. ३०३ समोर आला. रिव्हॉल्व्हरवर हात ठेवत, त्यानं अलगदपणे दरवाजा ढकलायचा प्रयत्न केला. तो त्याचा नेहमीचा ठोकताळा होता. दरवाजा थोडा हलला तर समजायचं की, दरवाजाचे नट बोल्ट जुने आहेत. धनंजयनं पूर्ण ताकद लावून दरवाजाला जोरदार धडक दिली, त्यासरशी दरवाजाचा बोल्ट तुटला आणि धाड्कन दरवाजा उघडला.

“हॅंड्स अप... हॅंड्स् अपऽऽ” रिव्हॉल्व्हर रोखत तो ओरडला. समोरचं दृश्य बघून धनंजयनं मनोमन खबरीचं कौतुक केलं. पंचवीस-तीस वर्षं वयाचा एक तरुण

खोलीच्या मधोमध बसून बॉम्ब बनवीत होता. त्याच्या आसपास जिलेटिन, वायरींचे तुकडे, डिटोनेटर आणि अन्य स्फोटके पडलेली होती. धनंजयनं शेखांना फोन करून कुमक मागविली.

"नाव सांग..." तरुणाच्या हातात बेड्या ठोकत धनंजयनं विचारलं.

"शकील अहमद." तरुणानं लगेच उत्तर दिलं.

"...आणि ग्रूप?"

"जमात उल् मुजाहिदीन."

"अल् कायदाची बंगालमधील शाखा ना?... पण मग तू इथे मुंबईत काय करतोस?"

"आपने जो देखा वही करने यहा आया था।"

तेवढ्यात पोलिसांची कुमक पोहोचली. धनंजयनं शकीलला त्यांच्या ताब्यात दिलं आणि म्हणाला, "ए.टी.एस.ला न्या... मी स्वतः त्याची चौकशी करीन."

तेवढ्यात त्याचा मोबाइल वाजला. "हॅलो, धनंजय... मी शलाका बोलतेय. इट्स अर्जंट... कुठे भेटायचं?"

"तू कुठे आहेस आत्ता?"

"अंधेरीला."

"मी पोहोचतो. वेस्टला बसस्टॉपच्या भुयारी मार्गाजवळ थांब."

"ओके!"

ᏋᏋ

"तुमचा सिनेमा महत्त्वाचा की देशाची इभ्रत? तुम्ही एवढे नामवंत प्रोड्युसर-डायरेक्टर असूनही या छोट्या गोष्टींसाठी कोर्टकचेरीची भाषा करता?" कमिशनर साठे रागानं बोलत होते. त्यांच्यासमोर 'मसीहा' चित्रपटाचा निर्माता-दिग्दर्शक केतन बसला होता.

"साहेब... शुक्रवारी पिक्चर रिलीज होतो आहे आणि तुम्ही प्राइम लोकेशनवरचं होर्डिंग काढायला निघालात." केतन काहीशा मवाळपणे म्हणाला.

"मिस्टर केतन... अख्ख्या मुंबईतल्या फक्त एलिगंझा बिल्डिंगवरचं होर्डिंग काढलं, तर तेवढ्यानं तुमचा सिनेमा फ्लॉप होणार आहे का? ट्राय टू अंडरस्टँड... महासत्तेचे अध्यक्ष येणार आहेत गांधी भवनात... आमच्यावरचा ताण समजून घ्या ना... एरवी कधी आमचं खातं तुम्हाला अडवतं का?"

"ते खरं आहे पण..."

"एका होर्डिंगसाठी तुम्ही तुमचं व्यवसाय स्वातंत्र्य, घटनेनं दिलेले अधिकार असले मुद्दे घेऊन कोर्टकचेऱ्या करणार का? त्यामुळेच मघाशी मी चिडलो.

त्याबद्दल सॉरी; पण तुम्ही शांतपणे विचार करा. अध्यक्ष येऊन गेले की, पुढच्या क्षणी तिथे होर्डिंग लावा... ओके?''

''ओके सर... सॉरी... मी पण थोडा तावातावानं बोललो मघाशी...''

''इट्स ओके... माणसंच आहोत आपण. टेन्शन्स वाढली की, चिडचिड होतेच...''

साठेंच्या प्रशस्त केबिनमधून केतन बाहेर पडला, तसा धनंजय आत आला. त्यानं सॅल्यूट केला.

''बोल धनंजय.''

''सर... एक अत्यंत महत्त्वाची खबर मिळाली आहे.''

''बोल...''

''एलिगंझा बिल्डिंगच्या टेरेसवर अकबर नावाचा तरुण पीजी म्हणून राहतोय.''

''व्हॉट!''

''येस सर... सर, इथे येईपर्यंत माझ्या डोक्यात माझा प्लॅन तयार झालाय. लेट मी एक्सप्लेन इट... सर, सिनेमाचं होर्डिंग तसंच राहू दे. मी काल रात्री उशिरा शलाकासह पटवर्धनांना भेटलो, त्यांना धीर दिला आणि नॉर्मल वागा म्हणून सांगितलंय. त्यांना किंवा मलाही खात्री नाही की, अकबर खरोखर एम.बी.ए.साठीच आलाय की वेगळ्या कारणासाठी. जर त्याचा काही वाईट हेतू असेल, तर लेट हिम प्ले वुईथ इट. मी गुप्तपणे त्याच्या मागावर राहतो.''

धनंजयनं त्याचा संपूर्ण प्लॅन सांगितला. काही वेळ विचार करत साठे गप्प राहिले. नंतर म्हणाले, ''धनंजय, हा मुंबईच्याच नव्हे, तर भारताच्या पोलीस खात्याच्या इभ्रतीचा प्रश्न आहे. तू एवढा मोठा धोका एकट्यानं पत्करण्यापेक्षा आपण सरळ अकबरला ताब्यात घेऊ... इंटरॉगेशन करू.''

''पण सर, त्यामुळे बाकी सगळं अज्ञात राहील. आपल्याला गुमराह करण्यासाठी अतिरेक्यांनी चारही दिशांना चार-चार घटनांच्या योजना आखल्यात. काल रात्री बोरिवलीला शकील अहमद जाळ्यात आला. त्याआधी विरुविला... विभाकरन... त्यासोबत मेहताच्या मुलाचं किडनॅपिंग... मध्येच हे पाकिस्तानच्या जहाजाचं प्रकरण... सर, अतिरेक्यांचा हाच प्लॅन आहे... आपल्याला चकवा देत, देत इथे गांधी भवनातलं टार्गेट साधायचं...''

साठेंनी बराच वेळ विचार केला अन् शेवटी धनंजयच्या योजनेला संमती दिली.

नबी नदेलाच्या कबरीसमोर जवाहिरी बसला होता. नबीचा कत्ल करणाऱ्या अध्यक्षाच्या हत्येची तयारी त्यानं खूप मेहनत घेऊन केली होती. अकबरला वर्ष-दीड वर्ष आधी भारतात पाठवलं होतं. सैफ साहिलनं ऑटोमॅटिक स्नायपर शॉटगन, त्यासाठीचा प्लॅटफार्म, मोबाइलमधला रिमोट अशा तांत्रिक बाबतीत

सहकार्य केलं होतं. अकबरकडे पोलिसांचं लक्ष जाऊ नये म्हणून उस्मान आणि परवेझच्या साहाय्यानं बंगालमधील जमात उल् मुजाहिदीन, विभाकरन, उषा, इंडियन मुजाहिदीन आणि अनेक भागांत कार्यरत असणारे स्लिपिंग सेल या सर्वांची मदत घेतली होती. तरीही त्याला अजून खात्री वाटत नव्हती. लॅपटॉपच्या साहाय्यानं त्याचा अकबरशी रोज संपर्क चालू होता. या क्षणीसुद्धा तो कोड लँग्वेजद्वारे अकबरबरोबर संपर्कात होता.

''प्लॅटफॉर्म तयार केलास का?''

''हो. होर्डिंगच्या मागे पाच मिनिटांत बसविता येईल.''

''...पण परवा तूच सांगितलंस की, त्या एरियातले सर्व होर्डिंग्ज काढणार आहेत.''

''हो. बाकीची काढली; पण हे होर्डिंग ठेवलंय.''

''का?''

''मला माहिती मिळाली की, सिनेमाच्या निर्मात्यानं पोलिसांना कोर्टात जायची धमकी दिली.''

''अल्ला मेहरबान है।...''

''हां जनाब...''

''बाकी तयारी?''

''स्नायपर गन प्लॅटफॉर्मवर ॲडजस्ट करून मी बाहेर पडणार आणि मोबाइलवरून शॉट साधणार...''

''...पण टेरेसवर पोलीस असेल त्याचं काय?''

''त्याला मी चहा पाजणार.''

''गुड!...''

काही क्षण थांबून जवाहिरीनं लॅपटॉपवर लिहिलं, ''तुझ्या मदतीला उस्मानला किंवा परवेझला पाठवितो.''

''नको, मला मदतीची गरज नाही. अध्यक्ष रक्ताच्या थारोळ्यात पडलेला असेल, त्या क्षणी मी एअरपोर्टवर बोर्डिंग पास घेत असेन.''

अकबर खोलीत चॅटिंग करत होता, त्या वेळी टेरेसवर त्याच्या खोलीच्या कडेला धनंजय लपला होता.

''अकबर... अकबर...'' रत्नाबाईंची हाक ऐकू आली. अकबरनं झटकन लॅपटॉप बंद केला आणि दार उघडलं.

''काय आंटी?''

''कांदा उत्ताप्पा केलाय... ये खायला...''

''नको आंटी...''

''नको नाही... अंकल थांबलेत तुझ्यासाठी... चल... चल...''

रत्नाबाईंचा प्रेमळ आग्रह त्याला मोडवेना. त्यानं खोलीचं दार लोटलं. खरंतर त्याला खोलीला कुलूप लावायची इच्छा होती; पण आंटीला संशय येईल म्हणून त्यानं इच्छा दाबून टाकली. या वेळी टेरेसवर कोण येणार असा विचार करत तो त्यांच्यासोबत खाली गेला. अंधारातल्या काळ्या सावलीसारखा धनंजय पुढे आला. त्यानं सावधपणे खोलीचं दार उघडलं. त्याला जेमतेम पंधरा ते वीस मिनिटं उपलब्ध होती. रत्नाबाईंनी प्रॉमिस दिलं होतं की, अकबरला त्या किमान पंधरा-वीस मिनिटं खाण्यामध्ये, गप्पांमध्ये खाली रोखून ठेवतील.

धनंजयनं संपूर्ण खोली दोन-चार मिनिटांत तपासली. लॅपटॉप ऑन होईपर्यंत त्यानं एक विशिष्ट बॅग पाहिली, ज्यामध्ये स्नायपर गन होती... अर्थात, डिसमेंटल स्वरूपात! धनंजयनं स्नायपर रायफलची माहिती पाहिली. एम.२१ प्रकारची अमेरिकन बनावटीची रायफल होती. वजन पाच किलोपेक्षा अधिक. लांबी चव्वेचाळीस इंच. रायफलची इफेक्टिव्ह रेंज ६९० मीटर लिहिलेली होती. खोक्यात खालच्या बाजूला डिटॅच केलेली बॉक्स मॅगझिन होती. धनंजय क्षणभर हैराण झाला. युद्धामध्ये वापरली जाणारी पूर्णपणे स्वयंचलित स्नायपर रायफल अध्यक्षांच्या हत्येसाठी आणलेली पाहून तो दिङ्मूढ झाला. तेवढ्यात त्याचं लक्ष लॅपटॉपकडे गेलं. लॅपटॉपवर सांकेतिक भाषेतला मजकूर दिसत होता. अकबरनं घाईघाईत लॉग आउट न करता तो बंद केला होता. धनंजयला पासवर्ड शोधायची खटपट करावी लागली नाही. त्यानं त्यातला संपूर्ण डेटा पेनड्राइव्हवर ट्रान्सफर केला. लॅपटॉप अकबरनं जसा ठेवला होता, तसाच त्यानं बंद करून ठेवला आणि तो खोलीतून बाहेर पडला.

ଓ

गुजरातच्या सीमेवरून स्फोटकं येणार ही तबरेजनं दिलेली खबर म्हणजे ए.टी.एस.चं लक्ष दुसरीकडे वळवण्यासाठी दिलेली हूल होती हे लक्षात आलं, तेव्हाच धनंजयनं त्याची रवानगी तुरुंगात केली होती. तबरेज पूर्वी तुरुंगात मोकळा असायचा; पण आता त्याला दंडाबेडीत ठेवण्यात आलं होतं. अमिन त्याच्या डोळ्यांदेखत ठार झाला होता. सकिब, तेहसीन आणि अखिलेश गुप्ता या तिघांनाही पोलिसांनी पकडून तुरुंगात डांबलं होतं. तबरेजच्या डोळ्यांपुढे अंधार होता. धनंजयचा सूड घ्यायचा या हेतूनं तो सकिबच्या योजनेत सामील झाला होता; पण योजना फसली आणि तबरेज पुन्हा एकदा धनंजयच्याच हातानं तुरुंगात पोहोचला.

ଓ

गुरुवारी गांधी भवनाच्या आसपास असणाऱ्या सर्व बिल्डिंगच्या टेरेसवर

एकेका पोलिसाची नेमणूक करण्यात आली. शुक्रवारी अध्यक्षांची गांधी भवनास भेट निश्चित झाली होती. दुपारी साडेचार वाजता अध्यक्ष सपत्निक तिथे येणार होते. गृहमंत्री रावसाहेबांच्या सूचनेनुसार पोलीस महासंचालकांनी संपूर्ण सुरक्षा यंत्रणेची जातीनं पाहणी केली होती. जागोजाग कडेकोट बंदोबस्त लावलेला पाहून त्यांनी समाधान व्यक्त केलं होतं. शुक्रवारी दुपारी सर्व इमारतींवर पांढरे पडदे सोडण्याची तयारी करण्यात आली होती.

अकबर काहीसा साशंक झाला होता. एलिगंझा इमारतीच्या टेरेसवर नियुक्तीसाठी पोलीस पोहोचला नव्हता. त्याच्या मनात शंकेची पाल चुकचुकत होती. त्यानं त्याच्या बाजूनं जय्यत तयारी केली होती. गांधी भवनाच्या दर्शनी पॅसेजमधून अध्यक्ष त्या खोलीकडे जाणार होते, जिथे महात्मा गांधीजींनी काही काळ वास्तव्य केलं होतं. गांधी भवनाच्या पॅसेजमध्ये महात्मा गांधीजींचा ब्राँझचा अर्धपुतळा होता. अध्यक्ष त्या पुतळ्याला पुष्पहार घालणार होते, म्हणून अकबरनं स्नायपर गनचा शॉट पुतळ्याजवळ निश्चित केला होता. स्नायपर गनच्या वर जोडलेली दुर्बीण ऑटोमॅटिकली शॉट ॲडजस्ट करणार होती. अध्यक्षांची आगमनाची वेळ दुपारी ४.३०ची होती. स्वागत वगैरे उरकून ४.४० ला अध्यक्ष पुतळ्याजवळ पोहोचणार होते. अकबरनं स्वयंचलित यंत्रणेत तीच वेळ ॲडजस्ट केली होती. अर्थात, त्याच्या मोबाइलमध्ये स्नायपर शॉट सिस्टीम इन्स्टॉल केलेली असल्यामुळे त्यानं मोबाइल फोनवरचं बटण दाबताक्षणी अध्यक्षांच्या डोक्याचा वेध घेतला जाणार होता. सगळी तयारी झाली होती; पण... या टेरेसवर पोलीस का आले नाहीत, हा प्रश्न त्याला सतावत होता. गुरुवार मावळला. त्यानं लॅपटॉपवरून जवाहिरीशी संपर्क साधला. त्यानं मनातली शंका बोलून दाखविली. जवाहिरी म्हणाला, ''तू ठरल्याप्रमाणे कर आणि बाहेर पड.''

धनंजयनं अकबरच्या लॅपटॉपमध्ये बसविलेली सिग्नल चिप सारी माहिती धनंजयच्या सिस्टीमवर पोहोचवीत होती. धनंजयनं पेनड्राइव्हमध्ये घेतलेली सर्व कोडेड माहिती मेहतांच्या मदतीनं डीकोड केली होती. त्याची योजना गृहमंत्री रावसाहेबांनी स्वीकारली होती.

परंतु जवाहिरीनं आणि सैफ साहिलनं ठरविलेली नवीन योजना ना अकबरला कळली होती, ना धनंजयला, कारण अकबर जेव्हा जवाहिरीशी चॅटिंग करत होता, त्याच वेळी मुंबई एअरपोर्टवर आलेल्या विमानातून परवेझ उतरला होता. अर्थात, जफर सिद्दीकी नावाचा बनावट पासपोर्ट वापरून.

दरम्यान, शकील अहमदची लाय डिटेक्टर टेस्ट घेण्यात आली होती.

धनंजयचा अंदाज खरा ठरला होता. बॉम्ब बनवून मुंबईतील वेगवेगळ्या भागांत पोहोचवण्यासाठी शकील मुंबईत आला होता. गांधी भवनावरून इतरत्र लक्ष वेधून घेण्यासाठी मुंबईच्या इतर भागांमध्ये छोटे-मोठे बॉम्बस्फोट घडवून आणण्याची योजनाही आखण्यात आली होती. शकील हा त्या योजनेतला छोटा मासा होता. धनंजयला शोध घ्यायचा होता तो सूत्रधाराचा.

अठरामजली काँचमहलच्या टेरेसवर धनंजय शक्तिशाली दुर्बिणीतून एलिगंझाची टेरेस न्याहाळत होता. त्याला अकबरच्या हालचाली दिसत होत्या. होर्डिंगच्या मागे त्यानं प्लॅटफॉर्म फिक्स केला, तेव्हा शुक्रवार दुपारचे दोन वाजले होते. रॅपिड ॲक्शन फोर्सचे सैनिक धनंजयच्या इशाऱ्याची वाट पाहत थांबले होते. धनंजयच्या सूचनेनुसार शामराव पटवर्धनांनी टेरेसच्या दाराला बाहेरून कुलूप लावून घेतलं होतं. अकबरला पळून जाता येणार नव्हतं. हवाई दलाचं हेलिकॉप्टर तयार होतं. अकबरनं प्लॅटफॉर्मवर स्नायपर गन फिक्स केली, त्या क्षणी धनंजयनं इशारा दिला. हेलिकॉप्टर निघालं. पाचव्या मिनिटाला हेलिकॉप्टर एलिगंझा टेरेसवर स्थिरावलं आणि रॅपिड ॲक्शन फोर्सचे जवान दोराच्या साहाय्यानं टेरेसवर उतरले. अकबरनं दरवाजाकडे धाव घेतली; पण जवानांनी त्याला जेरबंद केलं. संपूर्ण कारवाईचं व्हिडिओ शूटिंग करण्यात आलं होतं. अकबर पूर्णपणे अडकला होता.

महासत्तेच्या अध्यक्षांची भेट पार पडली, तसा सर्वांनीच सुटकेचा निःश्वास टाकला. धनंजयनं आता अकबरकडे लक्ष केंद्रित केलं होतं. इंटरॉगेशन रूममध्ये तो अकबरसमोर बसला होता.

"अकबर... या प्रकरणातून तू सुटू शकणार नाहीस, तेव्हा एकच मार्ग आहे... तू सगळं खरं खरं सांग."

अकबर काहीही न बोलता धनंजयकडे थंड नजरेनं पाहत राहिला.

"हे बघ अकबर, तू स्वतःहून बोलला नाहीस तर सत्य काढून घेण्यासाठी लाय डिटेक्टरखेरीज ब्रेन मॅपिंग टेक्निक आहे... नार्को ॲनॅलिसिसचं तंत्रही आहे. खरंतर टॉर्चर करणं हा नेहमीचा उपायही आहे; पण मला तो वापरायचा नाही. तू स्वतःहून सांगितलंस तर कदाचित..." धनंजयनं वाक्य अर्धवट सोडलं, कारण अकबरच्या डोळ्यांत त्या क्षणी चमक जाणवली. "...तर कदाचित तुला माफीचा प्रस्ताव मांडता येईल. विचार कर... मी पुन्हा येईन..." असं सांगून धनंजय रूमच्या

बाहेर पडला.

ಌ

परवेझ ए.टी.एस. इमारतीच्या जवळच घुटमळत होता. त्यानं टुरिस्टला शोभतील असे कपडे घातले होते. खरंतर तो मनोमन खूप निराश झाला होता. समुद्राच्या तळाशी नबी नदेलाच्या देहाचे अवशेष गोळा करताना त्यानं ठरवलं होतं की, बदला घ्यायचाच. जवाहिरीनं अकबरची निवड केली नसती, तर तो स्वतःच या कामगिरीवर येणार होता. योजना फसली याचं त्याला वैषम्य वाटत होतं. अकबर तोंड उघडणार नाही याची त्याला खात्री होती, तरीही धोका पत्करण्यात अर्थ नव्हता. जवाहिरीनं त्याच्याकडे खास चीज दिली होती. परवेझ फक्त संधीच्या शोधात होता.

ಌ

धनंजय पुन्हा इंटरॉगेशन रूममध्ये आला. अकबर खाली मान घालून पेंगत होता. धनंजयनं ऑर्डर्लीला चहा आणायला सांगितला.

"अकबर... विचार केलास का?..."

"हो, पण... मला खूप थकल्यासारखं वाटतंय..."

"पाणी पी... चहा येतोय... नंतर बोल. तू तयार आहेस ना?"

"हो, पण त्या बदल्यात मला काय मिळणार?"

"अकबर... तू आमच्या देशात येऊन महासत्तेच्या अध्यक्षांच्या खुनाचा कट रचलास. अर्थात, तुझा मास्टर माइंड दुसराच आहे. खरंतर तू काहीही सांगितलं नाहीस तरी फारसं बिघडत नाही. जवाहिरीशी झालेलं तुझं चॅटिंग आम्ही पुरावा म्हणून वापरू. तरीही तू कबुलीजबाब दिलास, तर तुझ्याबाबत सहानुभूतीनं विचार करावा, अशी विनंती मी वरिष्ठांना करू शकतो."

अकबर काही बोलणार तेवढ्यात ऑर्डर्लीनं चहा आणला. अकबरचा डावा हात टेबलाच्या कडीला बेडीनं जखडलेला होता. उजव्या हातानं त्यानं कप उचलला. शांतपणे तो चहा प्यायला. काही क्षणांनंतर तो म्हणाला, "धनंजय, माझी कामगिरी फसली. आता मी जिवंत राहिलो काय आणि मेलो काय... काहीही फरक पडत नाही. माझा निर्णय झाला. मी तुम्हाला एका शब्दाचाही कबुलीजबाब देणार नाही. तुम्ही माझं काहीही करा."

धनंजय स्तब्ध झाला. रागावून उपयोग नव्हता. तो शांतपणे उठला आणि खोलीच्या बाहेर पडला.

ಌ

परवेझचं काम झालं होतं. त्यानं दुसऱ्या दिवशीच्या फ्लाइटचं बुकिंग केलं आणि रात्रीपुरता तो एका लॉजवर उतरला. त्याच रात्री अकबरला उलट्या सुरू झाल्या, त्या काही केल्या थांबेनात. त्याला पोलीस बंदोबस्तात रुग्णालयात दाखल करण्यात आलं. त्याच्या सगळ्या चाचण्या केल्या गेल्या. डॉक्टर चक्रावले, कारण चाचण्यांमध्ये काहीही निदान होत नव्हतं. औषधं कोणती द्यायची हेच डॉक्टरांना उमजत नव्हतं. दोन दिवसांनंतर अकबरचे केस झडू लागले. केवळ डोक्यावरचेच नव्हे, तर पापण्यांसह सर्व शरीरावरचेसुद्धा! तो भेसूर दिसू लागला होता. धनंजय चक्रावला होता. अकबरवर कुणीतरी विषप्रयोग केल्याची त्याला खात्री पटली होती; पण कुणी? त्यानं साठेंच्या संमतीनं सर्व एअरपोर्टवर पाळत ठेवण्याचा संदेश दिला. त्याच्या डोक्यात तेच ते विचार घोळत होते. धनंजयनं सारा घटनाक्रम आठवला आणि त्याला एकदम चहाची आठवण झाली. त्यानं ऑर्डर्लीला गाठलं.

"गणेश... त्या दिवशी चहा कुणी आणला?"

"समोरच्या अमृततुल्यच्या माणसानं..."

धनंजयनं अमृततुल्य गाठलं. त्यानं चहा देणाऱ्या नोकराची चौकशी केली. अमृततुल्यचा बद्रीशेठ म्हणाला, "साहेब... त्या दिवशी संध्याकाळीच दगडू काम सोडून निघून गेला."

"दगडू? त्याचं पूर्ण नाव काय बद्री? तो कोणत्या गावचा आहे?"

"साहेब... असे नोकर म्हणजे बारा पिंपळावरचे मुसाफिर... आम्ही त्यांची माहिती कधीच विचारत नाही. तेही सांगत नाहीत, कारण आम्हाला माहीत असतं असले कामगार एके जागी टिकत नाहीत."

धनंजय हताश झाला. दगडूनं आणलेल्या चहात नक्कीच काहीतरी मिसळलेलं होतं; पण कुणी? कुणीतरी दगडूला मोठी रक्कम दिली असणार! दगडू सापडला पाहिजे; पण त्याला शोधायचं कुठे आणि कसं? त्याचा फोटो नाही. अचानक त्याला ए.टी.एस. ऑफिसातल्या सी.सी.टी.व्ही. कॅमेऱ्याची आठवण झाली. त्यानं ते फुटेज पाहायचं ठरवलं. त्याच वेळी त्याला एहसान शेखांचा फोन आला.

"येस सर..."

"धनंजय... अकबर गेला. तू लगेच रुग्णालयात ये. डॉक्टर सानेंना आपल्याला काहीतरी सांगायचंय."

डॉ. साने गंभीर होते. समोर बसलेल्या कमिशनर साठे, एहसान शेख आणि धनंजयकडे पाहत ते बोलू लागले, "अकबरच्या मृतदेहाची तज्ज्ञांनी तपासणी केली. जे वास्तव उघडकीस आलं ते भयंकर आहे." साने क्षणभर थांबले.

तिघांचीही उत्सुकता ताणली गेली.

साने पुढे म्हणाले, ''त्याच्या शरीरात पोलोनियम २१० या किरणोत्सारी रसायनाचे अंश सापडले. या रसायनाचा एक थेंब जरी मानवी शरीरात गेला, तरी काही तासांत शरीरातल्या पांढऱ्या पेशी नष्ट होतात, कारण पोलोनियम २१० हे रसायन दर सेकंदाला, शब्दशः अगणित अल्फा किरण शरीरामध्ये प्रसारित करतं आणि ही अल्फा किरणं शरीरातल्या पांढऱ्या पेशी वेगानं नष्ट करतात. रोगप्रतिकारक पेशीच नाहीशा झाल्या की, बाधित व्यक्ती अल्पकाळामध्येच झिजत जाऊन मृत्युमुखी पडते.''

डॉक्टर सानेंचं स्पष्टीकरण ऐकून तिघेही सुन्न झाले. ते जाणत होते की, या प्रकारचं किरणोत्सारी रसायन कुणा सामान्य माणसाला उपलब्ध होत नाही. धनंजय म्हणाला, ''साठे सर... अकबर आपल्या तावडीत सापडणार याची सूत्रधाराला खात्री पटली असणार म्हणून त्यानं अकबरचा काटा काढायचं ठरवलं आणि...''

''तुझा अंदाज बरोबर आहे धनंजय,'' साठे म्हणाले, ''पण असं रसायन शासनातल्या उच्चाधिकाऱ्यांच्या अखत्यारीत असतं.''

''पण सर...'' एहसान म्हणाले, ''आपल्या देशाच्या शासनाकडून मारेकऱ्याला...''

''नाही. मारेकऱ्यानं ते आंतरराष्ट्रीय पातळीवरून मिळवलं असणार. जवाहिरीनंच मारेकऱ्याला पाठवलं असणार.'' साठे पुढे काही बोलणार तेवढ्यात एहसान शेखांचा मोबाइल फोन वाजला. ''हॅलो... हां... हं... थांबवून ठेवा... आम्ही पोहोचतोच.'' शेखांनी फोन बंद केला. घाईघाईनं उठत ते म्हणाले, ''धनंजय, ताबडतोब निघायला हवं. इंटरनॅशनल एअरपोर्टवर एक संशयित केस आढळलीय... बनावट पासपोर्टची...'' साठेंसह दोघेही वेगानं एअरपोर्टकडे निघाले.

रात्रीचे तीन वाजून गेले होते; पण तरीही शेख आणि धनंजय उत्साही होते, कारण त्यांना अपेक्षित असलेलं सावज त्यांच्या जाळ्यात अडकलं होतं. एअरपोर्टवर पोहोचताच त्यांनी संशयावरून जफर सिद्दीकी ऊर्फ परवेझला ताब्यात घेऊन ए.टी.एस.मध्ये आणलं होतं. नुकत्याच घडलेल्या प्रकारामुळे इंटरॉगेशन रूमचीच नव्हे, तर संपूर्ण इमारतीची सुरक्षा कडेकोट करण्यात आली होती. धनंजयने गृहमंत्री रावसाहेब, साठे यांच्याशी चर्चा करून, परवेझची संपूर्ण वैद्यकीय तपासणी करून घेतली. निमित्त बनावट पासपोर्टचं होतं; पण धनंजयला खात्री होती की, अकबरचा मारेकरी हाच. धनंजयनं सी.सी.टी.व्ही. फुटेजवरून दगडूचा फोटो मिळवून त्याच्या शोधासाठी माणसं पाठविली होती. त्याच्या सी.आय.कडेही त्यानं दगडूचे फोटो दिले होते. दगडू सापडेपर्यंत तो जफर ऊर्फ परवेझची सखोल चौकशी करणार

होता. रावसाहेब आणि साठेंनी त्याला पूर्ण स्वातंत्र्य दिलं होतं. ''त्याला बोलतं करण्यासाठी तू हवं ते कर; पण... फक्त त्याला मरू देऊ नकोस.'' या शब्दांत साठेंनी त्याला संमती दिली होती.

जफरला, समोर बसलेल्या धनंजयच्या डोळ्यांत बघवत नव्हतं. आपल्याकडून सत्य जाणून घेण्यासाठी धनंजय कोणत्याही थराला जाईल याची त्याला खात्री होती.

''जफर... ऊर्फ परवेझ... बाकी सगळं नंतर सांग; पण आधी मला हे जाणून घ्यायचंय की, पोलोनियम २१० तुला कुणी दिलं?''

तेवढ्यात एहसान शेख रूममध्ये आले. त्यांनी धनंजयला बाजूला घेतलं आणि कुजबुजत्या स्वरात म्हणाले, ''लॅबकडून रिपोर्ट आला धनंजय...''

''कशाचा सर?''

''परवेझच्या बॅगेत बोटाच्या पेराएवढी जी कुपी मिळाली होती, त्याचा रिपोर्ट! ते पोलोनियम २१० आहे... तज्ज्ञांचा दावा आहे की, या प्रकारचं किरणोत्सारी रसायन...'' शेख क्षणभर थांबले आणि नंतर म्हणाले, ''...त्या देशाचं नाव घेत नाही; पण ते रसायन साम्यवादी देशातलं आहे.''

''ओह!'' धनंजय उत्स्फूर्तपणे उद्गारला. काही क्षणांत त्याच्या मनात सारं चित्र स्पष्ट झालं. आंतरराष्ट्रीय पातळीवर महासत्तेला नामोहरम करण्यासाठी ज्या दहशतवादी संघटना कार्यरत आहेत, त्यांना 'त्या' देशाचा छुपा पाठिंबा आहे. केवळ पाठिंबाच नाही, तर छुपी मदतसुद्धा! भारताची महासत्तेशी वाढत चाललेली जवळीक 'त्यांना' पसंत नाही, म्हणून हस्ते - परहस्ते भारताच्या भूमीवर अध्यक्षांच्या हत्येचा कट शिजला. धनंजयनं खुशीनं शेखांशी हस्तांदोलन केलं आणि म्हणाला, ''शेख सर, सारं चित्र स्पष्ट झालंय... आता फक्त पुराव्याचे दुवे जोडू आणि परवेझला फासावर चढवू!''

दोघं बाहेर आले. सूर्योदय झाला होता.

◆